ഗ്രീൻ ബുക്സ്

പാതിരാകുർബാന

അനുരാഗ് ഗോപിനാഥ്

ആലപ്പുഴ ജില്ലയിലെ
കരുവാറ്റയിൽ ജനനം.
വിദ്യാഭ്യാസം: ബി.കോം
(കേരള യൂണിവേഴ്സിറ്റി).
ഇ-മെയിൽ: anuraggopinath@yahoo.com

ഗ്രീൻ ബുക്സ് പ്രസിദ്ധീകരിച്ച
ഗ്രന്ഥകർത്താവിന്റെ ഇതര കൃതികൾ

ഗെയിം ഓവർ
(ക്രൈം നോവൽ)

സൈറ
(ഹൊറർ നോവൽ)

കുറ്റാന്വേഷണ നോവൽ

പാതിരാകുർബാന

അനുരാഗ് ഗോപിനാഥ്

ഗ്രീൻബുക്സ്

green books private limited
gb building, civil lane road, ayyanthole,
thrissur- 680 003, kerala, ph: +91 487-2381066, 2381039
website: www.greenbooksindia.com
e-mail: info@greenbooksindia.com

branches:
thrissur 8589095302
thiruvananthapuram 8589095301
calicut 8589095307

malayalam
paathira kurbana
crime novel
by
anurag gopinath

published november 2021
reprinted may 2024

cover image : anurag gopinath
cover design : aswathy hariharan

printed in india
manipal technologies ltd

isbn : 978-93-91072-68-1

₹ 180.00
GBPL/1199/2021

പാതിരാകുർബാന എന്ന ഈ നോവൽ
എന്റെ ഭാവനാസൃഷ്ടി മാത്രമാണ്.
ഈ കഥയ്ക്കോ കഥാപാത്രങ്ങൾക്കോ
ജീവിച്ചിരിക്കുന്നവരോ മരിച്ചുപോയവരോ ആയി
സാദൃശ്യം തോന്നുന്നു എങ്കിൽ
അതു തികച്ചും യാദൃച്ഛികം മാത്രം...

ഇത് എന്റെ ഏഴാമത്തെ നോവലാണ്.
ഇത്രയും വലിയ പാരമ്പര്യമുള്ള സാഹിത്യ
ശാഖയിൽ മഹാരഥന്മാരായ എഴുത്തുകാർക്കൊപ്പം
ചേർത്തു വായിക്കപ്പെടാൻ യോഗ്യമായ
ഒരു കഥയെങ്കിലും എഴുതാൻ വേണ്ടിയുള്ള
അശ്രാന്ത പരിശ്രമത്തിന്റെ ഭാഗമാണ് ഈ നോവലും.
ഇത്രയും കാലം പ്രോത്സാഹിപ്പിച്ച നിങ്ങൾ
ഓരോരുത്തർക്കും ഈ നോവൽ സമർപ്പിക്കുന്നു.

ഗ്രീൻ ബുക്സിന് നന്ദി.

അനുരാഗ് ഗോപിനാഥ്

ഒന്ന്

"അക്കരെയ്ക്കാ അല്ലിയോ?"

പാതി വലിച്ച മുറിബീഡി മണ്ണിൽ കുത്തിക്കെടുത്തി തലേക്കെട്ടിൽ തിരുകിക്കൊണ്ട് ചാക്കോ ചോദിച്ചു.

"എവിടുന്നാ? അല്ലാ ഈ കരയിൽ ഇതുവരെ കണ്ടിട്ടുള്ള മുഖമല്ല, അതുകൊണ്ടു ചോദിച്ചതാ."

"സ്വല്പം അകലെ നിന്നാണ്."

"അകലെന്നു വച്ചാൽ... സ്ഥലത്തിനെന്നാ പേരില്ലിയോ?"

ചാക്കോ ആഗതനെ അടിമുടി നോക്കി

"പറഞ്ഞാല് അറിയത്തക്ക പ്രശസ്തമായ ഇടമൊന്നുമല്ല."

അയാൾ വിദൂരതയിലേക്ക് നോക്കിക്കൊണ്ടാണ് ആ മറുപടി പറഞ്ഞത്.

"അല്ല ചോദിച്ചൂന്നേ ഒള്ളൂ."

"ഉം."

അയാൾ വലതു കൈ വെള്ളത്തിലേക്കിട്ട് ഒരു കൈ വെള്ളം കോരിയെടുത്ത് താഴേക്ക് ഊർത്തി വിട്ടു.

"അക്കരയില് ആരെ കാണാനാ?"

ചാക്കോ വിടുന്ന മട്ടില്ല.

"ഡേവിസ് മുതലാളിയെ കാണാൻ. പുലിമുറ്റത്തെ..."

പിന്നെ ചാക്കോ ഒന്നും ഉരിയാടിയില്ല. അയാൾ കഴുക്കോൽ വെള്ളത്തിലേക്ക് ആഴ്ത്തി. വള്ളത്തിൽ വേറെയും ജനങ്ങൾ ഉണ്ടായിരുന്നു. കൊച്ചിയിലും ആലപ്പുഴയിലും ജോലികഴിഞ്ഞു വരുന്നവരായിരുന്നു ഏറെ പേരും. പതിവുകാരുടെ മുഖങ്ങളിൽ നിന്നുമാണ് വള്ളക്കാരൻ ചാക്കോ അപരിചിതനായ അയാളെ കണ്ടെത്തിയത്.

പതിവില്ലാതെ തുരുത്തിലേക്ക് ഒരാളുടെ ആഗമനം എന്തിനെന്ന് അറിയാനുള്ള ജിജ്ഞാസ അത്ര മാത്രം. രാത്രി അച്യുതന്റെ ചായ

ക്കടയിൽ ചൂടുള്ള ചായയ്ക്കൊപ്പം വിളമ്പാനൊരു വാർത്ത കിട്ടിയാലോ എന്ന ചിന്തയാണ് അപരിചിതനായ ആ ചെറുപ്പക്കാരൻ മുളയിലേ നുള്ളിയത്. പുലിമുറ്റത്തുകാരുടെ പരദൂഷണം പറഞ്ഞാൽ പറയുന്ന വന്റെ ശവം നാളെ തലയില്ലാതെ പുത്തനാറ്റിൽ ഒഴുകി നടക്കും എന്ന് ചാക്കോയ്ക്ക് മാത്രമല്ല ആ കരയിലുള്ള സകലർക്കും അറിയാം. വള്ള ത്തിൽ ഇരുന്നവർ തമ്മിൽ നാട്ടുകാര്യങ്ങൾ പറയുന്നുണ്ടായിരുന്നു. നാളെ ക്രിസ്മസാണ്. നേരത്തെ വീടണയാൻ വേണ്ടിയുള്ള തിടുക്ക മായിരുന്നു പലരുടെയും മുഖത്ത് പ്രകടമായത്.

''താറാവാ നാളെ അല്ലിയോ?''

ഔതക്കുട്ടിയുടെ കയ്യിൽ ലക്ഷണമൊത്ത ഒരു പൂവൻ താറാവിനെ കണ്ട് ചാക്കോ ചോദിച്ചു. അയാളുടെ ചോദ്യം ഇഷ്ടപ്പെടാത്തതു കൊണ്ടാവാം അയാൾ കായൽപരപ്പിലേക്ക് നോക്കിക്കൊണ്ട് ''ആ... അതെ'' എന്ന് അലക്ഷ്യമായൊരു മറുപടി പറഞ്ഞത്.

''പച്ചക്കുരുമുളക് ഇട്ട് വറ്റിച്ചാൽ പൊളിയാ...''

വായിൽ ഊറി വന്ന ഉമിനീർ ഇറക്കിക്കൊണ്ട് ചാക്കോ അടുത്ത പ്രസ്താവന ഇറക്കി.

''ത്ഫൂ...''

ഔതക്കുട്ടി വെള്ളത്തിലേക്ക് നീട്ടി തുപ്പി.

''കൊതി പിടിച്ചാൽ ക്രിസ്മസ് ആയിട്ട് കക്കൂസീന്നിറങ്ങാൻ നേരം കിട്ടുകേല.''

അയാൾ പിറുപിറുത്തു. എല്ലാം കണ്ടും കേട്ടും അപരിചിതനായ അയാളും ആ വള്ളത്തിൽ ഇരുന്നു. ആടിയുലഞ്ഞ് വള്ളം മറുകര എത്തി. ആളുകൾ ഒന്നൊന്നായി കരയിലേക്കിറങ്ങി പലവഴി ചിതറി നടന്നകന്നു. ഏറ്റവും ഒടുവിലായി അയാളും. ഒരു കറുത്ത ബാഗ് തോളിലെടുത്തിട്ട് അയാൾ അങ്ങാടിയുടെ ഹൃദയഭാഗത്തിലൂടെ നടന്ന കലുന്നത് ചാക്കോ നോക്കി നിന്നു.

''കഴുക്കോലും പിടിച്ചു നിന്ന് സ്വപ്നം കാണുവാണോ? അക്കരെ യ്ക്കുണ്ടോ?''

ഭരതൻ മാഷാണ്.

''ആഹ് പിന്നില്ലാതെ... വാ... അല്ലാ ഞാനേ ദാ, ആ പോണയാളെ നോക്കി നിന്നു പോയതാ... ഒരു പിശക് ലക്ഷണമില്ലേ?''

''ഹ....ഹ.... തനിക്ക് ആരെ കണ്ടാലും സംശയമാണല്ലോ ചാക്കോ മാപ്ളേ.''

''ആ എന്നാലേ ഇതങ്ങനെയല്ല. അവൻ പോകുന്നത് പുലിമുറ്റത്തേ യ്ക്കാ. എന്തോ ഒരു പന്തികേട് മണക്കുന്നില്ലേ?''

''ആ, തന്റെ ഓരോ തോന്നലുകള്... വഞ്ചി എടുക്ക്.''

വള്ളം അക്കരയ്ക്ക് മെല്ലെ നീങ്ങി.

'പുലിമുറ്റത്തേക്ക് ഏതുവഴിയാ പോകുന്നത്?''

കടവിൽനിന്നു അല്പം അകലെ വഴിയരികിലെ കൊച്ചുപാപ്പിയുടെ മാടക്കടയ്ക്ക് മുൻപിൽ ചെന്നു നിന്ന് അയാൾ ചോദിച്ചു.

''നേരെ പോയാമതി, ഒരു കുരിശടി കാണാം. അവിടന്ന് ഇടത്തോട്ട് നാല് മിനിട്ട് നടന്നാല് വീടിന്റെ നടയായി. വലിയ ഒരു പുലീട പ്രതിമ വച്ചിട്ടൊണ്ട്. അതാ അടയാളം.''

കടയുടമസ്ഥൻ ആംഗ്യവിക്ഷേപങ്ങളോടെ പറഞ്ഞു. അയാൾ നടന്നു നീങ്ങി. കടയോടു ചേർത്തിട്ടിരുന്ന മരബെഞ്ചിൽ ഇരുന്ന നാട്ടുകാരിൽ ഒരാൾ 'അതാര്' എന്ന അർത്ഥത്തിൽ കൈ കാണിച്ചു. അറിയില്ലെന്ന് കൊച്ചുപാപ്പി കൈമലർത്തി.

'വരത്തനാ' എന്നൊരു ആത്മഗതം അയാളിൽ നിന്ന് ഉതിർന്നു.

പുലിമുറ്റത്ത് തറവാട്ടിൽ ഒരു മീറ്റിംഗ് നടക്കുകയായിരുന്നു ആ സമയം.

''അച്ചോ... കാര്യം ഞങ്ങള് ക്രിസ്ത്യാനികളാ. പക്ഷേ പരമ്പരാഗതമായി കള്ള് വിറ്റ് തന്നെയാ ഈ പുലിമുറ്റത്തുകാര് കാശൊണ്ടാക്കിയേക്കുന്നത്. അപ്പനപ്പൂപ്പന്മാരായിട്ട് തുടങ്ങി വച്ച വ്യവസായമാ. അത് പൂട്ടിക്കെട്ടാൻ പറയുന്നത് പാതിരിയല്ല ഇനിയിപ്പോ മെത്രാനാണെന്നു പറഞ്ഞാലും ദാണ്ടെ ഈ ഡേവിസിന് ഇതാ...''

കൈത്തണ്ടയിൽ നിന്ന് രണ്ട് രോമം പറിച്ച് എറിഞ്ഞുകൊണ്ട് പുലിമുറ്റത്ത് ഡേവിസ് നിന്ന് ഗർജ്ജിച്ചു.

''ശ്... ചേട്ടായി ഒന്നടങ്ങ്.'' അനുജൻ ഡേവിഡ് അയാളെ അനുനയിപ്പിക്കാൻ ശ്രമിക്കുന്നുണ്ടായിരുന്നു.

''ഹ! നീയൊന്ന് മാറ് ഡേവിഡേ, കാര്യം പറയട്ടെ. ഇല്ലെങ്കില് നാളെ പുലിമുറ്റത്ത്കാരോട് തുമ്മരുത്, തുപ്പരുത്, തൂറരുത് എന്നൊക്കെ സഭേന്ന് അങ്ങ് പറയും. അതും കേട്ടോണ്ട് പഞ്ചപുച്ഛമടക്കി അങ്ങ് ജീവിക്കേണ്ടി വരും. അതിനീ ഡേവിസിനെ കിട്ടുകേല.''

ഡേവിസ് ജ്വലിക്കുകയാണ്. എല്ലാം കേട്ട് അത്രയും സമയം മൗനം പാലിച്ചുകൊണ്ടിരുന്ന ഫാദർ കോളിൻസ് മുരടനക്കി.

''മതി, നിർത്ത് ഡേവിസേ, നിന്റെ ഷോ കാണാനല്ല ഞാനീ പടി കേറി വന്നത്. നിന്നോടൊന്നും ഇരക്കാനുമല്ല. പള്ളിവക ഒരേക്കർ ഭൂമി. അവിടെ ഇപ്പോൾ ഓഡിറ്റോറിയം പണി തുടങ്ങാൻ അനുമതി കിട്ടിയിട്ടുണ്ട്. അതിനോട് ചേർന്നു നിൽക്കുന്ന മുപ്പതു സെന്റ് പുരയിടത്തിലെ

നിന്റെയൊക്കെ ഷാപ്പ് നിങ്ങളുടെ തന്നെ വേറെ ഏതെങ്കിലും പറമ്പി ലേക്ക് മാറ്റണം എന്നല്ലേ പറഞ്ഞൊള്ളൂ. രണ്ടു കൊല്ലം മുൻപ് നടന്ന പള്ളിക്കമ്മിറ്റിയിൽ നീയൊക്കെ അത് അംഗീകരിച്ചത് അന്നത്തെ മിനിറ്റ്സിലുണ്ട്. തരത്തിന് വാക്കു മാറ്റുന്നതാണോ നീയൊക്കെ ഈ പറഞ്ഞ കുടുംബ പാരമ്പര്യം? ആണോ? ആണാണെന്നും പറഞ്ഞ് മീശയും വച്ച് നടന്നാൽ പോരാ, വാക്ക് പാലിക്കാൻ പഠിക്ക് കുടുംബ ക്കാര്.''

അത്രയും ആയപ്പോഴേക്കും ഡേവിസ് മുന്നോട്ട് ആഞ്ഞുകൊണ്ട് പറഞ്ഞു.

''എടോ കള്ള പാതിരീ... താനേ, താൻ കുർബ്ബാന ചൊല്ലിയാൽ മതി... എനിക്കിട്ട് ഒണ്ടാക്കാൻ വരല്ലേ. കുരിശും പിടിച്ച് വെള്ള പുത പ്പിച്ച് പെട്ടിയിൽ കിടക്കും താൻ. കിടത്തും ഈ ഡേവിസ്...''

കോളിൻസ് അച്ചന്റെ കണ്ണുകൾ ചുവന്നു.

''ഡാ ഞാനേ, ഞാനാരാണെന്ന് നീ അരമനയിൽ ഒന്നന്വേഷിക്ക്. നിന്റെ ഈ പിപ്പിടിയൊന്നും ഈ ഫാദർ കോളിൻസിന്റെ നെഞ്ചത്തോട്ട് വേണ്ട. നാട്ടുകാരുണ്ട് എന്റെ കൂടെ. പണി ഞാൻ തരുന്നുണ്ട്. ന്യൂ ഇയറ് വരെ നിനക്ക് സമയമൊണ്ട്, ഷാപ്പ് പൊളിച്ചോണ്ട് പോകാൻ. അതല്ല ഇങ്ങോട്ട് ഗുണ്ടായിസമാണെങ്കിൽ തിരിച്ചും അങ്ങനെ തന്നെ യാണെന്ന് കൂട്ടിക്കോ... നിന്റെയൊക്കെ ഷാപ്പ് പൊളിച്ചടുക്കാൻ ഈ കോളിൻസ് മതി...''

''താൻ ഞൊട്ടും.''

''കാണാം...''

അച്ചൻ എഴുന്നേറ്റു. രോഷാകുലനായി ഇരുവരെയും നോക്കി. തിടുക്കത്തിൽ അവിടെ നിന്ന് ഇറങ്ങി. വാതിൽക്കൽ നിന്ന കപ്യാരെ നോക്കി പറഞ്ഞു

''അച്ചൻകുഞ്ഞേ പോകാം. ഇവറ്റകളോട് വേദമോതീട്ട് കാര്യമില്ല. ഇനി എന്തോ വേണമെന്ന് എനിക്കറിയാം.''

പിന്നാലെ ഡേവിഡിന്റെ ഭാര്യ റോസമ്മ ചായ നിറച്ച ട്രേയുമായി സ്വീകരണമുറിയിൽ എത്തി.

''അല്ലേ, ദാണ്ടെ അച്ചനും കപ്യാരും പോവാന്നോ?''

''എടുത്തോണ്ട് പോടീ... അവളുടെ ഒരു അച്ചനും കപ്യാരും.''

ഡേവിഡ് അലറി.

കോളിൻസ് അച്ചൻ നടന്ന് മുറ്റത്തു വച്ചിരുന്ന തന്റെ ബുള്ളറ്റിനടുത്ത് എത്തിയപ്പോഴാണ് ആ ചെറുപ്പക്കാരൻ ഗേറ്റ് കടന്ന് അകത്തേക്കു പ്രവേശിച്ചത്. അച്ചനെ കടന്ന് വീട്ടുപടിക്കലേക്ക് നടന്ന അയാൾ അച്ചനെ

മുഖാമുഖം ഒന്നു നോക്കിയ ശേഷം മുന്നോട്ടു നീങ്ങി. അയാളുടെ മുഖം എവിടെയോ കണ്ടു മറന്നതുപോലെ തോന്നി കോളിൻസിന്.

''അച്ചനെന്താ ആലോചിക്കുന്നത്? നാളെ ക്രിസ്മസാ. പാതിരാ കുർബ്ബാനയ്ക്കുള്ള ഒരുക്കങ്ങൾ ചെയ്യണ്ടേ? അവന്മാരോട് പോകാൻ പറ...''

കപ്യാർ തിടുക്കം കൂട്ടി. പക്ഷേ കോളിൻസ് അച്ചന്റെ നോട്ടം ആഗതന്റെ മുഖത്തു തന്നെ തറഞ്ഞു നിന്നു. നോട്ടം പിൻവലിക്കാതെ അച്ചൻ ബുള്ളറ്റിൽ കയറി വണ്ടി സ്റ്റാർട്ടു ചെയ്തു.

''കപ്യാര് കേറ്.''

ഇരുവരും റോഡിലേക്കിറങ്ങി.

''ആ വന്നയാളെ ഞാൻ എവിടെയോ കണ്ടിട്ടുണ്ട് അച്ചൻകുഞ്ഞേ.'' അച്ചൻ പറഞ്ഞു.

''കാണും... മുൻപ് ഇരുന്നിട്ടുള്ള ഇടവകകളിലോ മറ്റോ ആവും അച്ചോ. നമ്മൾക്ക് പോകാം.''

കപ്യാർ തിടുക്കം കൂട്ടി.

''അല്ലച്ചോ, അവരോട് പറഞ്ഞത് ഇത്തിരി കടുപ്പമായില്യോ എന്നൊരു സംശയം എനിക്ക്.''

''ആരോടാ.''

''ആ പുലിമുറ്റത്ത്കാരോട്... ഒന്നിനും മടിക്കാത്ത ജാതികളാ. തനി ഏമ്പോക്കികള്. അവൻ, ആ ഡേവിസ് അവസാനം പറഞ്ഞ വാചകം, അതൊരു മുള്ളുവച്ച പ്രയോഗമല്ലിയോ എന്നൊരു...''

കപ്യാർ ആ വാചകം മുഴുമിപ്പിച്ചില്ല. ഭയം അയാളെ ഗ്രസിച്ചിരുന്നതായി കോളിൻസ് അച്ചന് തോന്നി. അവർ പള്ളിയിലേക്കുള്ള പാതയിലേക്ക് തിരിഞ്ഞു. തണുപ്പുകാലമായിരുന്നതിനാൽ നേരത്തേ തന്നെ അന്തരീക്ഷം ഇരുട്ടി തുടങ്ങിയിരുന്നു. ഇരുവശത്തുമുള്ള എല്ലാ വീടുകളും നക്ഷത്രവിളക്കുകളും സീരിയൽ ബൾബുകളും കൊണ്ട് അലങ്കരിച്ചിരുന്നു. അവർ ഇരുവരും ദിവ്യമായ പ്രകാശങ്ങൾക്ക് നടുവിലൂടെ കുരിശടി പിന്നിട്ട് പള്ളി മുറ്റത്തേക്ക് പ്രവേശിച്ചു.

കരോൾ സർവ്വീസിനുള്ള ചെറുപ്പക്കാർ അച്ചന്റെ വരവും കാത്തെന്നോണം വാതിൽക്കൽത്തന്നെ ഉണ്ടായിരുന്നു. അവർക്കിടയിൽ നിന്ന് മെലിഞ്ഞ ഒരു ചെറുപ്പക്കാരൻ ഓടിയിറങ്ങി അച്ചന്റെ സമീപത്തേക്ക് ചെന്നു. വണ്ടി സ്റ്റാൻഡിൽ വയ്ക്കുകയായിരുന്ന കോളിൻസ് അച്ചനോട് അയാൾ ചോദിച്ചു.

''എന്തായി അച്ചാ?''

''ഒന്നുമായില്ല. സെക്രട്ടറീ, വാ പറയാം.''

ചെറുപ്പക്കാരന്റെ മുഖത്ത് നിരാശയുടെ നിഴൽ പരന്നു.

പുലിമുറ്റത്ത് ഡേവിഡിന്റെ മുൻപിൽ ആഗതൻ നിന്നു.

''താനല്ലേ അഡ്വക്കേറ്റ് പറഞ്ഞയച്ച...''

''അതെ. ഞാനാണ്.''

''എന്നതാ പേരെന്നു പറഞ്ഞത്?''

''ഞാൻ പേര് പറഞ്ഞില്ലല്ലോ സർ.''

വിനയത്തോടെയുള്ള ആ തർക്കുത്തരം ഡേവിസിനെ ചൊടിപ്പിച്ചു. അടങ്ങ് എന്ന ഡേവിഡിന്റെ കണ്ണുകൊണ്ടുള്ള അടയാളം കണ്ട് ഇല്ലാത്ത ഒരു ചിരി ചുണ്ടത്ത് തേച്ചുപിടിച്ച് ഡേവിസ് ചോദിച്ചു.

''ആഹാ ആള് രസികനാണല്ലോ. മിടുക്കനാണെന്ന് വക്കീല് പറഞ്ഞപ്പോൾ ഇത്രയും പ്രതീക്ഷിച്ചില്ലട്ടാ. അല്ലേടാ ഡേവിഡേ.''

ഡേവിസ് ഡേവിഡിനെ നോക്കി.

ഡേവിഡ് ചോദിച്ചു: ''അല്ല, എന്താ കുമ്പാരീടെ പേര്?''

''മാർട്ടി.''

''പറഞ്ഞ പണം ദാ, ഇതിലുണ്ട്. ഇന്നു രാത്രി, ഇന്നു രാത്രി തന്നെ പണി തീരണം. ഇന്നത്തെ പാതിരാകുർബ്ബാന അവന്റെ അവസാനത്തെ കുർബ്ബാനയാകണം. മനസ്സിലായോ?''

''ആയി...''

മാർട്ടി തന്റെ മുൻപിലേക്ക് ഡേവിഡ് നീക്കിവച്ച തുണി സഞ്ചിയിൽ നിന്ന് രണ്ടായിരത്തിന്റെ ഒരു കെട്ടെടുത്ത് നോട്ടുകൾ മുഖത്തേക്ക് അടുപ്പിച്ച് ആ ഗന്ധം ആസ്വദിച്ചു.

''ഇതിപ്പോ പണത്തിന് വേണ്ടി മാത്രമല്ല ഡേവിസാറെ... ഞങ്ങൾ തമ്മിൽ പഴയൊരു കണക്കുണ്ട്... ഒരു പലിശയില്ലാകടം.''

അടുത്ത നോട്ടുകെട്ട് എടുത്ത് മറിച്ചു നോക്കിക്കൊണ്ട് മാർട്ടി പറഞ്ഞു.

''അവന്... ആ ഫാദർ കോളിൻസിന് ആയുസ് ഡിസംബർ ഇരുപത്തിനാല് വരെ മാത്രം. നാളെ കിസ്മസ് പിറക്കുന്നത് അവന്റെ മരണവാർത്തയും കൊണ്ടായിരിക്കും. നോക്കിക്കോ...''

ഡേവിസും ഡേവിഡും പരസ്പരം നോക്കി പുഞ്ചിരിച്ചു.

രണ്ട്

കായൽപരപ്പിലെ ഓളങ്ങൾ കരയിലെ അലങ്കാരവിളക്കുകളെ പ്രതിഫലിപ്പിച്ചു കൊണ്ട് രത്നകമ്പളം പോലെ തിളങ്ങിക്കൊണ്ടിരുന്നു. അന്തിയായതോടെ തുരുത്തിലെ ചെറിയ കമ്പോളം ആളുകളെക്കൊണ്ട്

നിറഞ്ഞു. ക്രിസ്മസ് രാവിനെ സമ്പന്നമാക്കിക്കൊണ്ട് അവിടവിടെ യായി ചെറിയ കരോൾ സംഘങ്ങൾ നീങ്ങുന്നുണ്ടായിരുന്നു.

ആ തിരുപ്പിറവി രാവിൽ പുലിമുറ്റത്തുകാരുടെ ഷാപ്പിലും അയ്യപ്പൻ നായരുടെ ചെറിയ ചായക്കടയിലും ആ തുരുത്തിലെ ഒട്ടുമിക്ക പൊതുവ്യവ സായ സ്ഥാപനങ്ങളിലും പുരുഷന്മാർ ആധിപത്യം സ്ഥാപിച്ചു കഴി ഞ്ഞിരുന്നു. സ്ത്രീകൾ ആഘോഷരാവിലേക്ക് വേണ്ട ഭക്ഷണപദാർ ത്ഥങ്ങൾ തയ്യാറാക്കുകയും കുട്ടികൾ പുൽക്കൂടുകൾ അലങ്കരിക്കുകയും ചെയ്തു. പരിഷ്ക്കാരം കടന്നു ചെന്നിട്ടില്ലാത്ത വർത്തമാനകാല കേരള ത്തിൽ നിന്ന് പുരോഗതിയിൽ അല്പം പിന്നോക്കം നിൽക്കുന്ന ആ തുരുത്ത് ആഘോഷത്തിൽ മുഴുകി.

അവിടത്തെ ജനസംഖ്യാ അനുപാതത്തിൽ ഏറിയ പങ്കും കൊല്ല ങ്ങൾക്കു മുൻപ് എറണാകുളം പട്ടണം വളർന്നപ്പോൾ നാട്ടുവിടേണ്ടി വന്ന ക്രിസ്ത്യാനികളായിരുന്നു.

മറ്റു മതവിശ്വാസികൾ തുലോം കുറവായിരുന്നു എന്നു തന്നെ പറയാം. അതുകൊണ്ടു തന്നെ ആ തുരുത്തിലെ ഏറ്റവും വലിയ ആരാധ നാലയം ഗീവർഗ്ഗീസ് പുണ്യാളന്റെ പേരിലുള്ള ആ പള്ളിയായിരുന്നു. തുരുത്തിലെ പള്ളിയുമായി ബന്ധപ്പെട്ട എല്ലാ ആഘോഷങ്ങളും ആ തുരുത്തിലുള്ളവർക്ക് ജാതി-മതഭേദമെന്യേ ഒരു ദേശീയ ഉത്സവത്തിന്റെ പ്രതീതി സമ്മാനിച്ചിരുന്നു എന്നതാണ് സത്യം.

തത്ത ചീട്ട് കൊത്തി എടുക്കും പോലെ തന്റെ മുന്നിൽ കൊണ്ടു വച്ച വാഴയിലക്കീറിലെ എരിവുള്ള നാരങ്ങാ അച്ചാർ നാവുകൊണ്ടു നക്കി എടുത്ത് കടത്തുകാരൻ ചാക്കോ പ്രസ്താവിച്ചു:

‘‘ഒരു ഏഴ്, അല്ലാ എട്ടരയടി പൊക്കം.’’

‘‘ആ രണ്ടടി ഒന്നു കുറയ്ക്കാമോ ചാക്കോച്ചോ...’’

ചാക്കോയുടെ പുളുവടി കേട്ട് ആരോ അടുത്ത ബഞ്ചിലിരുന്ന് കളി യാക്കി.

‘‘നീ പോടാ... മോനേ... ചാക്കോ ദേ, ഈ രണ്ടു കണ്ണും കൊണ്ട് കണ്ടതാ. നല്ല ഒത്ത നീളമുള്ള ഒരുത്തൻ. ഒരു ആജാനുബാഹു. വഞ്ചിയേ ന്നൊരു ചാട്ടമാ കരേലോട്ട്. ചുമ്മാ കര കാണാൻ വന്നവനല്ല എന്ന് ഉറപ്പാ, പുലിമുറ്റത്ത് വന്നവനാ. മിക്കവാറും നാളെ ഇവിടെ എന്നതേ ലുമൊക്കെ നടക്കും.’’

‘‘എന്നത്?’’

‘‘ആ... അതറിഞ്ഞൂടാ. എന്നാലും എന്നാ എങ്കിലും നടക്കും. കണ്ടോ...’’

‘‘ടോ... എന്നാലെ അറിയാമ്മേലാത്ത സങ്കതികള് വിളമ്പാൻ നിക്കണ്ടാ. ചാക്കോ, വേഗം കൂര പറ്റാൻ നോക്ക്.’’

നടത്തിപ്പുകാരൻ ബാബു തിടുക്കം കാട്ടി. എന്നിട്ട് ചാക്കോയുടെ തൊട്ടടുത്ത് ചെന്ന് രഹസ്യമായി പറഞ്ഞു.

''എടാ പിലോപ്പി മോറാ, അപ്പുറത്ത് ഡേവിസ് മൊതലാളീടെ അളിയൻ സേവിച്ചനും കുറച്ച് കൂട്ടുകാരും ഇരിപ്പൊണ്ട്. തന്റെ ഈ ഉപ്പും കോലും വച്ച കൊണവതിയാരം അവരെങ്ങാനും കേട്ടാൽ അതു മതി നിന്റെ ചീട്ടുകീറാൻ.''

അത്രയും കേട്ടതോടെ ചാക്കോ വായ്പൂട്ടി മെല്ലെ എഴുന്നേറ്റു.

പള്ളി സെക്രട്ടറി സെബാസ്റ്റ്യൻ കോളിൻസ് അച്ചന്റെ മുഖത്തേക്ക് നോക്കി.

''യാതൊരു പ്രതീക്ഷയും വേണ്ട എന്റെ സെബാനേ... അമ്പിനും വില്ലിനും അടുക്കുന്നില്ല ചേട്ടനും അനുജനും.''

അച്ചൻ തെല്ലൊരു നിരാശയോടെ പറഞ്ഞു.

''അപ്പോ ഷാപ്പ് നമ്മള് പൊളിക്കേണ്ടി വരുമോ?''

സെബാസ്റ്റ്യൻ ചോദിച്ചു.

''നാട്ടുകാര് കൂടെ നിൽക്കുമോ?''

അച്ചനൊരു മറുചോദ്യം ചോദിച്ചു. സെബാസ്റ്റ്യൻ ഉണ്ടെന്നോ ഇല്ലെന്നോ പറഞ്ഞില്ല. അച്ചൻ അല്പസമയം അയാളുടെ മറുപടിക്ക് കാത്തു. ഫലമുണ്ടായില്ല.

''ആക്ഷൻ കമ്മിറ്റി രൂപീകരണം എവിടം വരെ ആയി?''

അച്ചൻ അടുത്ത ചോദ്യം തൊടുത്തു.

''അത് ഞാനൊരാളുമായി സംസാരിച്ചിട്ടുണ്ട്. കുറച്ച് കഴിയുമ്പോൾ പള്ളിയിലേക്ക് വരാമെന്ന് വാക്ക് തന്നിട്ടുണ്ട്. തുരുത്തിനു പുറത്തുള്ള ആളാണ് അച്ചാ. ആളൊരു പൊതു പ്രവർത്തകനാണ്. അച്ചൻ ആളെ അറിയും. സുഗുണൻ. അണ്ടിപ്പിള്ളിക്കാവ് സുഗുണൻ.''

മറ്റാരെയും കിട്ടിയില്ലേ എന്ന അർത്ഥത്തിൽ കോളിൻസച്ചൻ സെബാസ്റ്റ്യനെ അടിമുടി നോക്കി. എന്നിട്ട് മെല്ലെ എഴുന്നേറ്റു.

''കരോൾ സർവ്വീസിന് സമയമായി സെബാനേ. ആളുകൾ കാത്തിരുന്നു മുഷിഞ്ഞിട്ടുണ്ടാവും. നമുക്ക് ഇതേപ്പറ്റി ഇനി നാളെ സംസാരിക്കാം.''

ആ വാചകത്തിലെ ധ്വനി മനസ്സിലാക്കിയിട്ടെന്നോണം സെബാസ്റ്റ്യൻ നിരാശനായി എഴുന്നേറ്റു. മഞ്ഞുപെയ്യുന്ന നിലാവുള്ള രാത്രിയിൽ പാതിരാകുർബ്ബാന കൈക്കൊള്ളാൻ നടന്നുനീങ്ങുന്ന ആളുകളുടെ അവ്യക്തരൂപങ്ങൾ ഏതോ മാന്ത്രികലോകത്തിലെ ചലിക്കുന്ന പ്രതിമകളെപ്പോലെ തോന്നിച്ചു.

പള്ളിഹാളിൽ കീബോർഡിന്റെ ശബ്ദം മുഴങ്ങി. അവിടെ കൂടിയിരുന്നവരുടെ എല്ലാം മനസ്സിൽ മഞ്ഞു പെയ്യിച്ചു കൊണ്ട് ആദ്യ കരോൾ ഗാനം അന്തരീക്ഷത്തെ മുഖരിതമാക്കി.

''മാലാഖമാർ പാടി മധുര സംഗീതം
മഞ്ഞു പെയ്യും രാവിൽ മണ്ണിൽ വന്നവനായ്
ഗ്ലോറിയാ ഗീതം ഗ്ലോറിയാ ഗീതം...
സർവം ചമച്ച കാരുണ്യരൂപൻ നരനായ് മണ്ണിലവതരിച്ചു
കാലിത്തൊഴുത്തിൽ പിറന്നു കാരുണ്യവർഷം ചൊരിയാൻ
സർവം ചമച്ച കാരുണ്യരൂപൻ നരനായ് മണ്ണിലവതരിച്ചു
മഹിമ വെടിഞ്ഞു മഹിയിൽ കന്യകയിൽ നിന്നു ജാതനായ്.''

കോളിൻസ് അച്ചൻ ജനങ്ങളെ അഭിസംബോധന ചെയ്തു.

''പ്രിയ ദൈവജനങ്ങളേ...

ഈ രാവ് ഇരുണ്ടു വെളുക്കുന്നത് ക്രിസ്മസിലേക്കാണ്. അതെ, ക്രിസ്മസ്... അദൃശ്യനായ ദൈവം മനുഷ്യനായി അവതരിച്ച മഹാസംഭവം. വർഷങ്ങൾക്കു മുമ്പ് തണുത്ത ഒരു ഡിസംബർ രാത്രിയിൽ ബത്‌ലഹേമിലെ പുൽക്കൂട്ടിൽ ജാതനായ ലോകരക്ഷകന്റെ ജനനത്തെ ഓർക്കുന്ന അവസരം. സകല ജനത്തിന്റെയും രക്ഷയ്ക്കായി ദൈവം മനുഷ്യരൂപം കൈക്കൊണ്ട മഹാസംഭവമാണ് ക്രിസ്മസ്. രക്ഷയുടെ സമയം. രക്ഷകന്റെ തിരുവവതാരദിനം.

ക്രിസ്തുവിന്റെ ജനനത്തെക്കുറിച്ചും ക്രിസ്തു നിറവേറ്റുന്ന ദൗത്യത്തെക്കുറിച്ചും നൂറ്റാണ്ടുകൾക്കുമുമ്പ് പ്രവാചകന്മാർ വെളിപ്പെടുത്തിയിരുന്നു. ബി സി എട്ടാം നൂറ്റാണ്ടിലായിരുന്നു ക്രിസ്തു എന്ന രക്ഷകന്റെ ജനനത്തെക്കുറിച്ച് ആദ്യ പ്രവചനമുണ്ടായത്. യെശയ്യാ എന്ന മഹാപ്രവാചകൻ രക്ഷകന്റെ ജനനത്തെക്കുറിച്ച് ആദ്യമായി പ്രവചിച്ചു. 'കന്യക ഗർഭം ധരിച്ച് ഒരു മകനെ പ്രസവിക്കും. അവൻ അത്ഭുത മന്ത്രി, വീരനാം ദൈവം, നിത്യപിതാവ് എന്നറിയപ്പെടും.' ഇതായിരുന്നു രക്ഷകന്റെ ജനനത്തെക്കുറിച്ച് യെശയ്യാ പ്രവാചകന്റെ അരുളപ്പാട്. ഇതോടൊപ്പം യെശയ്യാ മറ്റൊന്നു കൂടി പ്രവചിച്ചിരുന്നു. 'അന്ധകാരത്തിൽ കഴിഞ്ഞിരുന്ന ജനം മഹത്തായ പ്രകാശം കണ്ടു. ഇരുളിന്റെ ദേശത്തു വസിച്ചിരുന്നവർക്ക് ദിവ്യദീപ്തിയും ശുഭപ്രതീക്ഷയും ചൊരിയപ്പെട്ടു.' ക്രിസ്മസ് പ്രകാശത്തിന്റെ ആഘോഷമാണ്. പ്രതീക്ഷയുടെയും. ഇരുളിൽനിന്നു പ്രകാശത്തിലേക്ക്, പാപത്തിൽനിന്നു പുണ്യത്തിലേക്ക്. ലോകമാകെ ഉറ്റുനോക്കുന്ന മഹാരക്ഷയുടെ ആഘോഷം.

കന്യക ഗർഭം ധരിച്ച മകൻ എവിടെ ജനിക്കുമെന്ന് വെളിപ്പെടുത്തിയത് മറ്റൊരു പ്രവാചകനായിരുന്നു. യെശയ്യായുടെ സമകാലീനനായ മീഖാ. യഹൂദ്യയിലെ ബത്‌ലഹേമിൽ രക്ഷകൻ ജനിക്കുമെന്ന് മീഖായും പ്രവചിച്ചു. പ്രവചനങ്ങളെ യാഥാർത്ഥ്യമാക്കിക്കൊണ്ട്

ഡിസംബർ മാസത്തിലെ കുളിരുള്ള രാത്രിയിൽ രക്ഷകൻ പിറന്നു. ചരിത്രത്തിൽ ഏറ്റവും വിനീതമായ പിറവി. കാലിത്തൊഴുത്തിൽ കീറ ത്തുണികളിൽ പൊതിഞ്ഞ് വിറങ്ങലിച്ചു കിടന്ന ശിശുവിനെ ആദ്യം കാണാൻ ഭാഗ്യമുണ്ടായതും താഴ്മയുടെ പ്രതീകങ്ങൾക്കായിരുന്നു – ആട്ടിടയന്മാർക്ക്. തിരുജനനരാത്രിയിൽ ബത്‌ലഹേമിന് സമീപം കൂടാര മടിച്ചു കഴിഞ്ഞിരുന്ന ആട്ടിടയന്മാർക്ക് ദൈവദൂതൻ പ്രത്യക്ഷനായി. 'ഭയപ്പെടേണ്ട. സർവ ജനങ്ങൾക്കും വേണ്ടിയുള്ള മഹാസന്തോഷം ഞാൻ നിങ്ങളെ അറിയിക്കുന്നു. ദാവീദിന്റെ പട്ടണത്തിൽ നിങ്ങൾക്കായി ക്രിസ്തു എന്ന രക്ഷകൻ പിറന്നിരിക്കുന്നു.'

'അത്യുന്നതങ്ങളിൽ ദൈവത്തിനു മഹത്വം. ഭൂമിയിൽ സന്മനസ്സു ള്ളവർക്ക് മാത്രം സമാധാനം.'

കോളിൻസ് അച്ചൻ അവസാനം അതു പറഞ്ഞ് തന്റെ പ്രസംഗം ഉപസംഹരിക്കുമ്പോൾ പള്ളിയുടെ മുൻനിരയിൽത്തന്നെയുള്ള മര ബെഞ്ചിൽ ഇരുപ്പുറപ്പിച്ചിരുന്ന പുലിമുറ്റത്തെ സഹോദരന്മാരെ അർത്ഥം വച്ചൊന്ന് നോക്കി. ഡേവിസ് തന്റെ കപ്പടാ മീശ ഒന്നുകൂടി പിരിച്ച് മുകളിലേക്ക് വച്ചു.

''ചേട്ടായീ, പള്ളിയാണ്.''

തെമ്മാടിയെങ്കിലും ഡേവിസിനോളം കുഴപ്പക്കാരനല്ലാത്ത ഡേവിഡ് അയാളെ വിലക്കി.

പള്ളി പിരിഞ്ഞു കിടപ്പുമുറിയിലെത്തിയ കോളിൻസ് അച്ചൻ കുപ്പായം ഊരി ഹാങ്ങറിൽ തൂക്കിക്കൊണ്ടിരുന്നപ്പോൾ കപ്യാര് അച്ചൻകുഞ്ഞ് വാതിലിൽ മെല്ലെ തട്ടി.

''കയറിപ്പോരെ കപ്യാരേ.''

അച്ചൻ വിളിച്ചു പറഞ്ഞു.

''അല്ലച്ചോ, കാപ്പി വേണോ? നല്ല ചക്കരക്കാപ്പി?''

''എടുത്തോ.''

അച്ചൻ ഒരു വെളുത്ത ടീ ഷർട്ടെടുത്ത് തലവഴി കടത്തിക്കൊണ്ട് പറഞ്ഞു.

''അച്ചൻകുഞ്ഞേ, നല്ല ക്ഷീണമുണ്ട്. ഞാനൊന്ന് മയങ്ങിയേക്കുവാ.''

''അച്ചോ, കാലത്തെ കഴിക്കാനുള്ള അപ്പോം കറികളും വീട്ടീന്ന് കൊണ്ടരാം. ചേടത്തി ഒരീസം അവധി എടുത്തോട്ടെ. ക്രിസ്മസ് അല്ലിയോ?''

''അത് നേരാ... എന്നാലങ്ങനെ ആയിക്കോട്ടെ. എന്നാ...?''

അല്പം കഴിഞ്ഞ് അച്ചൻകുഞ്ഞ് ഒരു ഫ്ളാസ്കിൽ കാപ്പിയുമായി വന്നു. അത് അവിടെ മേശപ്പുറത്ത് വച്ച് അയാൾ തിരിഞ്ഞു നടന്നു.

‘‘അച്ചൻകുഞ്ഞേ...’’

‘‘ഓ...’’

‘‘ഇന്നാ ഇതിരിക്കട്ടെ, ക്രിസ്മസ് അല്ലിയോ...’’

കപ്യാർ തല ചൊറിഞ്ഞുകൊണ്ട് അത് വാങ്ങി പോക്കറ്റിൽ ഇട്ടു കൊണ്ട്, ‘ശ്ശൊ വേണ്ടായിരുന്നു’ എന്നൊരു ഭംഗിവാക്ക് പറഞ്ഞു.

‘‘എന്നാൽ ശരി. കാലത്തേ കാണാം അച്ചൻകുഞ്ഞേ.’’

‘‘ആയിക്കോട്ടെ അച്ചോ. ഹാപ്പി ക്രിസ്തുമസ്.’’

‘‘ഹാപ്പി ക്രിസ്മസ്.’’

അച്ചൻകുഞ്ഞ് പള്ളിമേടയിൽ നിന്ന് ഇറങ്ങി നടന്നു.

ടോർച്ച് തെളിച്ച് ഇരുട്ടിനെ വകഞ്ഞുമാറ്റി ചെമ്മൺപാതയിൽ നിന്നും പാടത്തേക്ക് തിരിഞ്ഞ് തന്റെ വീട്ടിലേക്കു നീളുന്ന ഇടവഴിയിലേക്ക് അയാൾ നടന്നു പോകുന്നത് കോളിൻസ് അച്ചൻ ജനാലയിൽ കൂടി നോക്കി നിന്നു. പിന്നെ അച്ചൻ പോയി കിടന്നു.

നിമിഷങ്ങൾ കടന്നു പോയി. എന്തോ ഒരു ശബ്ദം കേട്ടാണ് അച്ചൻ ഞെട്ടി ഉണർന്നത്. മുറിയിൽ ഇരുട്ടായിരുന്നു. എങ്കിലും തുറന്നിട്ട ജനാലയിൽക്കൂടി അരിച്ചെത്തിയ നിലാവെളിച്ചത്തിൽ അച്ചൻ ആ കാഴ്ച കണ്ടു. ആ മുറിയിൽ മറ്റാരോ ഉണ്ട്. അച്ചന്റെ കൈ തല യിണയ്ക്കിടയിൽ വച്ചിരുന്ന ടോർച്ചിനായി പരതി. ആരോ അത് അവിടെ നിന്ന് എടുത്ത് മാറ്റിയിരിക്കുന്നു.

‘‘ആരാ അത്?’’ അച്ചൻ ചോദിച്ചു.

പെട്ടെന്ന് പിന്നിൽ നിന്ന് ആരോ അച്ചനെ എടുത്ത് ഉയർത്തി. അച്ചന്റെ മുഖത്ത് കൈകൊണ്ട് അമർത്തി. പിന്നീട് ശ്വാസം കിട്ടാതെ പിടഞ്ഞ അച്ചനെ വലിച്ചിഴച്ച് ഒരു കസേരയിൽ കൊണ്ടുപോയി ഇരുത്തി. എല്ലാം കണ്ടു കൊണ്ട് തുറന്നിട്ട ജനാലയ്ക്കു പുറത്ത് മാർട്ടി വിറങ്ങ ലിച്ചു നിന്നു. താൻ വകവരുത്താൻ വന്നയാളെ അതാ മറ്റാരോ... അത് ആരായിരിക്കും...?

മൂന്ന്

കൊല്ലാൻ വേണ്ടി കരുതിക്കൂട്ടി പുറപ്പെട്ടവനാണെങ്കിലും തന്റെ ഇരയെ മറ്റൊരാൾ, അതും കൺമുന്നിൽ വച്ച്! മാർട്ടിക്ക് ആ അനുഭവം പുതിയതായിരുന്നു.

ശ്വാസം കിട്ടാതെ പിടയുന്ന അച്ചന്റെ കാലുകൾ മാത്രമേ അവനു കാണാൻ സാധിക്കുമായിരുന്നുള്ളൂ. കൊലപാതകി പിൻതിരിഞ്ഞ്

നിൽക്കുന്നതു കൊണ്ട് അയാളുടെ മുഖം വ്യക്തമായിരുന്നില്ല. മരം കോച്ചുന്ന തണുപ്പുകാലമായിരുന്നിട്ടും ആ കാഴ്ച കണ്ട് മാർട്ടി വിയർപ്പിൽ മുങ്ങി. കൈയിൽ ഉണ്ടായിരുന്ന തന്റെ ആയുധമായ ചെറിയ കോടാലി അവൻ മുറുകെ പിടിച്ചിട്ടുണ്ടായിരുന്നു. എങ്കിലും കൈവെള്ള വിയർപ്പിൽ കുഴഞ്ഞ് മരം കൊണ്ട് നിർമ്മിച്ച പിടിയുള്ള ആ ആയുധം അവന്റെ കൈയിൽ നിന്നു വഴുതി താഴേക്ക് വീണുപോയി. അച്ചന്റെ ചെറുത്തുനിൽപ് അവസാനിച്ചു കഴിഞ്ഞിരുന്നു. കോളിൻസ് അച്ചന്റെ പ്രാണൻ ശരീരവുമായി വേർപെട്ടു കഴിഞ്ഞു. മാർട്ടിയുടെ കോടാലി നിലത്തു വീണ ചിലമ്പിച്ച ശബ്ദം ആ നിശ്ശബ്ദതയെ ഭേദിച്ചുകൊണ്ട് അവിടെ മുഴങ്ങി. പെട്ടെന്ന് അകത്തു നിന്നയാൾ ഞെട്ടി തിരിഞ്ഞ് ജനാലയ്ക്കലേക്ക് നോക്കി. വീശിയടിച്ച തണുത്ത ഒരു കാറ്റ് ആ ജാലക വാതിലടച്ചു. അടഞ്ഞു തുറന്ന വാതിലിനപ്പുറം മാർട്ടി ഉണ്ടായിരുന്നില്ല. കൈയുറകൾ ധരിച്ച ആ രൂപം അച്ചന്റെ സമീപത്തു നിന്ന് ജനാലയ്ക്കരികിലെത്തി പരിസരമാകെ വീക്ഷിച്ചു. എങ്ങും കട്ടപിടിച്ച ഇരുട്ടും നിശ്ശബ്ദതയും മാത്രം!

നിശ്ചലമായി കിടന്ന കോളിൻസ് അച്ചനെ വലിച്ചിഴച്ച് അയാൾ പുറത്തേക്ക് നീങ്ങി. പള്ളിമേടയുടെ പടിഞ്ഞാറു ഭാഗത്തെ സെമിത്തേരിക്കരികിലേക്കാണ് അയാൾ അച്ചനെ വലിച്ചിഴച്ച് കൊണ്ടുപോയത്.

ശക്തമായി ആരോ വാതിലിൽ പ്രഹരിക്കുന്ന ശബ്ദം കേട്ടാണ് ഡേവിസ് ഉണർന്നത്. അയാൾ തൊട്ടരികിൽ കിടന്നുറങ്ങുന്ന ഭാര്യയെ നോക്കി. അവർ നല്ല ഉറക്കമാണ്. അവരെ നോക്കി ഡേവിസ് മെല്ലെ എണീറ്റു. പുതപ്പ് വലിച്ചു മാറ്റി കോട്ടുവായ ഇട്ടു കൊണ്ട് ഡേവിസ് കിടപ്പുമുറി തുറന്ന് സ്റ്റെയർ ഇറങ്ങി സ്വീകരണമുറിയിലേക്ക് നടന്നു. അപ്പോഴും ആ വാതിലിൽ അടിക്കുന്ന ശബ്ദം തുടർന്നു. താഴത്തെ നിലയിലെ കിടപ്പുമുറിയിൽ നിന്ന് ഡേവിഡും ലുങ്കി അഴിച്ച് ഉടുത്തുകൊണ്ട് 'ആരാ ചേട്ടായീ ഈ കൊച്ചുവെളുപ്പാൻ കാലത്തെ?' എന്ന് ചോദിച്ചു കൊണ്ട് ഡേവിസിന്റെ അടുത്തേക്ക് വന്നു.

''ആ അറിയില്ല... നോക്കാം.''

''ഈ അവറാൻ ഇതെവിടെ പണ്ടാരമടങ്ങി?''

ഡേവിഡ് കാര്യസ്ഥനായ അവറാച്ചനെ തിരഞ്ഞു. അതിനിടയിൽ ഡേവിസ് വാതിൽ തുറന്നു കഴിഞ്ഞിരുന്നു. കിതച്ചു കൊണ്ട് മാർട്ടി അകത്തേക്ക് ചാടി വീണു.

''വെള്ളം... വെള്ളം...''

അവൻ വലം കൈ കൊണ്ട് ആംഗ്യം കാട്ടി. ഡേവിസും ഡേവിഡും പരസ്പരം നോക്കി. അപ്പോഴേക്കും റോസമ്മ 'എന്നതാ ഇച്ചായാ കാര്യം?' എന്നു ചോദിച്ച് മുടി ഉയർത്തി കെട്ടിക്കൊണ്ട് രംഗപ്രവേശം ചെയ്തു.

''അകത്ത് പോടീ...'' ഡേവിഡ് ഗർജ്ജിച്ചു.

റോസമ്മ വന്ന അതേ വേഗത്തിൽ മുറിയിൽ ഒളിച്ചു. ഈ സമയം കൊണ്ട് മാർട്ടി അവിടെ തീൻമേശയിൽ വച്ചിരുന്ന ജഗ്ഗിൽ നിറച്ചു വച്ചിരുന്ന വെള്ളം അവരുടെ അനുവാദം കൂടാതെ തന്നെ തന്റെ വായ്ക്കുള്ളിലേക്ക് ചൊരിഞ്ഞുകഴിഞ്ഞിരുന്നു. ആ പാത്രം കാലിയാക്കി ഒരു ശബ്ദത്തോടെ അവനത് മേശമേൽ വച്ചു.

''നിന്നോട് സംഗതി നടത്തിയേച്ചും പോകാനല്ലേ പറഞ്ഞത്?''

ഡേവിഡ് ചോദിച്ചു.

''അതെ... നീ പിന്നെ ആര്ടെ അമ്മേ കെട്ടിക്കാനാ ഇങ്ങോട്ട് എഴുന്നുള്ളിയത്?''

ഡേവിസിന്റെ സ്വരം കടുത്തു.

മാർട്ടി എന്തോ ചിന്തയിലായിരുന്നു.

''ഡാ... വദൂരീ നിന്നോടാ ചോദിച്ചത്.''

''അ... അതേ, പണി പാളി.''

''മനസ്സിലായില്ല.''

''നീ അയാള്ടെ പണി തീർത്തോ?''

''ഉവ്വ്, ഡേവിസാറേ.''

''പക്ഷേ...''

''എന്താടാ ഒരു പക്ഷേ, പിന്നെ എന്നാ ഒലത്താനാ നീ കാശെണ്ണി വാങ്ങിച്ചത്?''

''സംഗതി നടന്നില്ല എന്നല്ലല്ലോ ഡേവിസാറേ ഞാൻ പറഞ്ഞത്?''

''നാടക ഡയലോഗ് അടിക്കാതെ തെളിച്ചു പറയെടാ.''

''പറയാം. ഫാദർ കോളിൻസ് കൊല്ലപ്പെട്ടു.''

''പിന്നെന്താ ഒരു പക്ഷേ?''

''ഞാൻ കൊന്നത് ആരോ കണ്ടോ എന്നൊരു സംശയം.''

''ആരോന്നു വച്ചാൽ?''

''ആരോന്നു വച്ചാൽ ആരോ... അത് ആരാണെന്നോ എന്നതാണെന്നോ കർത്താവ് തമ്പുരാനേ അറിയൂ. ഞാനേതായാലും ഈ സീൻ വിടുവാ. ആരോ കണ്ടു എന്നെനിക്ക് ഉറപ്പാ. അവസാനം അവനൊക്കെ സാക്ഷി പറഞ്ഞ് കൊലക്കയറിൽ തൂങ്ങാൻ മാർട്ടിയെ കിട്ടുകേല. ഞാൻ ഒരു ഗുണ്ടയാണേലും നെറിവുള്ളവനാ. ഇനി പൊലീസ് എങ്ങാനും എന്നെ തോണ്ടി എത്തിയാൽ ദാണ്ടെ, ഞാനെല്ലാം പറഞ്ഞ് മാപ്പുസാക്ഷിയാവുകേം ചെയ്യും. അതും കൂടി ഒന്നു പറഞ്ഞിട്ട് പോകാനാ ഈ

മാർട്ടി ഇങ്ങോട്ട് വന്നത്. അപ്പോ ഇനി ഈ മാർട്ടീടെ വായ മൂടാനുള്ള തുക കൂടി...''

''കള്ളനായിന്റെ മോനെ നീ... നീ വെല പേശുവാ അല്ലിയോടാ പന്ന...''

ഡേവിസ് മുന്നോട്ട് ആഞ്ഞ് മാർട്ടിയുടെ കോളറിൽ പിടിച്ചു.

''ചേട്ടായീ വിട്... അവനെ പിണക്കുന്നത് ബുദ്ധിയല്ല.''

അയാൾ ഡേവിസിന്റെ കാതിൽ അടക്കം പറയുന്നതുപോലെ പറഞ്ഞു.

ഡേവിസ് പിടുത്തംവിട്ടു.

''ഈ തുരുത്ത് എന്നല്ല, ജില്ല വിട്ട് പൊയ്ക്കോണം, ഇന്നു രാത്രി തന്നെ. കേട്ടല്ലോ. ആരോടാ നീയീ വിലപേശുന്നേ എന്ന് മറക്കണ്ട. ഭീഷണിക്ക് വഴങ്ങീന്ന് വല്ലോം വ്യാമോഹിച്ച് ഇനീ നീ പുത്തനാറ് കടന്ന് ഇക്കരെയ്ക്ക് കാലുകുത്തിയാൽ പൊന്നുമോനേ, നീ തീർന്നു.''

അപ്പോഴേക്കും ഡേവിഡ് കൊണ്ടുവന്ന രണ്ടായിരത്തിന്റെ ഒരു കെട്ടു നോട്ട് കൂടി എടുത്ത് അവന്റെ മുഖത്തേക്ക് വലിച്ചെറിഞ്ഞ് ഡേവിസ് അലറി ''ഇറങ്ങി പോടാ...''

മാർട്ടി സന്തോഷത്തോടെ ആ നോട്ടുകെട്ട് വാങ്ങി അരയിൽ തിരുകി പുറത്തേക്ക് നടന്നു. പിന്നിൽ നിന്ന ഡേവിസിനോടും ഡേവിഡിനോടുമായി അവൻ പറഞ്ഞു.

''അപ്പോ, ഹാപ്പി ക്രിസ്മസ്.''

''ഭാ'' എന്ന ശബ്ദത്തിൽ അവനെ ആട്ടിക്കൊണ്ട് ഡേവിസ് ആ വാതിൽ വലിച്ചടച്ചു.

''**എ**വിടുന്ന് കിട്ടീ ഇവനെ ആ വക്കീലിന്?''

ഡേവിഡിനെ നോക്കി ഡേവിസ് ചോദിച്ചു.

''പേരുകേട്ട വാടകക്കൊലയാളിയാ. കോടാലി മാർട്ടി എന്നാ വക്കീല് പറഞ്ഞത്. പക്കാ പ്രൊഫഷണൽ.''

''ആ പേരുകേട്ട കൊലയാളിയല്ല, പേര് കേട്ട എച്ചി. ഭാ...''

ഡേവിസ് പ്രതിവചിച്ചു.

''ചേട്ടായീ, ഇതിന്റെ കാര്യമുണ്ടായിരുന്നോ? ഇതിപ്പോ അച്ചനെ തട്ടിയത് ഇവനായാലും പണി നമ്മൾക്കിട്ടേ വരൂന്ന് ഒറപ്പാ... കാരണം നാട്ടുകാർ കാണുന്നതല്ലേ എല്ലാം?''

''ഒന്നും കാണാതെ നിന്റെ ഈ ചേട്ടായി ഇറങ്ങി തിരിക്കൂല ഡേവിഡേ... പുലിമുറ്റത്തെ മാർക്കോസിന്റെ മൂത്ത മകനാ ഞാൻ. നിനക്ക് ഓർമ്മ കാണുകേല, നീർനായും പാമ്പും നിറഞ്ഞ ഈ തുരുത്തിനെ

ഇന്നീ കണ്ട തുരുത്താക്കിയത് നമ്മുടെ അപ്പനാ. പള്ളി ഒണ്ടാക്കാൻ ഒന്നര ഏക്കറ് സഭയ്ക്ക് കൊടുത്തതും പള്ളി പണിയിച്ചതും അപ്പനാ. ഒക്കെ കള്ള് വിറ്റ് ഒണ്ടാക്കിയ കാശാ. എന്നിട്ടിപ്പോ അവസാനം നമ്മള് കൊടുത്ത സ്ഥലത്ത് ഓഡിറ്റോറിയം ഒണ്ടാക്കാൻ നമ്മടെ ആ അപ്പൻ ആദ്യത്തെ വ്യവസായം നടത്തിയ ഷാപ്പ് പൊളിച്ചോണ്ട് പോകാൻ ഒത്താശ നടത്തിയ ആ കള്ള പാതിരി... അമ്പിനും വില്ലിനും അടുക്കാത്ത അവനെ അങ്ങ് തീർക്കാൻ ഞാൻ തീരുമാനിച്ചു. ഇനി പൊലീസ് ഇങ്ങോട്ട് ഓടിക്കേറിയാലും കാശ് കൊടുത്താൽ നൂറു പേരെ കിട്ടും പ്രതിയാകാൻ... മനസ്സിലായോ?''

നേരം വെളുത്തു വരുന്നതേ ഉണ്ടായിരുന്നുള്ളൂ. തുരുത്ത് ഉണർന്നു കഴിഞ്ഞിരുന്നു. കപ്യാർ അച്ചൻകുഞ്ഞ് തന്റെ ഭാര്യ വാട്ടിയ വാഴയില യിൽ പൊതിഞ്ഞ് ഏല്പിച്ച തുമ്പപ്പൂവ് നിറമുള്ള അപ്പവും തേങ്ങാ പ്പാൽ പിഴിഞ്ഞൊഴിച്ച താറാവ് കറിയും പോത്തിറച്ചി വരട്ടിയതും നെഞ്ചോട് അടുക്കി പിടിച്ചു നടന്നു. പാടം താണ്ടി പള്ളിമേടയിലേക്ക് പ്രവേശിച്ച അയാൾ വാതിൽ തുറന്നു കിടക്കുന്നത് കണ്ട് അകത്തേക്ക് കയറി.

''നേരം പരപരാന്ന് വെളുത്തു വരുന്ന ഈ സമയത്ത് അച്ചനിതെ വിടെ പോയി?''

അച്ചൻക്കുഞ്ഞ് ആത്മഗതം നടത്തിക്കൊണ്ട് കൈയിൽ ഉണ്ടായി രുന്ന പൊതി മേശപ്പുറത്ത് വച്ചു.

ഇനി ബാത്റൂമിലെങ്ങാനും?

''അച്ചോ.''

''അച്ചോ.''

''ഈ അച്ചൻ....''

അയാൾ അവിടെ എല്ലാം പരതി. ഈ നേരത്ത് എങ്ങോട്ടും ഒരു ഇറക്കമില്ലാത്തതാണല്ലോ. അച്ചൻകുഞ്ഞ് പുറത്തേക്കിറങ്ങി. പത്രമിടാൻ വന്ന റെജി അപ്പോൾ പത്രമെറിഞ്ഞ് സൈക്കിൾ തിരിക്കുന്നുണ്ടായി രുന്നു.

''ഡാ... റെജിയേ, നീ അച്ചനെ കണ്ടോ?''

കപ്യാരുടെ പിൻവിളി കേട്ട് റെജി നിന്നു.

''ഇല്ലല്ലോ, എന്നതാ കപ്യാരേ?''

''അച്ചനെ കാണാനില്ലടാ.''

''ഹാ, നിങ്ങളിതെന്നാ... അച്ചനെന്നാ കൊച്ചുകുട്ടിയോ മറ്റോ ആണോ ഇത്ര പരവേശപ്പെടാൻ? അങ്ങേര് ഇവിടെ എവിടെയെങ്കിലും കാണു മെന്നേ...''

‘‘അതല്ല റെജിയേ, ഇതിപ്പോ ആദ്യമായിട്ടല്ല ഞാനീ സമയത്ത് പള്ളിമേടയിൽ വരുന്നത്. അച്ചൻ ഈ സമയത്ത് കുളീം കഴിഞ്ഞ് പത്രോം വായിച്ചോണ്ടിരിക്കുന്ന കാഴ്ചയേ ഞാൻ കണ്ടിട്ടൊള്ളൂ.’’

‘‘അതിന് പത്രം ഇപ്പോളല്ലേ ഞാൻ ഇട്ടത്? അച്ചൻ കുറച്ചു കഴിഞ്ഞ് വന്ന് വായിച്ചോളും. നിങ്ങൾ ആളെ വിട് ഭായി...’’

‘‘എടാ അതല്ല, ഇന്നലെ ആ പുലിമുറ്റത്തുകാരോട് കോർത്തിട്ടാ വന്നത്. അതാ എനിക്കെന്തോ ഒരു...’’

‘‘പിന്നേയ് ഇതെന്നാ വെള്ളരിക്കാപ്പട്ടണമോ? ചുമ്മാ ഓരോന്ന് പറയല്ലേ കപ്യാരേ. എനിക്കിനി പത്തൻപത് വീട് കൂടെ കയറാനുണ്ട്. ഞാൻ ചെല്ലട്ടെ. തന്റെ സംശയം ഒരിക്കലും തീരില്ല. വെറുതെ എന്റെ കഞ്ഞിയിൽ പാറ്റ വീഴ്ത്തല്ലേ...’’

റെജി അത്രയും പറഞ്ഞ് വേഗത്തിൽ സൈക്കിൾ ചവുട്ടി പോയി. അച്ചൻകുഞ്ഞ് ആ പരിസരമൊക്കെ ഒന്നു കൂടി നോക്കി. അച്ചനെ എവിടെയും കാണാനില്ലെന്നു കണ്ട് തിരിഞ്ഞു നടന്നു. പിന്നിൽ എല്ലാറ്റിനും സാക്ഷിയായി ആ വലിയ പള്ളി തലയുയർത്തി നിന്നു. ആ സമയം സെമിത്തേരിയോട് ചേർന്ന കിണറ്റിൽ ഫാദർ കോളിൻസ് വിറങ്ങലിച്ചു കിടപ്പുണ്ടായിരുന്നു.

നാല്

അച്ചനെ കാണാഞ്ഞ് തിരികെ നടന്ന കപ്യാര് കാണുന്നത് കൈ രണ്ടും എളിയിൽ കുത്തി നിന്നുകൊണ്ട് പള്ളി പരിസരത്തെ തെങ്ങിൻ തലപ്പുകളിൽ വിഹഗവീക്ഷണം നടത്തുന്ന തെങ്ങുകയറ്റക്കാരൻ കൊച്ചാപ്പിയെയാണ്.

‘‘താനെന്നാ ഈ നേരം വെളുക്കനാം പാട് അവിടെ കിടന്നു ചെറയുന്നേ കൊച്ചാപ്പി?’’

‘‘ഓ, ഒന്നൂല്ല അച്ചായോ. നമ്മടെ കൊച്ചുപുരയ്ക്കലെ ബേബി പറഞ്ഞിട്ടാ, പള്ളി ട്രസ്റ്റിയില്ലിയോ. അങ്ങേര് രണ്ടു ദിവസം കൊണ്ട് എന്റെ പിന്നാലെ നടക്കുവാ, തേങ്ങാ ഇടണം എന്ന് പറഞ്ഞ്. ഹാ, അപ്പോ പിന്നെ ഒന്നും നോക്കിയില്ല. കാലത്തെ എഴുന്നേറ്റ് നേരെ ഞാനിങ്ങ് പോന്നു.’’

‘‘നല്ലോരു ക്രിസ്തുമസ് ആയിട്ട്, ഇന്ന് ആരേലും പണിക്ക് പോകുമോടാ കുശവാ? നിന്റെ കെട്ടിറങ്ങിയിട്ടില്ല അല്ലിയോ കൊച്ചാപ്പി?’’

മണം പിടിക്കും പോലെ ആംഗ്യം കാണിച്ചു കൊണ്ട് അച്ചൻകുഞ്ഞ് തുടർന്നു...

''ദാണ്ടെ, നിനക്ക് ബോധോം പൊക്കണോമില്ലാതെ വന്നു കേറാൻ പറ്റിയ ഇടമല്ല ദേവാലയം. മനസ്സിലായോ?''

''ആയി... ആയിന് ഞാനെന്നതാ കാട്ടിയേന്നാ താനീ പ്രസംഗിക്കുന്നത് എന്റെ പൊന്നു കപ്യാരേ? നേര് തന്നാ ഇന്നലെ രാത്രി ലേശം കൂടുതലായിരുന്നു. എന്നും വച്ച് കന്നം തിരിവ് പറയല്ല് കേട്ടോ. നേരം വെളുത്തിട്ട് ദേ, ഒരു തുള്ളി തൊട്ടിട്ടില്ല. പച്ചയാ കരിംപച്ച. ഇതെങ്ങാനും ആ അച്ചനോ മറ്റോ കേട്ടോണ്ട് വന്നാല്, എന്റെ പുണ്യാളാ കഴിഞ്ഞു കഥ. ഷാപ്പ് പൊളിപ്പിക്കാൻ നടക്കുന്ന പാർട്ടിയാ.''

''ഹ... ഹ... അപ്പോ താടിയുള്ള അപ്പനെ നിനക്ക് പേടിയുണ്ട് അല്യോ? പള്ളി കേറാത്ത ജാതിയാ. കർത്താവിനെയോ ഭയമില്ല. കത്തനാരെ എങ്കിലും പേടിയുണ്ടല്ലോ അതു മതി.''

കപ്യാർ ചിരിച്ചുകൊണ്ടാണ് അതു പറഞ്ഞത്. സംസാരത്തിനിടയിൽത്തന്നെ വേഷം മാറി തെങ്ങിൽ കയറാൻ തയ്യാറായിക്കൊണ്ടാണ് കൊച്ചാപ്പി അതു പറഞ്ഞത്. ഒരു തോർത്തെടുത്ത് തലയിൽ കെട്ടി ആദ്യം കണ്ട വലിയൊരു തെങ്ങിൽ രണ്ടു തട്ടു തട്ടി കൊച്ചാപ്പി കയറിത്തുടങ്ങി.

''ഡാ കൊച്ചാപ്പിയേ... രണ്ട് കരിക്ക് കൂടെ ഇട്ടേക്കടാ.''

അച്ചൻകുഞ്ഞ് താഴെ നിന്നു വിളിച്ചു പറഞ്ഞു.

''ഓ...''

കൊച്ചാപ്പി അണ്ണാനെ അനുസ്മരിപ്പിച്ചു കൊണ്ട് വളരെ വേഗത്തിൽ തെങ്ങിൻ തലയ്ക്കലെത്തി. തേങ്ങാ ഇട്ടുതുടങ്ങി.

''അല്ലെടാ, കൊച്ചാപ്പീ, ഇനി ഇതൊക്കെ നമ്മള് തന്നെ പെറുക്കി കൂട്ടണ്ടേ?''

''ആവോ, ബേബിച്ചായൻ ആളെ വിടുവായിരിക്കും.''

''ആ...''

''അല്ലേ? എനിക്കതല്ല, ഈ അച്ചനിതെവിടെ പോയതാന്നാ? അതും കിടന്ന കിടക്കവിരി വരെ മടക്കിവയ്ക്കുന്ന വൃത്തിക്കാരനാ. അതൊന്നു മാറ്റുക പോലും ചെയ്യാതെ...''

ആ തെങ്ങിൻചോട്ടിൽ നിന്നുകൊണ്ട് അച്ചൻകുഞ്ഞ് ചിന്തയിലാണ്ടു.

''കപ്യാരെ... മാറിക്കോ ദാണ്ടെ, തേങ്ങാക്കൊല വന്നൂ.''

മുകളിലിരുന്ന് കൊച്ചാപ്പി അതു പറഞ്ഞതും തേങ്ങാക്കുലയിലൊരു വെട്ടു വെട്ടിയതും ഒരുമിച്ചു കഴിഞ്ഞിരുന്നു.

വലിയൊരു ശബ്ദത്തോടെ ആ തേങ്ങകൾ നിലത്തേക്ക് പതിച്ചു.

'**ചേ**ട്ടായീ എന്നതാ ഇത്ര ആലോചന?''

ഭക്ഷണത്തിന്റെ മുൻപിൽ ചിന്താധീനനായി ഇരുന്ന ഡേവിസിനോട് അനുജൻ ഡേവിഡ് സ്വരം താഴ്ത്തി ചോദിച്ചു.

''ഏയ്...''

അയാൾ അങ്ങനെ പ്രതികരിച്ചു എങ്കിലും ആ മനസ്സിനെ അലട്ടുന്ന എന്തോ പ്രശ്നം ഉണ്ടെന്ന് ഡേവിഡിന് മനസ്സിലായി.

'ഹാപ്പി ക്രിസ്മസ്' എന്നു പറഞ്ഞുകൊണ്ട് കാര്യസ്ഥൻ അവറാൻ അവിടേക്കു കയറി വന്നു.

''താനിതെവിടെയായിരുന്നെടോ? ഇന്നു വെളുപ്പിന് കിടന്ന് വിളിച്ച് തൊണ്ട പൊട്ടിയല്ലോ?''

''അതു പിന്നെ ഇന്നലെ.''

തള്ളവിരൽ കൊണ്ട് വെള്ളം കുടിക്കുന്നതു പോലെ ആംഗ്യം കാണിച്ച് അവറാൻ പറഞ്ഞു.

''ഓ... ഓ... മനസ്സിലായി.'' ഡേവിഡ് പറഞ്ഞു..

''താൻ കാപ്പി കുടിച്ചോ?''

''ഉവ്വ്.''

''എന്നാലേ താൻ ആ ജംഗ്ഷൻ വരെ ചുമ്മാ ഒന്ന് പോയി വാ, പിന്നേയ്, തുരുത്തിൽ കണ്ടിട്ടില്ലാത്ത ആരെയെങ്കിലും കണ്ടാൽ പറയണം കേട്ടോ?''

''ഓ... ശരി.''

കാര്യമെന്തെന്നോ കാരണമെന്തെന്നോ തിരക്കാതെ തികഞ്ഞ യജമാനഭക്തനായ അവറാൻ പുറത്തേക്ക് പോകുന്നതും നോക്കി ഡേവിസ് വിരലിൽ പറ്റിയ ആഹാരശകലങ്ങൾ നക്കിയെടുത്തു. രണ്ടുദ്ദേശ്യങ്ങളായിരുന്നു അയാൾക്ക് ഉണ്ടായിരുന്നത്. ഒന്ന് ഫാദർ കോളിൻസിന്റെ മരണവാർത്ത നാട്ടിൽ സംസാരവിഷയമായിട്ടുണ്ടോ എന്നറിയുക. രണ്ട് മാർട്ടി തുരുത്ത് വിട്ടു പോയോ എന്നറിയുക. അവറാന്റെ മടങ്ങിവരവിനായി ഡേവിസ് കാത്തിരുന്നു. ഡേവിഡും...

തേങ്ങാ മുഴുവൻ ഇട്ടു തീർന്ന് സെമിത്തേരിക്കരികിലെ അവസാനത്തെ തെങ്ങിൽ നിന്ന് ഇറങ്ങി ദേഹത്തെ പൊടി തുടച്ചുകൊണ്ട് കൊച്ചാപ്പി പൈപ്പിൻ ചുവട്ടിലേക്ക് നടന്നു. ഈ സമയം തനിക്കായി കൊച്ചാപ്പി ഇട്ട ഇളനീരുകൾ എടുത്ത് വീട്ടിലേക്ക് പോവാൻ തുനിയുകയായിരുന്നു അച്ചൻകുഞ്ഞ്.

''അല്ല കപ്യാരേ, പൈപ്പിൽ വെള്ളമില്ലല്ലോ?''

പിന്നിൽ നിന്നു കൊച്ചാപ്പി ഉറക്കെ ചോദിച്ചു.

''ഓ... മോട്ടറ് കേടാ. ഞാനതു മറന്നു. ആ പ്ലംബറെ വിളിച്ചിട്ടുണ്ട്. വരട്ടെ. തല്ക്കാലം നീയാ കിണറ്റിൽ നിന്നോ മറ്റോ വെള്ളം കോരി കഴുകെടാ...''

കപ്യാര് തിരിഞ്ഞു നിന്ന് പറഞ്ഞു.

''ഇനി അച്ചൻ പ്ലംബറെ തിരക്കി പോയതാവുമോ? ഏയ്, ബൈക്ക് ഇന്നലെ വച്ചയിടത്തു തന്നെയുണ്ട്.''

അച്ചൻകുഞ്ഞ് ആലോചിച്ചു കൊണ്ടാണ് നടന്നത്.

കേട്ടപാതി കൊച്ചാപ്പി നടന്നത് ആ പറമ്പിന്റെ തലയ്ക്കൽ ഉള്ള കിണറ്റിൻകരയിലേക്കായിരുന്നു. കപ്യാർ വീട്ടിലേക്കും.

നിമിഷങ്ങൾ മണിക്കൂറുകൾ പോലെ കടന്നുപോകുന്നു. അച്ചൻ കുഞ്ഞ് ഗേറ്റു കടക്കാൻ കാലുയർത്തിയതും പിന്നിൽ നിന്ന് ദിഗന്തം നടുക്കുന്ന ഒരു അലർച്ച മുഴങ്ങി! കൊച്ചാപ്പിയാണ്... കപ്യാർ ഞെട്ടി തിരിഞ്ഞു. ആ ഞെട്ടലിൽ കപ്യാരുടെ കൈകളിൽ നിന്ന് ഇളനീർ വീണ് ഉരുണ്ടു പോയി. തിരിഞ്ഞു നോക്കിയ അയാൾ കണ്ടത് കിണ റ്റിൻകരയിൽ വീണു കിടക്കുന്ന കൊച്ചാപ്പിയെയാണ്.

''എന്നതാടാ?''

കപ്യാർ അവന്റെ അരികിലേക്ക് കുതിച്ചു.

''കൊച്ചാപ്പീ എന്നാ പറ്റി? നീ വഴുക്കി വീണതാണോ?''

അച്ചൻകുഞ്ഞ് ചോദിച്ചു.

കൊച്ചാപ്പി മറുപടി പറയാതെ നിലത്തു കിടന്നു കിതച്ചു.

''എന്നതാ...?''

കപ്യാർ ചോദ്യം ആവർത്തിച്ചു.

കൊച്ചാപ്പി കിണറ്റിനു നേർക്ക് കൈ ചൂണ്ടി. അവന്റെ കണ്ണുകൾ തള്ളി മുഖം വിളറിപ്പോയിരുന്നു. അച്ചൻകുഞ്ഞ് കിണറ്റിലേക്ക് നോക്കി. കപ്യാർ ആ കാഴ്ച ഒന്നേ നോക്കിയുള്ളൂ. ഭൂമി തനിക്ക് ചുറ്റും പ്രദ ക്ഷിണം വയ്ക്കും പോലെ അയാൾക്ക് തോന്നി. ഒപ്പം കണ്ണിൽ ഇരുട്ടു പരക്കുന്നതു പോലെയും. 'അച്ചോ...' എന്നൊരു വിളി അയാളുടെ കണ്ഠനാളത്തിൽ കുരുങ്ങി. അച്ചൻകുഞ്ഞ് പിന്നോട്ടു മറിഞ്ഞു വീണു പോയി. നിലത്തു നിന്നു പിടഞ്ഞെണീറ്റ് ഓടിയ കൊച്ചാപ്പി അലറി ക്കൊണ്ടാണ് റോഡിലൂടെ പാഞ്ഞത്.

ഡേവിസ് ജംഗ്ഷനിലേക്ക് പറഞ്ഞയച്ച അവറാൻ വരാൻ വൈകിയ പ്പോൾ മൊബൈൽ എടുത്തതാണ് ഡേവിസ്. പക്ഷേ അപ്പോഴേക്കും അവറാൻ കിതച്ചു പാഞ്ഞ് എത്തി.

''മൊതലാളീ...''

''എന്നതാടാ.''

''ആ പാതിരി ദാണ്ടെ ചത്തുമലച്ച് കിണറ്റിൽ കിടക്കുന്നു.''

''നേരോ?''

''അതേന്ന്. കരമൊത്തം പള്ളിയിലുണ്ട്. പൊലീസും പത്രക്കാരും ഇപ്പോൾ വരും.''

അവറാൻ കിതച്ചു കൊണ്ട് പറഞ്ഞു. ചുണ്ടിന്റെ കോണിൽ ചിരി ഒളിപ്പിച്ചാണ് ആ വാർത്തയോട് ഡേവിസ് പ്രതികരിച്ചത്. എന്നിട്ട് തിരിഞ്ഞ് സഹോദരൻ ഡേവിഡിനോടായി പറഞ്ഞു.

''നീ എറണാകുളത്തോട്ടൊന്ന് വിളിക്ക്, വക്കീലിനെ.''

''ഇപ്പോഴോ?''

''ഉം.. അതെ. ആവശ്യമുണ്ട്.''

ഡേവിഡ് ഫോണെടുത്ത് വക്കീലിന്റെ നമ്പർ ഡയൽ ചെയ്തു കൊടുത്തു. വക്കീലുമായുള്ള സംസാരം അവസാനിപ്പിച്ച് ഫോൺ കട്ട് ചെയ്ത ഡേവിസിന്റെ സമീപത്തേക്ക് ഡേവിഡ് നീങ്ങി നിന്നു.

''അല്ല ചേട്ടായീ... ആ മാർട്ടി... അവൻ തുരുത്ത് വിട്ട് പോയിട്ടുണ്ടാകുമോ?''

ഡേവിഡ് ഡേവിസിന്റെ കാതിൽ ചോദിച്ചു.

പോകണമല്ലോ എന്നു പറഞ്ഞ് ഡേവിസ് ഒരു ചിരി ചിരിച്ചു. ഇരുവർക്കും മുൻപിൽ ഒന്നും മനസ്സിലാകാതെ അവറാനും നിന്നു.

പള്ളി പരിസരം ഇതിനോടകം ജനസാഗരമായി തീർന്നിരുന്നു. ആ ക്രിസ്മസ് പിറന്നത് അക്ഷരാർത്ഥത്തിൽ നാടിനെ നടുക്കിയ ഫാദർ കോളിൻസിന്റെ മരണവാർത്തയുമായാണ്. തുരുത്തിലെ സബ് ഇൻസ്പെക്ടർ ഹബീബും സി.പി.ഒ മാരായ ഹരികുമാറും ജയചന്ദ്രനും ചേർന്നാണ് ഇൻക്വസ്റ്റ് തയ്യാറാക്കിയത്.

കാൽ വഴുതി കിണറ്റിൽ വീഴാൻ സാദ്ധ്യതയുണ്ടോ എന്നായിരുന്നു ഹബീബ് ആദ്യം നോക്കിയത്.

''അങ്ങനെ ഒരു സാദ്ധ്യത തള്ളിക്കളയാൻ ആവില്ല സാർ.'' ജയചന്ദ്രൻ അഭിപ്രായപ്പെട്ടു.

ഡ്രൗണിംഗിനുള്ള ചാൻസാണ് കൂടുതൽ എന്ന നിഗമനം ബലപ്പെടുത്തുന്നതായിരുന്നു അവർ ശേഖരിച്ച തെളിവുകൾ ഏറെയും.

അച്ചനുമായി അവസാനം കണ്ടവരെയും ഇടപെട്ടവരെയും ഹബീബ് വിശദമായിത്തന്നെ ചോദ്യം ചെയ്തു.

കപ്യാര് അച്ചൻകുഞ്ഞ്, സെക്രട്ടറി സെബാൻ, ട്രസ്റ്റി ബാബു അങ്ങനെ പലരും...

തലേന്ന് അച്ചനും പുലിമുറ്റത്തുകാരുമായി നടന്ന വാക്കേറ്റത്തെപ്പറ്റി കപ്യാര് ഹബീബിനോട് പറഞ്ഞതേയില്ല. കാരണം അയാൾ പുലിമുറ്റത്തെ സഹോദരന്മാരെ അയാൾ അത്രമേൽ ഭയന്നിരുന്നു. അവരെ

പ്പറ്റി എന്തെങ്കിലും തെറ്റായി പൊലീസിനോട് പറഞ്ഞു കൊടുത്തിട്ട് ആ തുരുത്തിൽ സമാധാനമായി ജീവിക്കുവാൻ ആവില്ലെന്ന് അവിടെ ജനിച്ചു വളർന്ന അച്ചൻകുഞ്ഞിനെ ആരും പറഞ്ഞു പഠിപ്പിച്ചു കൊടുക്കേണ്ടതില്ലായിരുന്നു.

ഈ സമയം ഹോസ്പിറ്റലിൽ എത്തിച്ച ഫാദർ കോളിൻസിന്റെ മൃതദേഹം പോസ്റ്റ്മോർട്ടം ടേബിളിൽ കിടത്തി. ദേഹത്തുണ്ടായിരുന്ന വസ്ത്രം കത്രിക കൊണ്ട് ഫോറൻസിക് സർജൻ ഡോക്ടർ നിരുപമയും അസിസ്റ്റന്റ് സർജൻ ഉണ്ണികൃഷ്ണനും ചേർന്ന് മുറിച്ചുമാറ്റിക്കഴിഞ്ഞ്, അടുത്ത നടപടിയിലേക്ക് കടന്നു കഴിഞ്ഞിരുന്നു.

ഹെഡ് ബ്ലോക്ക് എന്ന് വിളിക്കുന്ന റബ്ബർ ഇഷ്ടിക കോളിൻസിന്റെ മൃതദേഹത്തിന്റെ ചുമലിൽ വച്ചു, കഴുത്തിൽ ഹൈപ്പർഫ്ളെക്സ് ചെയ്യുന്നതിനായി അയാളുടെ നട്ടെല്ല് കമാനം പോലെ പിന്നിലേക്ക് നീട്ടുകയും നെഞ്ച് മുകളിലേക്ക് തള്ളിവിടുകയും ചെയ്തു. ഇരു ചുമലുകളിലും നിന്ന് ആരംഭിച്ചു താഴേയ്ക്ക് വലുതും ആഴത്തിലുള്ളതുമായ ആകൃതിയിലുള്ള മുറിവുണ്ടാക്കി. സ്റ്റെർനത്തിന്റെ (ബ്രെസ്റ്റ് ബോൺ) താഴെ വരെ അവർ മുറിച്ചു. ശ്വാസകോശങ്ങളിൽ നിന്നു ജലത്തിന്റെ അംശം അവർ ശേഖരിക്കുകയും വിശദമായ പത്തോളജിക്കൽ പരിശോധനയ്ക്കായി ആന്തരികാവയവങ്ങളുടെ സാമ്പിളുകൾ ശേഖരിക്കുകയും ചെയ്തു.

പകുതി ദഹിച്ച നിലയിൽ ചപ്പാത്തിയുടെയും പച്ചക്കറികളുടെയും അവശിഷ്ടം ഉണ്ടായിരുന്നു.

വിശദമായ പരിശോധന നീണ്ടു. ഒടുവിൽ... മൂന്നു മണിക്കൂറോളം നീണ്ട ഒട്ടോപ്സി കഴിഞ്ഞ് നിരുപമ തന്റെ ക്യാബിനിൽ എത്തിയപ്പോൾ അവിടെ ഹബീബ് അവർക്കായി കാത്തിരിക്കുന്നുണ്ടായിരുന്നു.

''എന്തായി, മേഡം? ഡ്രൗണിംഗ് തന്നെ അല്ലേ?'' അയാൾ ചോദിച്ചു.

''സീ മിസ്റ്റർ ഹബീബ്, ഇത് നിങ്ങൾ കരുതും പോലെ അബദ്ധത്തിൽ കാൽ വഴുതി കിണറ്റിൽ വീണതല്ല. ഐ ഹാവ് സം ഡൗട്ട്സ്...''

''എന്നു വച്ചാൽ?''

''എന്നു വച്ചാൽ മുങ്ങിമരണത്തിന്റേതായ ലക്ഷണങ്ങളൊന്നും തന്നെ ആ ബോഡിയിലും വിസറയിലും കാണാനില്ല. ഐ തിങ്ക് മരിച്ചു എന്ന് ഉറപ്പാക്കിയ ശേഷം ആരോ കിണറ്റിൽ ഉപേക്ഷിച്ചതാണ് ഫാദർ കോളിൻസിനെ.''

ഹബീബ് ചിന്താധീനനായി ഇരുന്നു.

''മേഡം, റിപ്പോർട്ട്?''

''ദാ, ഒരു പത്തു മിനിട്ട്, മെയിൽ ചെയ്യാം. ഒരു കോപ്പി ഞാൻ

കമ്മീഷണർക്ക് സി. സി വയ്ക്കുന്നുണ്ട്. ഈ കേസ് സെൻസേഷണൽ ആവും മിസ്റ്റർ ഹബീബ്... ഡൗട്ട്സ്..''

''ബട്ട് മാം... പ്രൈമറി എവിഡൻസ് എല്ലാം ഒരു സ്വാഭാവിക മരണത്തിന്റെ പോസ്സിബിളിറ്റിയിലേക്കാണ് വിരൽ ചൂണ്ടുന്നത്.''

''ഞാൻ നിങ്ങളോടൊരു ആർഗ്യുമെന്റിനില്ല. നിങ്ങളുടെ ഡിപ്പാർട്ട്മെന്റുമായി കൂടി ആലോചിക്ക്...''

ഡോക്ടർ നിരുപമ ബോധപൂർവ്വം ആ ചർച്ച ഉപസംഹരിച്ചു.

ഇ-മെയിൽ റിസീവ് ചെയ്തു കൊണ്ടുള്ള നോട്ടിഫിക്കേഷൻ ടോൺ ഹബീബിന്റെ ഫോൺ മുഴക്കി.

അയാൾ റിപ്പോർട്ട് തുറന്നു.

ഹബീബ് തന്റെ മെയിൽ ബോക്സിലെ ഓട്ടോപ്സി റിപ്പോർട്ട് വായിച്ചു കൊണ്ടിരുന്നപ്പോഴാണ് മുകൾനിരയിൽ മെയിൽ സി.സി വച്ചിരിക്കുന്ന ഒരു പേരിൽ അയാളുടെ കണ്ണുകൾ ഉടക്കുന്നത്. ആ പേര് ഹബീബ് ഒന്നുകൂടി വായിച്ചു.

'അസിസ്റ്റൻറ് കമ്മീഷണർ അക്ബർ റഹ്മാൻ!'

അഞ്ച്

അയാൾ മുഖമുയർത്തി നിരുപമയുടെ മുഖത്തേക്ക് ദയനീയമായ ഒരു നോട്ടം നോക്കി.

''ഇത് മനഃപൂർവ്വം മേഡം എന്നെ ഹരാസ് ചെയ്യാൻ വേണ്ടി ചെയ്തതല്ല എന്ന് ഞാൻ വിശ്വസിച്ചോട്ടേ?''

''സീ മിസ്റ്റർ ഹബീബ്, ഇതെന്റെ ജോലിയാണ്. ഇതിൽ ഹരാസ്മെന്റിന്റെ പ്രശ്നം എന്താണ് എന്ന് എനിക്ക് മനസ്സിലാകുന്നില്ല.''

ഹബീബ് ശ്വാസം അകത്തേക്ക് വലിച്ചെടുത്തുകൊണ്ട് എഴുന്നേറ്റു.

'നന്ദിയുണ്ട് ഡോക്ടർ നിരുപമ' എന്ന് പ്രതികരിച്ചു കൊണ്ട് ഹബീബ് ഡോക്ടറുടെ മുറിയിൽനിന്ന് ധൃതിയിൽ പുറത്തേക്കു നടക്കാൻ തുനിഞ്ഞു. അയാൾ പടി കടക്കും മുൻപ് നിരുപമ പറഞ്ഞു.

''ഏയ് ഹബീബ്, തന്റെ റിപ്പോർട്ട് വായിച്ചപ്പോൾ ചില കാര്യങ്ങൾ എനിക്ക് സ്മെല്ലടിച്ചു. അതിനെപ്പറ്റി ഞാൻ ഒന്നും മിണ്ടുന്നില്ല. പക്ഷേ ആരുടെയെങ്കിലും പക്കൽ നിന്ന് എന്തെങ്കിലും വാങ്ങിയിട്ടുണ്ടെങ്കിൽ അത് മടക്കി കൊടുത്തേക്ക്. ഒട്ടോപ്സി റിപ്പോർട്ട് എന്തായാലും അയാൾ പരിശോധിക്കും. നമ്മുടെ രണ്ടാളുടെയും ഇൻഫർമേഷൻസിലെ പൊരുത്തക്കേടുകളും അയാൾ കണ്ടെത്തും. പിന്നെ അറിയാല്ലോ,

അക്ബറാണ്. വെറുതെ വേണ്ടാത്ത കളിക്ക് നിന്ന് ഈ ഉള്ള ജോലി കളയണ്ട.''

'നാശം' എന്നു പറഞ്ഞ് വാതിൽ വലിച്ചടച്ച് ഹബീബ് ഇറങ്ങി നടന്നു.

ഡോക്ടറുടെ വാക്കുകൾ അയാളുടെ മനസ്സിൽ അനേകം പ്രതിധ്വനികൾ സൃഷ്ടിച്ചു കൊണ്ടിരുന്നു.

ആശുപത്രിക്ക് പുറത്ത് പള്ളിക്കമ്മിറ്റിക്കാരും കോളിൻസ് അച്ചന്റെ കുടുംബക്കാരും പിന്നെ സഭയുടെ പ്രതിനിധികളും ഏതാനും പത്രക്കാരും തടിച്ചുകൂടിയിട്ടുണ്ടായിരുന്നു.

ഹബീബ് ഉള്ളിൽ നിന്ന് ഇറങ്ങി വരുന്നതു കണ്ട പത്രക്കാർ അയാളെ പൊതിഞ്ഞെങ്കിലും ഹബീബ് മൗനം പാലിച്ചുകൊണ്ട് തന്റെ വാഹനത്തിൽ കയറി ഹരിയോട് വണ്ടിയെടുത്തു കൊള്ളാൻ പറഞ്ഞു.

ആവി പറക്കുന്ന കാപ്പിക്കപ്പ് മേശപ്പുറത്തു വച്ച് മോഹൻ അക്ബറിന്റെ മുഖത്തേക്കു നോക്കി.

''രണ്ടു റിപ്പോർട്ടുകളും കണ്ടില്ലേ? എന്താണ് ഷെർലക് ഹോംസിന്റെ നിഗമനം?''

അക്ബർ ഒന്നു ചിരിച്ചു.

''ഞാൻ വായിച്ചു സർ. ഒട്ടോപ്സി റിപ്പോർട്ട് ക്രിസ്റ്റൽ ക്ലിയറാണ്. മരണകാരണം ശ്വാസം മുട്ടിയതു തന്നെ. പക്ഷേ അത് കിണറ്റിൽ വീണുള്ള മുങ്ങിമരണമല്ല. പിന്നെ നമ്മുടെ പൊലീസിന്റെ റിപ്പോർട്ടിൽ ഗുരുതരമായ വീഴ്ച പറ്റിയിട്ടുണ്ട്. ഒന്നുകിൽ ആരെയോ രക്ഷിക്കാൻ വേണ്ടിയുള്ള അവരുടെ വിഫലശ്രമം. അതല്ലെങ്കിൽ ഇൻസ്പെക്ടർ ഹബീബ് ആ ക്രൈം സീൻ പഠിച്ചതിൽ വന്ന തെറ്റ്. പിന്നെ നമ്മുടെ ഹബീബ് ഒരു കറതീർന്ന ഉദ്യോഗസ്ഥനൊന്നുമല്ലല്ലോ സർ. അയാളെപ്പറ്റി വേറെയും പരാതികൾ ഡിപ്പാർട്ടുമെന്റിൽ വന്നിട്ടുണ്ടല്ലോ? നടപടികളൊന്നും കൈക്കൊണ്ടിട്ടുമില്ല. ആരൊക്കെയോ സേവ് ചെയ്യുന്നുണ്ട് അയാളെ.''

''അതെ അക്ബർ. പക്ഷേ ഈ കേസ് അങ്ങനെ ആവില്ല. കാരണം കൊല്ലപ്പെട്ടത് ഒരു പാതിരിയാണ്. എ പ്രീസ്റ്റ്. തൊട്ടാൽ തീ പാറുന്ന ഒരു സബ്ജക്ടാണ് മതം. ഇതൊരു വിവാദമാകും എന്ന് എനിക്ക് നൂറു ശതമാനം ഉറപ്പുണ്ട്. പ്രത്യേകിച്ച് ഈ റിപ്പോർട്ടുകളിലുള്ള വൈരുദ്ധ്യങ്ങൾ കൂടിയാകുമ്പോൾ... കേസന്വേഷിച്ചത് അവർക്ക് അഭിമതനല്ലാത്ത ഒരാളാണെന്നാണ് കൊല്ലപ്പെട്ട അച്ചന്റെ സഭയിൽ നിന്നുള്ള പരാതി. പിന്നെ ഒഫ് കോഴ്സ്, സർക്കാരിനും നല്ല പ്രഷറുണ്ട്. ഇനി ഈ വിഷയം കൂടുതലിട്ട് കത്തിക്കാതെ അങ്ങ് കെടുത്തരുതോ എന്നാണ് മുഖ്യന്റെ ചോദ്യം. തന്റെ വിഷയത്തിൽ ഏതായാലും എല്ലാവർക്കും ഏകാഭിപ്രായമാണ്. തുടരന്വേഷണത്തിന് അക്ബർ മതി എന്നൊരു അഭിപ്രായം

പൊന്തി വന്നിട്ടുണ്ട്. അല്ല, എന്താണ് ഷെർലക് ഹോംസിന്റെ തീരുമാനം? താൻ വില്ലിംഗ് ആണെന്നു പറയട്ടേ ഞാൻ?''

''തീരുമാനം സാറിന്റേതാണ്. അതിപ്പോൾ എന്തായിരുന്നാലും അനുസരിക്കുവാൻ ബാദ്ധ്യസ്ഥനാണ് ഞാൻ.''

''എങ്കിൽ പിന്നെ അങ്ങനെ തന്നെ. അസ്സിസ്റ്റ് ചെയ്യാൻ ആരെയൊക്കെ വേണം?''

''ഒരേയൊരാൾ മതി. ട്രാഫിക്കിന്റെ ചുതലകളിൽ നിന്ന് സർ തങ്കച്ചനെ ഫ്രീയാക്കി തന്നേയ്ക്ക്. ഞങ്ങൾ രണ്ടാളും മാത്രമുള്ള ഒരു ടീം. അതു മതി. പിന്നെ അയാളുമൊരു സഭയുടെ കുഞ്ഞാടാണല്ലോ? അഭിമതനായ വ്യക്തി.''

അക്ബർ ഒരു നേരമ്പോക്കെന്ന മട്ടിൽ സംസാരിച്ചു നിർത്തി.

''ഹ... ഹ... കൂട്ടത്തിൽ ഒരു...'' മോഹൻ ചിരിച്ചു പോയി..

''എടോ അക്ബറേ, ആ ഹബീബിനെ ഒന്നു നന്നായി ഒബ്സർവ് ചെയ്താൽ എന്തെങ്കിലും ഒരു ലീഡ് ലഭിക്കില്ലേ? അല്ല, എന്റെ ഒരു പേഴ്സണൽ ഒപ്പീനിയനാണ്.''

''ഹബീബ് തൽക്കാലം അവിടെ നിൽക്കട്ടെ സർ. ഈ ഫാദറിന്റെ മരണം കൊണ്ട് ആർക്കൊക്കെയാണ് നേട്ടമുണ്ടാവുക എന്ന് ആദ്യം അറിയണം. ഏതായാലും ഞാനും തങ്കച്ചനും നാളെത്തന്നെ തുരുത്തിലേക്ക് പോകാം. ക്രൈം സീൻ ഒന്നു കാണട്ടെ. ഫോറൻസിക് സർജൻ നിരുപമയെ ഒന്ന് കാണണം എന്നു മെസ്സേജ് ചെയ്തിട്ടുണ്ട്. അവരോട് ചിലത് സംസാരിക്കാനുമുണ്ട്. ഈവനിംഗ് വിളിക്കാം സാറിനെ. എന്നാൽ പിന്നെ ഞാൻ ഇറങ്ങട്ടെ സർ.''

അക്ബർ മോഹനോട് യാത്ര ചോദിച്ചിറങ്ങി.

''**എ**ന്തായെടാ ഡേവിഡേ, അവന്റെ അടക്കം കഴിഞ്ഞോ?''

ഡേവിസ് തന്റെ മുൻപിൽ വച്ചിരുന്ന ചെറിയ പരന്ന പാത്രത്തിൽ നിന്ന് കശുവണ്ടിപ്പരിപ്പെടുത്ത് വായിലേക്കിട്ടു കൊണ്ട് ഡേവിഡിനോട് ചോദിച്ചു.

''കഴിഞ്ഞു. കോടിമതയിലെങ്ങാണ്ടുള്ള ഏതോ വലിയപള്ളിയിലായിരുന്നൂന്നാ കേട്ടേ...''

കാലിയായ ഗ്ലാസ്സിലേക്ക് വീണ്ടും മദ്യം പകർന്നു കൊണ്ട് ഡേവിഡ് പറഞ്ഞു.

ലഹരി കൊണ്ട് പാതിയടഞ്ഞ കണ്ണുകൾ വലിച്ചു തുറന്ന് ഡേവിസ് തന്റെ മുൻപിൽ ഇരുന്ന വക്കീലിനെ നോക്കി. ലഹരി കീഴ്പ്പെടുത്തിയ അയാൾ വിരൽകൊണ്ട് വായുവിൽ എന്തൊക്കെയോ എഴുതി കൂട്ടുന്നുണ്ട്.

''അത് ശരി, ഉപദേശം തരാൻ വന്നവനാ. ദാണ്ടെ കിടക്കുന്ന കിടപ്പ് നോക്ക്...''

ഡേവിസ് ശബ്ദമുയർത്തി വെടി പൊട്ടും പോലെ ''എടോ വക്കീലേ...'' എന്ന് വിളിച്ചു. മദ്യപിച്ച് ബോധമില്ലാതെ കസേരയിൽ തല ഒരു വശത്തേക്ക് ചെരിച്ചിട്ട് കിടന്ന വക്കീൽ ആ ഒരു വിളിയിൽ പിടഞ്ഞെണീറ്റ്, 'യസ് യുവറോണർ' എന്ന് പറഞ്ഞ് വീണ്ടും കസേരയിലേക്ക് കുഴഞ്ഞു വീണു. വക്കീലിന്റെ പ്രകടനം കണ്ട് ഡേവിസ് ഡേവിഡിനെ നോക്കി.

''എന്നതാടാ ഇതെല്ലാം?''

ഈ സമയം വാർത്താ ചാനലുകളിൽ മുഴുവൻ ഫാദർ കോളിൻസ് കേസിന്റെ തുടരന്വേഷണം ഹബീബിൽ നിന്നറ അക്ബറിലേക്ക് എത്തിയതിനെപ്പറ്റിയുള്ള വാർത്തയായിരുന്നു.

''ഇവനെ തീറ്റിപ്പോറ്റുന്നത് വെറുതെയാ.''

വക്കീലിനെ നോക്കി ഡേവിഡ് പറഞ്ഞു.

അതുകേട്ട് അർദ്ധ ബോധത്തിൽ വക്കീൽ പിറുപിറുത്തു.

''ഒബ്ജക്ഷൻ യുവറോണർ...''

''തിന്നു തിന്നു ചീക്കപ്പോത്തുപോലെയായി. എന്നിട്ടും കാൽ കാശിന്റെ പ്രയോജനമില്ല.''

ഡേവിസ് ഗ്ലാസ്സിന്റെ അടിത്തട്ടിൽ ശേഷിച്ച മദ്യം കൂടി വലിച്ചു കയറ്റിക്കൊണ്ടു പറഞ്ഞു. ആ മുറിയുടെ വാതിലിനപ്പുറം, ചെവിയോർത്ത് അവറാൻ നിൽപ്പുണ്ടായിരുന്നു. അയാളുടെ കണ്ണുകൾ വന്യമായി തിളങ്ങി.

അക്ബർ ഡോക്ടർ നിരുപമയുടെ ക്യാബിനിൽ എത്തുമ്പോൾ സന്ധ്യ കഴിഞ്ഞിരുന്നു.

''വരൂ സർ, ഞാൻ കാത്തിരിക്കുകയായിരുന്നു കേട്ടോ.''

അവർ കുലീനമായ ശബ്ദത്തോടെ അക്ബറിനെ സ്വീകരിച്ചു.

നിരുപമ അക്ബറിന് ഒരു കോഫി ഓഫർ ചെയ്തു. അക്ബർ അതു സ്നേഹപൂർവ്വം നിരസിച്ചു.

''മേഡം, നിങ്ങൾ മെയിൽ ചെയ്ത ഒട്ടോപ്സി റിപ്പോർട്ട് ഞാൻ വിശദമായി വായിച്ചു. അതിൽ സൂചിപ്പിച്ച പല കാര്യങ്ങളും വല്ലാത്ത കോൺട്രവഴ്സി ഉണ്ടാക്കുന്ന സംഗതികളാണ്. പ്രത്യേകിച്ച് ഡയാറ്റങ്ങളുടെ സാന്നിദ്ധ്യത്തെപ്പറ്റി മേഡം സൂചിപ്പിച്ച കാര്യം...''

''യസ് മിസ്റ്റർ അക്ബർ, താങ്കൾക്ക് അറിയാമല്ലോ ഫോറൻസിക് സയൻസിലെ ഡയാറ്റം വിശകലനത്തിന്റെ പ്രധാന ലക്ഷ്യം മുങ്ങിമരണത്തിലൂടെയുള്ള ദുരൂഹതകൾ അകറ്റുക എന്നതാണെന്ന്?

ലബോറട്ടറി പരിശോധനകൾ ശരീരത്തിൽ വെള്ളത്തിൽ കാണപ്പെടുന്ന ഏകകോശ സസ്യമായ ഡയാറ്റമുകളുടെ സാന്നിധ്യം വെളിപ്പെടുത്തിയേക്കാം. വെള്ളത്തിൽ വീണു മരിച്ച ഇരകളുടെ മജ്ജയിൽ ഡയാറ്റം കയറിക്കൂടാറുണ്ട്. ഇവിടെ ഫാദറിന്റെ ബോൺമാരോ സാമ്പിൾ ഞാൻ കളക്ട് ചെയ്തിട്ടുണ്ട്. ലാബ് റിസൾട്ട് മറ്റന്നാൾ വരും.

ഡയാറ്റമുകളുടെ സിലിക്ക കൊണ്ടുള്ള ശരീരം പെട്ടെന്ന് ക്ഷയിക്കാത്തതിനാൽ, അവ ചിലപ്പോൾ കനത്ത അഴുകിയ ശരീരങ്ങളിൽ പോലും കണ്ടെത്താനാകും. മൃതദേഹം കണ്ടെടുത്ത വെള്ളത്തിൽ കണ്ടെത്തിയ അതേ ജീവിവർഗങ്ങളായ ലബോറട്ടറി പരിശോധനകൾ ഡയാറ്റമുകൾ കാണിക്കുന്നുവെങ്കിൽ, അത് മരണകാരണമായി മുങ്ങിമരിച്ചതിന്റെ നല്ല തെളിവായിരിക്കാം. മൃതദേഹത്തിൽ കണ്ടെത്തിയ ഡയാറ്റം സ്പീഷിസുകളുടെ മിശ്രിതം ചുറ്റുമുള്ള വെള്ളത്തിൽ നിന്ന് തുല്യമോ വ്യത്യസ്തമോ ആകാവുന്നതാണ്, മൃതദേഹം കണ്ടെത്തിയ അതേ സ്ഥലത്ത് തന്നെ ഇര മുങ്ങിമരിച്ചോ എന്ന് സൂചിപ്പിക്കുന്നു.

ഇവിടെ ഫാദർ കോളിൻസിന്റെ മജ്ജയിൽ കയറിയ ഡയാറ്റം ആ കിണറ്റിൽ നിന്നുള്ളത് തന്നെയെന്ന് എനിക്ക് ഉറപ്പിച്ച് പറയാനാവില്ല സർ. പിന്നെ ഒട്ടോപ്സി സമയത്ത് ഫാദറിന്റെ രണ്ടു ശ്വാസകോശങ്ങളിലും അത്രകണ്ട് വെള്ളം നിറഞ്ഞിരുന്നില്ല. സാധാരണ മുങ്ങിമരണങ്ങളിൽ ലങ്സ് ബലൂൺ പോലെ വീർത്തു വരാറുണ്ട്. മുറിക്കുമ്പോൾ രക്തം കലർന്ന വെളുത്ത പത വരാറുണ്ട്. അത് ശ്വാസനാളം വഴി മൂക്കിലൂടെ പുറത്തേക്ക് ഒഴുകി വരാറുമുണ്ട്. ഇവിടെ പക്ഷേ ഇങ്ങനെയുള്ള യാതൊരു വിധ ലക്ഷണങ്ങളുമില്ല എന്നു മാത്രമല്ല ശ്വാസകോശങ്ങൾക്കും മറ്റും ശ്വാസം മുട്ടി വായു കിട്ടാത്ത തരത്തിലുള്ള ക്ഷതങ്ങൾ സംഭവിച്ചിട്ടുമുണ്ട്. എല്ലാം കൂടി കൂട്ടി വായിക്കുമ്പോൾ... എനിക്ക്...''

നിരുപമ തന്റെ സംശയങ്ങൾ ഒന്നൊന്നായി അക്ബറിന് മുൻപിൽ നിരത്തിവച്ചു. എല്ലാം സാകൂതം കേട്ടിരുന്ന അക്ബർ ഒടുവിൽ നിരുപമയോട് ചോദിച്ചു:

''അപ്പോൾ ഒരു എക്സ്ഹ്യൂമേഷനുള്ള* സാധ്യത പൂർണ്ണമായി തള്ളിക്കളയാൻ ആവില്ല, അല്ലേ ഡോക്ടർ?''

''നെവർ... അതിനിനി മെത്രാൻ മുതൽ ചെമ്മാച്ചൻ വരെയുള്ളവരുടെ കാലുപിടിക്കേണ്ടേ? അത് നന്നായി അറിയാം എനിക്ക്. ഞാൻ എഴുതിയ ഒട്ടോപ്സി റിപ്പോർട്ട് കുറ്റമറ്റതാണെന്ന് വീരവാദം പറയുകയല്ല. മറിച്ച് ഇത് നിങ്ങൾക്കൊരു സഹായമാകും എന്ന് എനിക്ക് ഉറപ്പുണ്ട്. പിന്നെ, ഒഫ് കോഴ്സ്, ഈ കേസിന്റെ അന്വേഷണച്ചുമതല നിങ്ങൾ ഏറ്റെടുക്കണം എന്ന് ഞാൻ ആത്മാർത്ഥമായി ആഗ്രഹിക്കുന്നു മിസ്റ്റർ അക്ബർ...''

---

* Re-post mortem

അക്ബർ നിരുപമയെ അഭിവാദ്യം ചെയ്ത് അവിടെ നിന്ന് പുറത്തേക്കിറങ്ങി.

ഹോസ്പിറ്റലിനു പുറത്ത് കാത്തുനിന്ന തന്റെ വിശ്വസ്തനായ തേരാളി തങ്കച്ചനോട് അക്ബർ പറഞ്ഞു. ''രാജാവേ, നമ്മൾ നാളെ വെളുപ്പിന് പുറപ്പെടുന്നു. കാപ്പിരി തുരുത്തിലേക്ക്. ഫാദർ കോളിൻസിന്റെ മരണ രഹസ്യം തേടി...''

''റെഡി സർ.''

തങ്കച്ചൻ മറുപടി പറഞ്ഞു.

അന്നു ക്രിസ്മസ് രാവിൽ കട്ടപിടിച്ച ഇരുട്ടിൽ കുളിച്ചുനിന്നു തുരുത്തിലെ ആ ദേവാലയം. പള്ളിമേടയിലെ ഫാദറിന്റെ കിടപ്പുമുറി ഇതിനോടകം തന്നെ പൊലീസ് സീസ് ചെയ്തിരുന്നു; ആ കിണറും. ദൂരെ മറ്റൊരു ദേവാലയത്തിലെ കല്ലറയ്ക്കുള്ളിൽ നിത്യനിദ്ര പുൽകി ഫാദർ കോളിൻസ്.

ആ മരണ രഹസ്യം തേടി അസിസ്റ്റന്റ് കമ്മീഷണർ അക്ബറും വലംകൈ ആയി തങ്കച്ചനും.

ആറ്

പുലർമഞ്ഞിന്റെ നേരിയ ആവരണം പുത്തനാറിന്റെ തണുത്ത ജലശേഖരത്തിനു മുകളിലൊരു ആവരണം തീർത്തു. കഴുക്കോൽ കുത്തിയിറക്കി ആ മഞ്ഞുപ്പുതപ്പിനെ കീറിമുറിച്ച് കടത്തുകാരൻ ചാക്കോ വള്ളമൂന്നി.

''പതിവില്ലാതെ തുരുത്തിലോട്ട് വരത്തന്മാരുടെ ഘോഷയാത്രയാണല്ലോ എന്റെ പുണ്യാളാ.''

പൊലീസ് വേഷത്തിൽ അല്ലാതിരുന്ന അക്ബറിനെയും തങ്കച്ചനെയും നോക്കിക്കൊണ്ട് ചാക്കോ അഭിപ്രായപ്പെട്ടു.

''രണ്ടു മൂന്ന് ദിവസം മുമ്പ് ദാണ്ടെ ഇതുപോലൊരു വരത്തൻ വന്നു വഞ്ചിയേ കേറി. പിറ്റേന്ന് കണ്ടത് പള്ളിയിലച്ചന്റെ ശവം! ചത്തത് കീചകൻ ആണെങ്കില് കൊന്നത് ഭീമനാ എന്നൊരു പഴമൊഴി ഒണ്ട്. എത്...?''

ചാക്കോ ആരോടെന്നില്ലാതെ പറഞ്ഞുകൊണ്ട് വഞ്ചിയൂന്നി.

ചാക്കോയുടെ വാക്കുകൾ തങ്കച്ചനെ വല്ലാതെ പ്രകോപിപ്പിക്കുന്നുണ്ടെന്ന് അക്ബറിന് തോന്നി. അതു ശരിയായിരുന്നു താനും. അല്പ സമയത്തിനു ശേഷം നദിയുടെ ഒത്ത മദ്ധ്യത്തിലെത്തിയ സമയം

ചാക്കോയുടെ പുലമ്പൽ കേട്ട് കലി കയറി തങ്കച്ചൻ തന്റെ ഷർട്ടിന്റെ കൈ തെറുത്തു കയറ്റിക്കൊണ്ട് മെല്ലെ വഞ്ചിപ്പടിയിൽ നിന്ന് എണീക്കാൻ ശ്രമിച്ചു. എങ്കിലും, അക്ബർ ആ നീക്കം മുൻകൂട്ടി കണ്ടിട്ടെന്ന വണ്ണം അയാളുടെ ഇടംകൈയിൽ പിടിച്ചു. 'അടങ്ങ്' എന്ന അർത്ഥത്തിൽ കണ്ണുകൾ കൊണ്ടൊരു സംജ്ഞ കൊടുത്തു. തങ്കച്ചൻ അടങ്ങി ഇരുന്നു.

''നാവുകൊണ്ടല്ല, കഴുക്കോൽ കുത്തി തുഴയെടോ'' എന്ന് ചാക്കോയോട് തങ്കച്ചൻ മുരണ്ടു. അപ്പോഴാണ് ചാക്കോ തങ്കച്ചനെ ശരിക്കും നോക്കിയത്. തങ്കച്ചന്റെ കഴുത്തിൽക്കിടന്ന കൊന്തമാല ചാക്കോയിലെ നല്ല ശമരിയാക്കാരനെ ഉണർത്തി. അയാളിലെ വർഗ്ഗബോധം സട കുടഞ്ഞുണർന്നു.

''അല്ല, എവിടുന്ന് വരുവാ? എന്താ പരിപാടി തുരുത്തില്?''

രണ്ടും തന്നോടു പറയാൻ ഉദ്ദേശിക്കുന്നില്ല എന്നു പറഞ്ഞ് തങ്കച്ചൻ മുഖം തിരിച്ചു.

''ഇത്തിരി പരുക്കനാ അല്ലിയോ?''

ചാക്കോ അക്ബറിനെ നോക്കി. അക്ബർ ഒന്നും പറയാതെ അയാളെ നോക്കി ഒന്നു ചിരിച്ചു. അപ്പോഴേക്കും ആ വള്ളം മറുകര തൊട്ടിരുന്നു. വള്ളത്തിൽ നിന്ന് കരയിലേക്ക് കാലെടുത്തു വച്ച് അക്ബർ ചാക്കോയോട് ചോദിച്ചു:

''ഈ കൊലപാതകം നടന്ന പള്ളിയിലേക്ക് നടക്കാവുന്ന ദൂരമല്ലേയുള്ളൂ ചാക്കോ?''

അപ്പോൾ മാത്രമാണ് ചാക്കോ അക്ബറിന്റെയും തങ്കച്ചന്റെയും കാലുകളിൽ ധരിച്ചിരുന്ന പൊലീസ് ബൂട്ടുകൾ കണ്ടത്. ചാക്കോയുടെ കൈയിൽ നിന്ന് കഴുക്കോൽ വഴുതിവീണു പോയി.

''അ... അതെ... സാറേ.''

അയാൾ വിക്കി വിക്കി പറഞ്ഞൊപ്പിച്ചു.

പള്ളിയിലേക്കുള്ള പടവുകൾ കയറുമ്പോൾ തങ്കച്ചൻ ആകാശത്തേക്ക് ഉയർന്നുനിൽക്കുന്ന കുരിശു നോക്കി നെഞ്ചിൽ വരച്ചു. രണ്ടു പൊലീസുകാർ അവിടെ കാവലുണ്ടായിരുന്നു. അക്ബറിനെ കണ്ടയുടൻ അവർ സല്യൂട്ട് ചെയ്തു.

''സീസ് ചെയ്ത മുറി?''

''ഇതാണ് സർ.''

കൂട്ടത്തിൽ ഉയരം കൂടിയ സി.പി.ഒ വലതു വശത്തേക്ക് കൈ ചൂണ്ടി. വെളിച്ചം നന്നേ കുറവായിരുന്നു ആ മുറിയിൽ. അകത്തേക്കു കടക്കാനും പുറത്തേക്ക് പോകാനും ആകെ ഒരൊറ്റ വാതിൽ മാത്രമായിരുന്നു ആ മുറിക്ക് ഉണ്ടായിരുന്നത്. രണ്ടു ജനാലകളും. ആ രണ്ടു ജനാലകളിൽ ഒന്ന് വാതിലിന്റെ എതിർഭാഗത്തുള്ള ഭിത്തിയിലും മറ്റൊന്ന് അച്ചൻ

കിടന്നിരുന്ന കട്ടിൽ കിടന്ന വശത്തുള്ള ഭിത്തിയിൽ ഏതാണ്ട് മൂന്നടി മുകളിലായും ആയിരുന്നു. അക്ബർ ആ മുറിയിലേക്ക് പ്രവേശിച്ചു. പഴമയുടെ ഗന്ധം അയാൾക്ക് അനുഭവപ്പെട്ടു. കിടക്കയുടെ സമീപത്തെ ജനാല ദിവസവും തുറന്നിരുന്നു. എന്നാൽ അടുത്തത് സമീപകാലത്തൊന്നും തുറന്നിട്ടേയില്ല. അക്ബർ തങ്കച്ചനെ അകത്തേക്ക് ക്ഷണിച്ചു.

''തങ്കച്ചാ... ഡോക്ടർ നിരുപമ പറഞ്ഞതു പ്രകാരമാണെങ്കിൽ ഫാദർ കൊല്ലപ്പെട്ടത് ശ്വാസംമുട്ടിയാണ്. എങ്കിൽ എങ്ങനെയാവും സംഭവിച്ചിട്ടുണ്ടാവുക എന്നാണ് തന്റെ നിഗമനം?''

''സർ, ഒട്ടോപ്സി റിപ്പോർട്ട് പ്രകാരം ഫാദറിന്റെ മരണം രണ്ടിനും രണ്ടരയ്ക്കും ഇടയ്ക്ക് സംഭവിച്ചു. അതായത് പാതിരാകുർബാനയ്ക്കു ശേഷം. ആ സമയം അദ്ദേഹം എന്തായാലും തന്റെ കിടക്കയിൽ ആയിരുന്നിരിക്കണം. ഉറക്കത്തിൽ തലയിണ ഉപയോഗിച്ച് ശ്വാസം മുട്ടിച്ചു കൊന്ന ശേഷം കിണറ്റിൽ ഉപേക്ഷിച്ചതാകാനാണ് സാദ്ധ്യത എന്നു തോന്നുന്നു സർ.''

തങ്കച്ചൻ തന്റെ നിഗമനം അക്ബറിനോട് പറഞ്ഞു.

''അതെ, അപ്പോൾ ആ പില്ലോ കവർ ചെയ്ത് ഫോറൻസിക് ലാബിൽ അയയ്ക്കണം. അച്ചന്റെ അല്ലാത്ത ഫിംഗർപ്രിന്റ് അതിൽ ഉണ്ടോ എന്നും പരിശോധിക്കണം.''

അക്ബർ ആ മുറിയുടെ കോണിൽ വച്ചിരുന്ന ഡസ്റ്റ് ബിൻ നോക്കിക്കൊണ്ടു പറഞ്ഞു.

''തങ്കച്ചോ, അവനെ ഇങ്ങ് പൊക്കിക്കോണേ.''

തങ്കച്ചൻ അത് അക്ഷരംപ്രതി അനുസരിച്ചു.

താഴ്ഭാഗത്ത് ചവുട്ടി തുറക്കുന്ന തരം ആയിരുന്നു പ്ലാസ്റ്റിക് നിർമ്മിതമായ ആ ചവറ്റുകുട്ട. അക്ബർ ആ ചവറ്റുകുട്ട നിലത്തേക്ക് ചൊരിഞ്ഞു. അതിൽ നിന്നു കുറച്ചു സാധനങ്ങൾ നിലത്തേക്ക് വീണു. ഒന്നും മനസ്സിലാകാതെ തങ്കച്ചൻ അക്ബറിന്റെ ആ പ്രവൃത്തി കണ്ടു നിന്നു. കുറച്ചു പേപ്പർ ചുരുളുകൾ, പ്ലാസ്റ്റിക് കവർ ഇതൊക്കെയായിരുന്നു ആ ചവറ്റുകുട്ടയിൽ ഉണ്ടായിരുന്നത്. അക്ബർ അവയെല്ലാം സസൂക്ഷ്മം പരിശോധിക്കുന്നതിനിടയിൽ തങ്കച്ചൻ ചോദിച്ചു:

''സർ എന്താണ് ഇതിൽ തിരയുന്നത്?''

അക്ബർ തിരച്ചിൽ നിർത്തി മുഖമുയർത്തി തങ്കച്ചനോട് ചോദിച്ചു.

''നമ്മൾ കമ്പ്യൂട്ടറിൽ ആവശ്യമില്ലാതെ ഡിലീറ്റ് ചെയ്യുന്ന ഫയലുകൾ എവിടേക്കാണ് സാധാരണ പോകുന്നത്?''

''അത് റീസൈക്കിൾ ബിന്നിലേക്ക് അല്ലേ സർ?''

തങ്കച്ചൻ മടിച്ചു മടിച്ച് മറുപടി പറഞ്ഞു.

''എക്സാക്റ്റ്ലി... ഇപ്പോൾ മനസ്സിലായോ ഞാൻ എന്താണ് തപ്പി ക്കൊണ്ടിരിക്കുന്നത് എന്ന്?''

ആ കുട്ടയിൽ നിന്നു ലഭിച്ച സാധനങ്ങളുടെ കൂട്ടത്തിൽ ചവച്ച ശേഷം ഉപേക്ഷിച്ച ഒരു ച്യൂയിംഗം അവശിഷ്ടവും പ്ലാസ്റ്റിക് ക്യാരിബാഗും പിന്നെ രണ്ടു മൂന്ന് ബില്ലുകളും ഉണ്ടായിരുന്നു.

''അച്ചൻ ച്യൂയിംഗം ചവയ്ക്കുന്ന സ്വഭാവമുള്ള ആളായിരുന്നോ എന്നൊന്ന് അന്വേഷിക്കണം നമ്മൾക്ക്. ഇനി ഇത് ആരു ചവച്ച് ഉപേ ക്ഷിച്ചതാണെങ്കിലും ഇതിൽ അവരുടെ ഉമിനീരിന്റെ കണങ്ങൾ ഉണ്ടാവും. അതിൽ നിന്ന് ഡി.എൻ.എ. വേർതിരിക്കാം.'' അക്ബർ തങ്കച്ചനോട് പറഞ്ഞു.

വാതിലിൽ ഇതെല്ലാം വീക്ഷിച്ചു കൊണ്ട് നിന്ന പൊലീസുകാരൻ അയാളുടെ മൊബൈൽ ഫോൺ എടുത്തുകൊണ്ട് മെല്ലെ നടന്ന് പള്ളി മുറ്റത്തേക്ക് ഇറങ്ങി. അക്ബർ അത് ശ്രദ്ധിച്ചിരുന്നു.

''തങ്കച്ചാ, ഫാദർ മരിച്ചു കിടന്ന കിണറ്റിലെ ജലത്തിന്റെ സാമ്പിൾ പരിശോധന കഴിഞ്ഞ് ഉടനെ റിപ്പോർട്ട് കിട്ടാൻ വഴിയുണ്ടാക്കണം.''

അക്ബർ തങ്കച്ചനോട് പറഞ്ഞു.

''സർ...''

''പിന്നെ ഫാദറിനെ ജീവനോടെ അവസാനമായി കണ്ടത് കപ്യാ രായ അച്ചൻകുഞ്ഞാണ്. അയാൾ പൊലീസിൽ കൊടുത്ത മൊഴി ഞാൻ വായിച്ചു. തൊട്ടും തൊടാതെയും ഉള്ള ഒരു മൊഴി. അയാളെ നമ്മൾക്ക് മീറ്റ് ചെയ്യണം. ഫാദർ കോളിൻസിന്റെ അന്ത്യനിമിഷങ്ങളിൽ അടുത്തു ണ്ടായിരുന്ന ആളല്ലേ? പോരാത്തതിന് അന്നേ ദിവസം കാലത്തു മുതൽ വൈകുന്നേരം വരെ അച്ചൻകുഞ്ഞ് ഫാദർ കോളിൻസിനൊപ്പം ഉണ്ടാ യിരുന്നു താനും. ഫാദർ കൊല്ലപ്പെടുന്ന അന്ന് പകൽ അവർ എവിടെ യൊക്കെ പോയിരുന്നു എന്നും അറിയണം.''

''സർ, നമ്മൾ വന്ന കടത്തുവള്ളത്തിലെ വള്ളക്കാരൻ പറഞ്ഞ സംഗതി... എനിക്കെന്തോ ഒരു...''

''ഉം... അന്വേഷിക്കാം. പക്ഷേ അതിലെന്തോ വലിയ കഴമ്പുള്ള തായി തോന്നിയില്ല. കാരണം, പട്ടാപ്പകൽ അതും ഇതുപോലെ ഒരു ഓണം കേറാ മൂലയിൽ വന്ന് ഒരു കൊലപാതകം നടത്തി നെഞ്ചും വിരിച്ച് തിരികെ പോകാൻ എന്തായാലും പ്രൊഫഷണൽസ് ആരും വരില്ല എന്ന് എനിക്ക് ഉറപ്പുണ്ട്. ഈ മരണത്തിന് പിന്നിൽ മറ്റെന്തോ ഒന്ന് മണക്കുന്നുണ്ട്.''

അക്ബർ മുഖമുയർത്തി തങ്കച്ചനെ ഒന്നു നോക്കി.

''സാറ് പറഞ്ഞു വരുന്നത് ഇനി വല്ല സീരിയൽ കില്ലറോ മറ്റോ...''

''ഹ... ഹ, തങ്കച്ചാ ഇതിപ്പോ, കണ്ണിൽ കണ്ടവരൊക്കെ എടുത്തിട്ട് അലക്കുന്ന ഒരു വിഷയമാണ്, സീരിയൽ കില്ലിംഗ് സൈക്കോ എന്നൊക്കെ.

ചുമ്മാ, ഒരു കാര്യവുമില്ല. നമ്മൾക്ക് അതൊന്നും വേണ്ട. ഈ കൊല പാതകം, ഇതിൽ മറ്റെന്തോ ഉണ്ട്. ഒരു വൈദികനെ കൊല ചെയ്യണം എന്നുണ്ടെങ്കിൽ അതിലെന്തോ വലിയൊരു കാരണം ഒളിഞ്ഞിരിപ്പു ണ്ടാവുമെന്ന് എന്റെ മനസ്സു പറയുന്നു.

കപ്യാരുടെ മൊഴി (സി.ഐ ഹബീബിന് നൽകിയത്)

''ക്രിസ്മസിന് തലേദിവസം രാത്രി പന്ത്രണ്ടേമുക്കാലിനാണ് ഫാദറിനെ അവസാനമായി കണ്ടത്. വെളുത്ത മുറിക്കൈയ്യൻ ഇന്നർ ബനിയനും കറുത്ത ട്രാക്ക് സ്യൂട്ടും ആയിരുന്നു അദ്ദേ ഹത്തിന്റെ വേഷം. കാലത്ത് ഭക്ഷണവും കൊണ്ട് വരാം എന്നു പറഞ്ഞ് ഞാൻ വീട്ടിലേക്കു മടങ്ങിപ്പോന്നു. രാവിലെ അപ്പവും കറികളുമായി അച്ചനെ കാണാൻ വന്നു. പക്ഷേ അദ്ദേഹം മുറി യിൽ ഉണ്ടായിരുന്നില്ല. തേങ്ങ ഇടാൻ വന്ന കൊച്ചാപ്പി എന്ന കൊച്ചു പാപ്പി തേങ്ങാ ഇട്ട ശേഷം കൈയും മുഖവും കഴുകാൻ വേണ്ടി കിണറ്റിനടുത്ത് ചെന്നപ്പോഴാണ് അച്ചനെ കാണുന്നത്. കൊച്ചാപ്പി കരയുന്നതു കേട്ടാണ് ഞാൻ ഓടി കിണറ്റിനു പരി സരത്ത് ചെന്ന് നോക്കുന്നത്. കൈകൾ വിരിച്ച് കമിഴ്ന്നു കിടന്ന നിലയിലായിരുന്നു അച്ചന്റെ കിടപ്പ്. വേഷം കണ്ട് ഞാൻ തന്നെയാണ് ആദ്യം അച്ചനെ തിരിച്ചറിഞ്ഞത്.''

കപ്യാരുടെ മൊഴി വായിച്ചശേഷം പള്ളി സെക്രട്ടറി സെബാസ്റ്റ്യന്റെ മൊഴിയായിരുന്നു അക്ബർ വായിച്ചത്. ആ മൊഴിയിലെ ഓരോ വരിയും വായിച്ച ശേഷം അക്ബർ കപ്യാരുടെ മൊഴി ഒന്നുകൂടി മറിച്ചു നോക്കി.

''എന്തു പറ്റി സർ?''

ഹബീബ് നേരിയ പരിഭ്രമം കലർന്ന ശബ്ദത്തിൽ അക്ബറിനോട് ചോദിച്ചു.

''ഹേയ്, ഒന്നുമില്ല ഹബീബേ, രണ്ടും ഒരമ്മ പെറ്റ മക്കൾ ആണോ എന്ന് നോക്കിയതാണ് ഞാൻ.''

അക്ബർ ഹബീബിനെ നോക്കി അർത്ഥം വച്ചൊരു ചിരി ചിരിച്ചു.

''മനസ്സിലായില്ല സർ.''

''അതൊക്കെ തനിക്കു വഴിയേ മനസ്സിലാകും.''

അക്ബർ വായന തുടർന്നു. അവസാനം ആ ഫയൽ മേശപ്പുറത്തു വച്ച് ഒരു നിമിഷം അക്ബർ തന്റെ ദൃഷ്ടി വ്യതിചലിപ്പിക്കാതെ ഹബീബിന്റെ കണ്ണുകളിൽത്തന്നെ നോക്കി. ഹബീബ് മുഖം വെട്ടിച്ചു കളഞ്ഞു.

''സാറിന് ചായയോ കാപ്പിയോ മറ്റോ...''

''ഒന്നും വേണ്ട. അല്ലാ ആ ക്രൈം സീൻ ഗാർഡു ചെയ്ത സി.പി.ഒ. നിങ്ങളെ ഫോൺ ചെയ്ത് എന്താണ് പറഞ്ഞത് മിസ്റ്റർ ഹബീബ്?''

''ഇ... ഇല്ല സർ. എന്നെ ആരും വിളിച്ചില്ല.''

''ഹബീബ്...''

അക്ബറിന്റെ ആ വിളിയിലെ അപകടം ഹബീബ് മണത്തറിഞ്ഞു.

''സർ അയാൾ വിളിച്ചു. അതൊരു ഒഫീഷ്യൽ...''

''ഹബീബ് താൻ വീണ്ടും വീണ്ടും കളവ് പറയുന്നു എന്ന് തന്റെ ബോഡി ലാംഗ്വേജിൽ നിന്നു തന്നെ സുവ്യക്തമാണ്. ടെൽ മീ, അയാൾ തന്നോട് എന്താണ് വിളിച്ച് ഇൻഫോം ചെയ്തത്?''

''പറയാം സർ.''

''പറയ്.''

''സാറേ... അവർ അച്ചന്റെ മുറി പരിശോധിക്കുകയാണ് എന്നാണ് അയാൾ എന്നോട് പറഞ്ഞത്.''

''എന്തിനാണ് അങ്ങനെ ഒരു ഇൻഫർമേഷൻ? ഞങ്ങൾ തേഡ് പാർട്ടി അല്ല. ഡിപ്പാർട്ടുമെന്റിൽ നിന്നു തന്നെ ഉള്ളവരാണല്ലോ. പിന്നെ എന്തിനാണ് ഇത്തരത്തിൽ ഒരു മുന്നറിയിപ്പ് അയാൾ നിങ്ങൾക്ക് തന്നത്?''

ഹബീബ് തലകുനിച്ചു നിന്നതല്ലാതെ മറുപടി ഒന്നും പറഞ്ഞില്ല.

അക്ബർ തുടർന്നു.

''താൻ മിണ്ടണ്ട. ഉത്തരം എനിക്ക് ഈ മൊഴികളിൽ നിന്നു കിട്ടി. കപ്യാരു പറയാതിരുന്നതും സെക്രട്ടറി പറഞ്ഞതും ഫോറൻസിക് സർജന്റെ മൊഴികളിൽ ഉണ്ടായിരുന്നതും. അങ്ങനെ എല്ലായിടത്തും അവരുണ്ട്. പറയാതെ തന്നെ താനും പറഞ്ഞു ഇപ്പോൾ. മറ്റാർക്കോ വേണ്ടി താൻ ജോലി ചെയ്യുന്നു എന്നുള്ളത് തന്റെ റിപ്പോർട്ട് കണ്ടപ്പോൾ തന്നെ ഡിപ്പാർട്ട്മെന്റിന് മനസ്സിലായതാണ്. അതിന്റെ തെളിവാണല്ലോ ഞാനിപ്പോൾ ഇവിടെ ഇങ്ങനെ ഇരിക്കുന്നതും. പറയ്, ഹബീബ്. തന്നെയും കൂടെ ഉണ്ടായിരുന്ന പൊലീസുകാരെയും പിന്നെ ആ കപ്യാരെയും ആരാണ് പർച്ചേസ് ചെയ്തത്? പറയടോ.''

''സർ...''

''ഉം...''

''അത്... അത് അവരാണ് സർ.''

''ആര്?''

''ഈ തുരുത്തിൽ അവരുടെ നിയമമാണ്. ഇപ്പോൾ രാത്രിയാണെന്ന് അവർ പറഞ്ഞാൽ അതാണ് ശരി.''

''ഹ... ഹ... കൊള്ളാമല്ലോ. പാരലൽ ഗവൺമെന്റോ?''

''അതെ സർ... ഈ തുരുത്തിന്റെ ഗവൺമെന്റ് അവരാണ്. പുലിമുറ്റത്ത് ഡേവിസും അനുജൻ ഡേവിഡും. അവരുടെ അപ്പൻ തീറെഴുതി

തന്ന സ്ഥലത്താ പൊലീസ് സ്റ്റേഷനടക്കം ഈ തുരുത്തിലെ മിക്ക സ്ഥാപനങ്ങളും നിൽക്കുന്നത്. ഫാദർ കോളിൻസും പുലിമുറ്റത്തെ സഹോദരന്മാരുമായി ചില വാക്കേറ്റങ്ങളും മറ്റും നടന്നിട്ടുണ്ട്. ഈ ക്രിസ്മസിന്റെ തലേന്നു വരെ. അച്ചനെ കുരിശും പിടിപ്പിച്ച് പെട്ടിയിൽ കിടത്തുമെന്ന് പലരോടും ഡേവിസ് പറഞ്ഞിട്ടുമുണ്ട്.''

''എന്നിട്ട്?''

''ഇതിപ്പോ ചെയ്തതാരെന്ന് ഈ തുരുത്തിൽ പാട്ടാ സാർ.. പക്ഷേ പുലിമുറ്റത്തുകാർക്കെതിരെ ഒരു ചെറിയ വിരൽ ചലിപ്പിക്കാൻ പോലും ഞങ്ങൾക്കാർക്കും ധൈര്യമില്ല എന്നതാണ് സത്യം.''

''അച്ചനും പുലികളും തമ്മിൽ ഉള്ള വൈരാഗ്യത്തിന്റെ കാരണം സെക്രട്ടറിയുടെ മൊഴിയിൽ ഉണ്ട്. പിന്നെ പുലികൾക്കെതിരെ ചെറു വിരൽ വേണ്ട നമ്മൾക്ക് പെരുവിരൽ തന്നെ അനക്കിക്കളയാം... ഏത്?''

വലതു കൈ മുഷ്ടി ചുരുട്ടി തള്ളവിരൽ മാത്രം ഉയർത്തിചലിപ്പിച്ചു കൊണ്ട് അക്ബർ പറഞ്ഞു. പിന്നിൽ നിന്ന തങ്കച്ചനെ നോക്കി അക്ബർ ചോദിച്ചു

''എന്താ രാജാവേ, ശരിയല്ലേ?''

''പിന്നല്ല.'' തങ്കച്ചൻ ഒന്നു ചിരിച്ചു.

''പുലികളെ അവരുടെ മടയിൽത്തന്നെ പോയി കണ്ടുകളയാം.''

അക്ബർ എഴുന്നേറ്റു.

ഏഴ്

''**അ**ല്ല നിങ്ങൾ ഏതു ചാനലിൽ നിന്നാണെന്നാ പറഞ്ഞത്?''

ഡേവിസ് അക്ബറിനോട് ചോദിച്ചു.

''ഓ, അതൊരു പ്രാദേശിക ചാനലാണെന്നേ, അങ്ങനെ വലിയ പേരും പെരുമയും ഒന്നുമില്ല. എറണാകുളം സിറ്റിയിലാണ് സംപ്രേ ഷണം മുഴുവനും.''

അക്ബർ ചിരിച്ചു കൊണ്ട് മറുപടി പറഞ്ഞു.

''അല്ലാ, നിങ്ങൾക്ക് തുരുത്തിലെന്നാ കാര്യം?''

''അതിപ്പോ പ്രമാദമായ ഒരു മരണം നടന്ന ഇടമല്ലിയോ, നമ്മുടെ അച്ചന്റെ, കോളിൻസ് അച്ചന്റെ. അതുവച്ച് ഒരു സ്റ്റോറി.''

''ഓ അതോ, അത് പള്ളിയിലാ നടന്നേ. ഇവിടല്ല. നിങ്ങളെന്നാ വഴി തെറ്റി വന്നതാണോ? കേട്ടോടാ ഡേവിഡേ, ഇവന്മാർ ടി വീ ന്നാ ണെന്ന്...''

സ്വീകരണമുറിയിലേക്ക് കാപ്പി കുടി കഴിഞ്ഞ് പല്ലും കുത്തിക്കൊണ്ട് നടന്നു കയറിയ ഡേവിഡിനെ നോക്കി ഡേവിസ് പറഞ്ഞു:

''എന്നതാ ചേട്ടായീ? ആരാ ഇവര്?''

''കോളിൻസ് അച്ചന്റെ മരണം റിപ്പോർട്ട് ചെയ്യാൻ വന്ന രണ്ട് കുഞ്ഞാടുകളാ, ദാണ്ടെ...''

''ആഹാ, കുഞ്ഞാടുകൾ ചായ കുടിച്ചാരുന്നോ? ഇല്ലെങ്കി കുടിച്ചേച്ചും സ്ഥലം കാലിയാക്കാൻ നോക്ക്. ഇതേ കാപ്പിരി തുരുത്താ, ഈ സ്ഥലം ഇച്ചിരി പിശകാ. പുലിമുറ്റത്താ അവന്റെയൊക്കെ...''

ഡേവിഡ് അക്ബറിന്റെയും തങ്കച്ചന്റെയും തൊട്ടുപിന്നിലെത്തി കുനിഞ്ഞ് രഹസ്യം പറയും പോലെ പറഞ്ഞു.

''വേഷോം പടുതീമൊക്കെ കണ്ടപ്പോ ഞാൻ കരുതി വല്ല ഏഷ്യാനെറ്റീന്നും ആണെന്ന്. നീയൊക്കെ ആ ജംഗ്ഷനിലോട്ട് ചെല്ല്. ചായക്കടേലോ ബാർബർ ഷോപ്പിലോ അന്വേഷിക്ക്. പറ്റിയ ന്യൂസ് കിട്ടും. പോടേ...''

ഡേവിസ് അലറി. തങ്കച്ചൻ അക്ബറിനെ നോക്കി. അയാളുടെ കണ്ണുകൾ ചുവന്നിരുന്നു. അക്ബർ 'അടങ്ങ്' എന്ന് കണ്ണുകൊണ്ട് ആംഗ്യം കാണിച്ചു. ആ സമയം പക്ഷി ചിലക്കും പോലെ കോളിംഗ് ബെൽ മുഴങ്ങിയത് കേട്ട് നാലുപേരും വാതിൽക്കലേക്ക് നോക്കി.

''കേറി പോരെ...''

ഡേവിസ് പറഞ്ഞു..

വാതിൽ തുറന്ന് കറുത്തു തടിച്ചു കുറുകിയ ഒരു ഖദർ വേഷധാരി രംഗപ്രവേശം ചെയ്തു.

''എ.പി.എസ്സ് ആന്നേ...'' എന്ന് വലിയ ശബ്ദത്തോടെ സ്വയം പരിചയപ്പെടുത്തിക്കൊണ്ടാണ് അയാൾ കടന്നു വന്നത്.

''ഓ... നേതാവ് സുഗുണനോ. വരണം... വരണം...''

ഡേവിഡ് ക്ഷണിച്ചു. വാതിലിന് പിൻതിരിഞ്ഞ് ഇരുന്നതിനാലാവണം അയാൾ അക്ബറിനെയും തങ്കച്ചനെയും ശ്രദ്ധിക്കാതെ നടന്നു ചെന്ന് കുനിഞ്ഞ് ഡേവിസിന്റെ വലതു കൈപ്പത്തി പിടിച്ച് മുത്തിക്കൊണ്ട് സ്വയം പറഞ്ഞു. ''അപ്പവും മുട്ടറോസ്റ്റും. ഓഹോ, അപ്പോൾ ബ്രേക്ക് ഫാസ്റ്റ് കഴിഞ്ഞു അല്ലേ?''

''എന്താണ് നേതാവേ കാലത്തേ തന്നെ?''

ഡേവിസ് കൈവലിച്ചെടുത്തു കൊണ്ടു ചോദിച്ചു.

ധൃതഗതിയിൽ സമനില വീണ്ടെടുത്തുകൊണ്ട് സുഗുണൻ പ്രസ്താവിച്ചു.

''അയ്യോടാ, ഈ ലീഡർ സുഗുണനന് പുലിമുറ്റത്ത് തറവാട്ടിൽ വരാൻ നേരം നോക്കണോ മുതലാളീ... പിന്നെ ഇവിടെ രണ്ട് വരത്തന്മാര് വന്നു കേറീന്ന് ദാണ്ടെ, റോട്ടിൽ വച്ച് അവറാച്ചൻ എന്നോട് പറഞ്ഞു. എന്തോ, ചാനലോ കീനലോ ടീവിയോ കീവിയോ... അങ്ങനെ ഓരോന്ന് പറഞ്ഞ് വന്നൂന്ന്... കാലം വല്ലാത്തതല്ലേ? ഞാൻ നമ്മടെ മെമ്പറ് സാജനെ കാണാൻ പോയ വഴിയാരുന്നു. അപ്പോ പിന്നെ എന്നതാ കാര്യമെന്ന് തിരക്കിയേച്ചു പോയാ മതീന്നങ്ങ് വച്ചു. കൂട്ടത്തിൽ മൊതലാളിമാരെ കൂടെ കാണാമല്ലോ. ആ സാജൻ പ്രസവിക്കാനൊന്നും കിടക്കുവല്ലല്ലോ. അവനെ പിന്നീടാണേലും കാണാം. പുലിമുറ്റത്തെ കാര്യം അങ്ങനെ യാണോ? എവിടെ അവന്മാര്? ആ വരത്തന്മാര്?''

കക്ഷത്തിലിരുന്ന ഡയറി ദേഷ്യത്തോടെ നിലത്തിട്ട് അയാൾ ഉറഞ്ഞു തുള്ളിക്കൊണ്ട് പറഞ്ഞു.

''ദാണ്ടെ പുറകിലോട്ട് നോക്ക്...''

ഡേവിസ് സുഗുണനോട് പറഞ്ഞു. തിരിഞ്ഞ് അക്ബറിനെയും തങ്കച്ചനെയും നോക്കിയ സുഗുണൻ ആലില പോലെ ഒന്നു വിറച്ചു. പിന്നെ വെട്ടിയിട്ട വാഴ പോലെ അക്ബറിന്റെ കാൽക്കലേക്ക് ഒരൊറ്റ വീഴ്ചയായിരുന്നു.

''ഹെന്റെ സാറേ...''

''ഡാ സുകൂ... എണീക്കടെ.''

തങ്കച്ചൻ അയാളുടെ ഷർട്ടിന്റെ കോളറിൽ പിടിച്ചുയർത്തിക്കൊണ്ട് പറഞ്ഞു.

''മാമാ സുകു. അണ്ടിപ്പുള്ളിക്കാവ് സുഗുണൻ. നീയെന്നാടെ എ പി എസ്സ് ആയത്?''

അക്ബർ ചിരിച്ചു കൊണ്ടു ചോദിച്ചു..

''പൊന്നൊടയതേ മാപ്പാക്കണം... ഇപ്പോ രാഷ്ട്രീയമാണ് തട്ടകം. ഇവിടെ മൂന്നക്ഷരം ഒരു രാശിയാണല്ലോ. അതുകൊണ്ട് ഞാൻ തന്നെ എനിക്കിട്ട പേരാണ് എ പി എസ്സ്.''

''അല്ല, നീ വന്നപാടെ ഇങ്ങേരുടെ കൈ മുത്തിയല്ലോ. ഇവനാര് മെത്രാനോ അതോ പോപ്പോ?''

സുഗുണന്റെ തലയിൽ ഒരു കൊട്ടു കൊടുത്തുകൊണ്ട് തങ്കച്ചൻ ചോദിച്ചു.

''അല്ലെന്റെ സാറേ, നിലനിൽപ്പിന്റെ വിഷയമാണ്. അറിയാതെ ചെയ്തു പോയതാ, മാപ്പാക്കണം.''

ഭക്ഷണം കഴിക്കുന്നതു പോലെ ആംഗ്യം കാണിച്ചു കൊണ്ട് സുഗു ണൻ പറഞ്ഞു. ഒരു മുയലിനെ ചെവിക്ക് പിടിച്ച് ഉയർത്തുന്നതു പോലെ

തങ്കച്ചൻ തൂക്കിപ്പിടിച്ചപ്പോൾ സുഗുണൻ തന്റെ ഇരു കൈകളും കൂപ്പി പിടിച്ചിരിക്കുകയായിരുന്നു. കഥയറിയാതെ ആട്ടം കാണുന്നതുപോലെ ഡേവിസും ഡേവിഡും മുഖത്തോടു മുഖം നോക്കി സ്തബ്ധരായി നിന്നു.

''എന്നതാടാ സുഗുണാ വിഷയം? ആരാ ഇവന്മാർ...?''

ഡേവിസ് ഒച്ചയെടുത്തുകൊണ്ട് ചോദിച്ചു.

സുഗുണൻ ദയനീയമായി ഡേവിസിനെ നോക്കി. ''ഉയ്യോ... വല്യ സാറന്മാരാ... പൊലീസീന്നാണ്.''

''പണ്ട് വരാപ്പുഴയിലെ ലോഡ്ജീന്ന് പൊക്കിയതാ നിന്നെ. അന്ന് കിട്ടിയ സമ്മാനം മറന്നോ?'' തങ്കച്ചൻ ചോദിച്ചു.

''മറന്നിട്ടില്ലന്റെ സാറെ. ദാണ്ടെ, നോക്ക്...''

തന്റെ ഷർട്ട് ഉയർത്തി വയറിന് താഴെ ഒരു അടയാളം കാണിച്ച് സുഗുണൻ പറഞ്ഞു.

''നൂല് പോലാ ഇപ്പോഴും.'' സുഗുണന്റെ വെളിപ്പെടുത്തൽ.

അക്ബർ ഡേവിസിനെ ചൂഴ്ന്ന് ഒരു നോട്ടം നോക്കി. അയാളുടെ ഉള്ളിൽ നിന്ന് തീയാളും പോലെ ഒരു പിടച്ചിൽ ഉയർന്നു.

''ഒരുപാട് കേട്ടു. പുലിമുറ്റത്തെ മുതലാളിമാരെപ്പറ്റി. അതുകൊണ്ട് ഒന്ന് മുഖാമുഖം കാണാൻ വന്നതാ. കേട്ടറിഞ്ഞതിലൊക്കെ എന്തെങ്കിലും സത്യമുണ്ടോ എന്നറിയാൻ. അതുകൊണ്ട് തന്നാ ചാനലിൽ നിന്നാണെന്ന് കളവ് പറഞ്ഞത്. ഇനി ഒരിക്കൽ കൂടി നമ്മൾ തമ്മിൽ കാണും... അധികം താമസിക്കാതെ. നെല്ലും പതിരുമൊക്കെ അന്ന് വേർതിരിക്കാം. എന്താ?''

അക്ബർ പറഞ്ഞു.

തങ്കച്ചൻ സുഗുണനെ സോഫയിലേക്കിട്ടു.

''നിന്റെ ആക്ഷൻ കൗൺസിൽ ഇവിടെയാണ് അല്ലേടാ? ഇവന്മാരുടെ നെഞ്ചത്ത്? വച്ചിട്ടുണ്ട് നിനക്ക്.'' പോകുംവഴി തങ്കച്ചൻ മുരണ്ടു.

അക്ബറും തങ്കച്ചനും പോയ ഉടനെ ഡേവിസ് ഡേവിഡിനെ നോക്കി.

''ആ വക്കീലിനെ വിളിക്ക്. മാർട്ടിയെ ഒരു കാരണവശാലും ഇവർക്ക് കിട്ടരുത്. ഇവർക്കെന്നല്ല ആർക്കും. മനസ്സിലായല്ലോ?''

''ഉവ്വ്.''

ഡേവിഡ് ശിരസ്സ് ചലിപ്പിച്ചു.

എല്ലാം കണ്ടും കേട്ടും സുഗുണൻ ഇരുന്നു. തനിക്കു ചുറ്റിലും എന്താണ് സംഭവിച്ചത് എന്ന് അയാൾക്കു മാത്രം മനസ്സിലായില്ല.

'സർ, റിഗർ മോർട്ടിസ്* വച്ചാണ് ഫാദർ കോളിൻസിന്റെ മരണസമയം ഞാൻ കണക്കാക്കിയത്.

പിന്നെ ആമാശയത്തിൽ ഏതാണ്ട് ഇരുപതു ശതമാനം വെള്ളത്തിന്റെ സാന്നിദ്ധ്യമേ കാണുന്നുണ്ടായിരുന്നുള്ളൂ. കിണറ്റിനുള്ളിലെ താപനിലയും ഫാദറിന്റെ മൃതദേഹത്തിലെ ശരീരോഷ്മാവും തമ്മിൽ വലിയ വ്യത്യാസമൊന്നും കണ്ടില്ല. അതാണ് മരണം കിണറ്റിൽ വീണല്ല, മറിച്ച് മറ്റെവിടെയോ വച്ച് സംഭവിച്ചതാകാം എന്ന നിഗമനത്തിലേക്ക് ഞാൻ എത്തിച്ചേർന്നത്. സോ...''

ഇതു രണ്ടാം തവണയാണ് അക്ബർ ഫാദർ കോളിൻസിന്റെ മരണവുമായി ബന്ധപ്പെട്ട് ഡോക്ടർ നിരുപമയുമായി സംസാരിക്കുന്നത്.

''സീ ഡോക്ടർ... ഇതൊരു പ്രൊഫഷണൽ കൊലയല്ല. ആയിരുന്നു എങ്കിൽ അബോധാവസ്ഥയിലാക്കിയ ശേഷം ഫാദറിനെ കിണറ്റിൽ ഉപേക്ഷിക്കുമായിരുന്നു. നാൽപ്പത്തിമൂന്ന് വയസ്സുള്ള അരോഗദൃഢഗാത്രനായ ഫാദറിനെ കീഴ്പ്പെടുത്തിയ ആൾ ഏതാണ്ട് അതിലേറെ കായികശേഷിയുള്ള ഒരാൾ ആവണം. അഞ്ചടി ഏഴിഞ്ച് ഉയരമുള്ള ഫാദറിനെ ശ്വാസം മുട്ടിച്ച് കൊന്നു എന്ന് പറയുമ്പോൾ ഒരു പക്ഷേ ആ വ്യക്തിക്ക് ഫാദറിനൊപ്പമോ അതല്ലെങ്കിൽ ഫാദറിനേക്കാളോ ഉയരവും ആരോഗ്യവും ഉണ്ടാവണം. ശരിയല്ലേ?''

''യെസ്, യെസ്... എന്റെ ഒരു സംശയം ഞാൻ ചോദിച്ചോട്ടെ മിസ്റ്റർ അക്ബർ?''

''യെസ് ഷൂട്ട്.''

''എന്തുകൊണ്ട് ഈ അറ്റംപ്റ്റ് രണ്ടു പേർ ചേർന്ന് ചെയ്തു കൂടാ?''

''പോസിബിലിറ്റി ഉണ്ടോ?''

''ഏയ്, അങ്ങനെ ചോദിച്ചാൽ ഇല്ല എന്നാണ് ഉത്തരം. ബട്ട്... ഒരു തോന്നൽ. ദാറ്റ്സ് ഓൾ.''

''ആ ക്രൈം സീനിൽ നിന്ന് ആരുടെയും വിരലടയാളങ്ങൾ ലഭിച്ചിട്ടില്ല. ആകെ കിട്ടിയ ഒരു തുമ്പ് ആ ച്യൂയിംഗം അവശിഷ്ടവും ഒരു പൊളിത്തീൻ കവറുമാണ്. ച്യൂയിംഗം ഡി.എൻ.എ പരിശോധന നടത്തി വരട്ടെ. ഐ ആം വെയിറ്റിംഗ്.'' അക്ബർ പറഞ്ഞു.

---

* മരിക്കുന്നതോടെ ശരീരം മരവിച്ച് കട്ടിയാകുന്ന അവസ്ഥയാണിത്. മരിച്ച് മൂന്ന് മണിക്കൂർ കഴിയുന്നതോടെയാണ് ഇത് ആരംഭിക്കുക. 12 മണിക്കൂർ ആകുന്നതോടെ ഇത് കഠിനമാവുകയും 48 മണിക്കൂർ കഴിയുന്നതോടെ ശരീരം ജീർണ്ണിക്കാനും തുടങ്ങും. നമ്മളുടെ പേശികളിലെ ചർമ്മത്തിൽ കാൽസ്യം എത്തിക്കുന്ന പമ്പുകളുണ്ട്. ഇവയുടെ പ്രവർത്തനം നിലയ്ക്കുന്നതോടെ കോശങ്ങളിൽ കാൽസ്യം നിറയും. അതോടെ പേശികൾ കഠിനമാകും. മരണസമയം കണക്കാക്കാൻ ഫോറൻസിക് വിദഗ്ദ്ധർ റിഗർ മോർട്ടിസ് ആണ് ആദ്യം പരിഗണിക്കുന്നത്.

''ഒ.കെ മേഡം. ഇനിയും ഈ കേസുമായി ബന്ധപ്പെട്ട് ഞാൻ നിങ്ങളെ ബുദ്ധിമുട്ടിക്കും കേട്ടോ.''

''യു ആർ വെൽക്കം ഓഫീസർ... വിത്ത് പ്ലഷർ...'' നിരുപമ ചിരിച്ചു.

നിരുപമയോട് യാത്ര പറഞ്ഞിറങ്ങുമ്പോൾ സമയം അഞ്ചര കഴിഞ്ഞിരുന്നു. യാത്രാമദ്ധ്യേ തങ്കച്ചനോട് നമ്മൾക്കൊരു കാപ്പി കുടിച്ചാലോ? എന്ന് അക്ബർ ചോദിച്ചു. അവർ അടുത്തു കണ്ട കഫ്ടീരിയയിൽ കയറി. ചൂടു കാപ്പി ഊതി കുടിക്കുന്നതിനിടയിൽ തങ്കച്ചൻ ചോദിച്ചു.

''എന്താണ് സർ, നമ്മുടെ അടുത്ത നീക്കം?''

''മൊഴികളിലെല്ലാം പൊരുത്തക്കേടുകളുണ്ട് തങ്കച്ചാ. നാളെ കപ്യാരോട് സ്റ്റേഷനിൽ ഹാജരാകാൻ പറയണം. പിന്നെ ആ വള്ളക്കാരൻ ചാക്കോ. നമ്മുടെ രേഖാചിത്രം തയ്യാറാക്കുന്ന ഹരീഷിനോട് അയാളുടെ വിവരണങ്ങൾ അനുസരിച്ച് ഫാദർ കൊല്ലപ്പെടുന്നതിന്റെ തലേ ദിവസം തുരുത്തിൽ എത്തിയ ആ അപരിചിതന്റെ ഒരു രേഖാചിത്രം തയ്യാറാക്കണം. നാളെത്തന്നെ. പള്ളിയിൽ അന്നു ക്രിസ്മസ് രാവിൽ പാതിരാ കുർബാനയ്ക്ക് പങ്കെടുത്ത ചിലർ അഭിപ്രായപ്പെട്ടത് ഫാദറിന്റെ പെരുമാറ്റത്തിൽ എന്തോ അസ്വാഭാവികതയുണ്ടായിരുന്നു എന്നാണ്.''

''എന്ത് അസ്വാഭാവികതയാണ് സർ?''

''കാസായിൽ നിറച്ച വീഞ്ഞ് ഫാദറിന്റെ കൈയിൽനിന്നു നിലത്തു വീണിരുന്നു. പിന്നെ പ്രാർത്ഥന പലയിടത്തും വിക്കുകയും വചനങ്ങൾ തെറ്റിക്കുകയും ചെയ്തു. അതിനർത്ഥം ഞാൻ മനസ്സിലാക്കുന്നത്, അദ്ദേഹത്തിന്റെ മനസ്സ് അവസാന നിമിഷങ്ങളിൽ കൈമോശം വന്നിരുന്നു എന്നാണ്. എന്താ ശരിയല്ലേ?''

''അതെ സർ. അദ്ദേഹം അപ്പോൾ ഈ മരണം മുൻകൂട്ടി കണ്ടിരുന്നു എന്നാണോ? ഇനി ഇത് ആ ഹബീബ് പറഞ്ഞതുപോലെ ആത്മഹത്യ വല്ലതും...''

''നെവർ. തങ്കച്ചൻ... ഇത് ക്ലിയർ മർഡർ തന്നെയാണ്. ഡെഡ് ബോഡിയിൽ നിന്നു കിട്ടിയ തെളിവുകൾ അത് ഊട്ടി ഉറപ്പിക്കുന്നുണ്ട്. അതിലെനിക്ക് സംശയമൊന്നുമില്ല. അല്ല തങ്കച്ചാ, ഈ കുർബാനയ്ക്ക് മുൻപ് എന്താണ് ചടങ്ങ്?''

''അത്... കുമ്പസാരമുണ്ട് സർ...''

''കുമ്പസാരം എന്നാൽ ചെയ്ത പാപങ്ങൾ ഏറ്റുപറയലല്ലേ?''

''അതെ സർ.''

''എന്തെങ്കിലും ഒരു വ്യക്തി അയാൾ ചെയ്ത തെറ്റ് ഏറ്റു പറഞ്ഞത് ഫാദറിനെ പരിഭ്രമിപ്പിച്ചിട്ടുണ്ടെങ്കിലോ? അങ്ങനെയും സംഭവിച്ചു കൂടെ?''

''യസ് സർ.''

''തങ്കച്ചാ, ഫാദർ കോളിൻസിന്റെ ഭൂതകാലത്തിലാണ് ഈ സമസ്യക്കുള്ള ഉത്തരം എന്ന് എന്റെ മനസ്സിൽ ഇരുന്ന് ആരോ പറയും പോലെ. പക്ഷേ, അതിലേക്കെത്തണമെങ്കിൽ ആദ്യം തുരുത്തിൽ എത്തിയ ആ വരത്തൻ ആരെന്നുള്ള കാര്യത്തിൽ ക്ലാരിഫിക്കേഷൻ കിട്ടണം എനിക്ക്.''

കാപ്പി കുടിച്ചു തീർത്ത് അവർ മടങ്ങിയതിനു പിന്നാലെ അത്രയും സമയം അക്ബറെയും തങ്കച്ചനെയും വീക്ഷിച്ചു കൊണ്ടിരുന്ന മുഖം തൂവാല കൊണ്ടു മറച്ച ഒരാൾ ആ കഫ്റ്റീരിയയിൽ നിന്ന് ഇറങ്ങിപ്പോയി. അത് മാർട്ടിയായിരുന്നു! അവൻ അക്ബർ പോയതിന് എതിർ ദിശയിൽ അതിവേഗം നടന്നു നീങ്ങി. തെരുവിൽ വല്ലാത്ത തിരക്കനുഭവപ്പെട്ടിരുന്നു. അതിവേഗത്തിൽ നടന്ന മാർട്ടിയുടെ തോളിൽ ഒരു കൈവന്നു വീണു.

''ടാ ഗഡിയേ... മാർട്ടീ...''

അവൻ ഞെട്ടി തിരിഞ്ഞു. വിളിച്ചയാളെ കണ്ട് അവൻ ദീർഘമായി ഒന്നു നിശ്വസിച്ചു. ''ഓ... നീയോ?''

''ഒന്ന് മാറി നിന്നേടാ പറയാനുണ്ട്.'' ആഗതൻ പറഞ്ഞു. മാർട്ടി ചുറ്റും നോക്കി.

''വാ... നീയ്യ്.''

ആഗതൻ വീണ്ടും നിർബന്ധിച്ചു വിളിച്ചുകൊണ്ടിരുന്നു. ശബ്ദം താഴ്ത്തി അയാൾ മാർട്ടിയോട് പറഞ്ഞു.

''വന്നേരാ... ഒരു മലങ്കോളുണ്ട്... വായോ നീയ്യ്.''

ആ വിളിയിൽ എന്തോ പന്തികേട് തോന്നിയ മാർട്ടി പരിസരം ആകെ ഒന്നു വീക്ഷിച്ചു. അല്പം മാറി ഒരു മാരുതി വാൻ നിർത്തിയിട്ടിരിക്കുന്നത് അവന്റെ ശ്രദ്ധയിൽപ്പെട്ടു. അപകടം മണത്ത മാർട്ടി രണ്ടടി പിന്നോട്ടു മാറി.

''ഏതാടാ സ്കീം? ട്രാപ്പാ?''

ആഗതൻ ഒന്നു ചിരിച്ചു.

''ആടാ... ക്ടാവേ... പുലിമുറ്റത്തുകാർടെ... കൊട്ടേഷനാ.''

മാർട്ടി കുതറിയോടി. അപ്പോഴേക്കും വാനിൽ നിന്നു നാലു പേർ കൂടി പുറത്തിറങ്ങിക്കഴിഞ്ഞിരുന്നു. അവർ മാർട്ടിയുടെ പിന്നാലെ പാഞ്ഞു.

എട്ട്

പ്രധാന വഴികൾ പിന്നിട്ട് നഗരപ്രാന്തത്തിലെ ഒരു കോളനിയിലേക്കാണ് മാർട്ടി ഓടിക്കയറിയത്. ഇരുട്ടു വ്യാപിച്ചു തുടങ്ങിയിരുന്നു. കോളനിക്കു പിന്നിൽക്കൂടി കടന്നു പോകുന്ന റെയിൽവേ ലൈനിൽ കൂടി ഒരു ചരക്കു തീവണ്ടി വലിയ ശബ്ദത്തോടെ കിതച്ചുകൊണ്ട് കടന്നു പോയി. മാർട്ടി അതിനു പിന്നാലെ ആ പാളത്തിലേക്ക് ഓടിക്കയറി. പിന്നാലെ ഒരു സംഘം ആളുകളും.

വള്ളക്കാരൻ ചാക്കോ പറഞ്ഞ അടയാളങ്ങൾ വച്ച് ഇല്ല്യുസ്ട്രേഷൻ പൂർത്തിയാക്കിയ ആർട്ടിസ്റ്റ് അരവിന്ദ്, അക്ബറിന്റെ മുഖത്തേക്ക് നോക്കി.

‘‘സാറിന് മനസ്സിലായോ ആളിനെ?’’

അക്ബറിനോട് തങ്കച്ചൻ ചോദിച്ചു. അക്ബർ ഒരു പുഞ്ചിരിയോടെ തലയാട്ടി.

‘‘മാർട്ടിൻ... കോടാലി മാർട്ടിൻ എന്ന മട്ടാഞ്ചേരി മാർട്ടി.’’

‘‘ഇവൻ തന്നെയാണോ സർ, അപ്പോൾ ഫാദറിന്റെ കൊലപാതകി?’’ തങ്കച്ചൻ ചോദിച്ചു.

അക്ബർ ആ രേഖാചിത്രത്തിന്റെ പ്രിന്റും വാങ്ങി തന്റെ ഓഫീസ് മുറി ലക്ഷ്യമാക്കി നടന്നു. പിന്നാലെ തങ്കച്ചനും.

‘‘സർ... ഇവൻ തന്നെയാണോ? അവന്റെ ഒരു ബാക്ക് ഗ്രൗണ്ട് വച്ച് അവൻ പണത്തിനു വേണ്ടി എന്തും ചെയ്യാൻ മടിക്കാത്തവനാണ്. ഇവന്റെ പേരിൽ പത്തു പതിനേഴ് കേസുകളുമുണ്ട്. തൂക്കട്ടെ സർ മാർട്ടിയെ?’’

തങ്കച്ചൻ ചോദിച്ചു.

‘‘വരട്ടെ തങ്കച്ചാ, മാർട്ടി പക്കാ പ്രൊഫഷണലാണ്. അവന്റെ മോഡ് ഓഫ് ഓപ്പറേഷൻ അവന്റെ കൈയിൽ ഉള്ള ചെറിയ കോടാലി കൊണ്ട് പ്രഹരിച്ച് ഇരയെ വകവരുത്തുന്നതാണ്. പിന്നെ, വലിയ പാർട്ടികളാണല്ലോ അവനെ വിലയ്ക്കെടുക്കുന്നവരെല്ലാം. ഫാദർ കോളിൻസിനെ അപായപ്പെടുത്താൻ ഒരുപക്ഷേ പുലിമുറ്റത്തുകാർ മാർട്ടിയെ തുരുത്തിലേക്ക് വരുത്തിയിരിക്കാം. അങ്ങനെയാവാം അവനെ വള്ളക്കാരൻ ചാക്കോ കണ്ടതും. പക്ഷേ തങ്കച്ചാ, എന്റെ മനസ്സു പറയുന്നു മാർട്ടി ആ കൃത്യം ചെയ്തിട്ടില്ല എന്ന്. ഇത് മറ്റാരോ ആണ്. മാർട്ടിക്കും മുൻപേ പള്ളിമേടയിൽ കയറി ഫാദറിനെ വകവരുത്തിയതാവാം. പക്ഷേ മാർട്ടി, അവനെ എനിക്ക് വേണം. ഈ കോടാലി മാർട്ടി മർഡറിലേക്കുള്ള ഒരു ലീഡാവാം. ഇതെന്റെ ഒരു ഇന്റ്യൂഷനാണ്; മാർട്ടി ചിലപ്പോ ഈ കൊലപാതകം നേരിൽ കണ്ടിട്ടുണ്ടെങ്കിലോ?’’

അക്ബർ മാർട്ടിയുടെ ചിത്രത്തിൽ ഒരു ചുവന്ന മാർക്കർ കൊണ്ട് തട്ടിക്കൊണ്ട് പറഞ്ഞു. തങ്കച്ചൻ ചിരിച്ചു.

''സാറേ, സാറ് പറയുന്നതു തന്നാ ശരി. ഞാൻ സാറിനെ കാണാൻ തുടങ്ങിയത് ഇന്നും ഇന്നലെയൊന്നുമല്ലല്ലോ? സാറിന് തോന്നിയതാ ശരി. ഈ വാക്കിന് വേണ്ടിയാ തങ്കച്ചൻ കാത്തത്. ദാ, പുറപ്പെടുവാ, കോടാലി മാർട്ടിയെയും കൊണ്ടേ ഞാൻ വരൂ.''

''ഗുഡ്. ഏതായാലും താൻ ഒറ്റയ്ക്ക് പോകണ്ട. ഞാനും വരാം അവനെ കൂട്ടാൻ. എന്താ?''

അക്ബർ എഴുന്നേറ്റു.

ദുർഗന്ധം വമിക്കുന്ന അഴുക്കുചാലുകൾക്കു മുകളിൽ നിരത്തിയ സ്ലാബുകൾ കൊണ്ടു തീർത്ത വഴിയിലൂടെ അക്ബറും തങ്കച്ചനും നടന്നു. കാക്കി വേഷത്തിലല്ലായിരുന്നെങ്കിലും അവരുടെ വൃത്തിയുള്ള വേഷവിധാനം കണ്ട് ചേരിനിവാസികൾ അവരെ തുറിച്ചു നോക്കുന്നുണ്ടായിരുന്നു.

അല്പം മുന്നോട്ടു നടന്ന് ഇടുങ്ങിയ വഴിയുടെ അവസാനം അവർ മറ്റൊരു വഴിയിൽ കയറി. അത് അല്പം വീതിയുള്ള വഴിയായിരുന്നു. അടുത്തുകൂടി കടന്നുപോകുന്ന റെയിൽവേ ലൈനിൽ നിന്നു പാറക്കല്ലുകൾ പെറുക്കി എടുത്ത് കുട്ടികൾ കളിക്കുന്നു. അടുത്ത് ഒരു വീടിനോടു ചേർന്ന ചെറിയ ഒരു കുടുസ്സുമുറി കട പോലെയാക്കി ഒരു വൃദ്ധൻ ഇരിപ്പുണ്ടായിരുന്നു. രണ്ടു മൂന്ന് ഭരണികളിൽ മിഠായിയും, മാല പോലെ തൂക്കിയിട്ട പാൻ മസാല പായ്ക്കറ്റുകളും കുറച്ച് സോഡാ കുപ്പികളും എന്തൊക്കെയോ കുറച്ച് പലചരക്ക് സാധനങ്ങളും നിറച്ചു വച്ച ഒരു ചെറിയ കട.

''സാറേ... ഇതാണ് അവന്റെ അപ്പൻ മാത്യൂസ്. പഴയൊരു ഉപദേശിയാ.'' തങ്കച്ചൻ അടക്കം പറഞ്ഞു.

''ആഹാ, കൊള്ളാമല്ലോ. ഉപദേശിയുടെ മകൻ വാടകഗുണ്ട അല്ലേ?'' അക്ബർ പറഞ്ഞു.

''ഓരോ വിധി.'' തങ്കച്ചൻ നെടുവീർപ്പോടെ പറഞ്ഞു.

തങ്കച്ചൻ മുൻപോട്ടു കയറി ചെന്ന് ആ വൃദ്ധനോട് ആരാഞ്ഞു.

''അവനെവിടെ? നിങ്ങൾടെ മകൻ മാർട്ടി?''

മാത്യൂസ് മുഖമുയർത്തി, നര വീണ കണ്ണുകൾ ആഗതരെ അടിമുടി ഉഴിഞ്ഞു.

''നിങ്ങള് പൊലീസീന്നാണോ അതോ, പാർട്ടീന്നാണോ? അല്ല, ഈ രണ്ടു കൂട്ടരേ ഇവിടെ അവനെ തേടി വരാറുള്ളൂ.''

''താൻ കാര്യം പറയ് മൂപ്പീന്നേ.'' തങ്കച്ചൻ ചൊടിച്ചു.

''നിങ്ങള് പൊലീസീന്നാ അല്ലിയോ?''

അയാൾ തല കുലുക്കിക്കൊണ്ടു ചോദിച്ചു. അപ്പോഴാണ് അക്ബർ മാത്യൂസിന്റെ സംസാരരീതി ശ്രദ്ധിച്ചത്.

''അതെ, ഞങ്ങൾ പൊലീസിൽ നിന്നാണ്. ഒരു കേസുമായി ബന്ധപ്പെട്ട് നിങ്ങളുടെ മകൻ മാർട്ടിയോട് ഒന്നു സംസാരിക്കണം. മറ്റൊന്നുമല്ല, ഞങ്ങളുടെ ഒരു സംശയദൂരീകരണമാണ്. അല്ലാ, നിങ്ങൾ ഈ നാട്ടുകാരല്ല അല്ലേ?''

അക്ബർ ചോദിച്ചു.

''അല്ല സാറേ, ഞങ്ങൾ കോട്ടയത്തു നിന്നാ.''

''അവനെവിടെ, മാർട്ടി?''

അയാൾ അതൃപ്തിയോടെ മുഖം തിരിച്ചുകൊണ്ട് പറഞ്ഞു.

''ആ... ആർക്കറിയാം? ആരോട് ചോദിക്കാനാ? വരും പോകും. ഇന്നലെ വന്നില്ല. ഇന്നിതു വരെ കണ്ടിട്ടില്ല. വരുമായിരിക്കും. നാലു കാലിൽ.''

''അവന്റെ ഭാര്യയില്ലേ ഇവിടെ?''

''ഇല്ല, അവള് പിണങ്ങി അവര്ടെ വീട്ടിൽ പോയിട്ട് വർഷം രണ്ടായി. ഇവിടിപ്പോ ഞാനും സുഖമില്ലാത്ത എന്റെ ഭാര്യയും മാത്രമേയുള്ളൂ. ഈ ചെറിയ കടമുറിയിലെ വരുമാനത്തിൽ നിന്നാ ഞങ്ങളുടെ ജീവിതം മുന്നോട്ടു പോകുന്നത്.''

അക്ബറും തങ്കച്ചനും പിന്നെ അവിടെ അധികം നിന്നില്ല.

തിരികെ നടക്കും വഴി തങ്കച്ചൻ അക്ബറിനോട് പറഞ്ഞു.

''സാറിനറിയില്ലേ മാത്യൂസിന്റെ കഥ?''

''ഇല്ല, എന്താ അത്?''

''സാറേ, പത്തിരുപത്തിരണ്ട് വർഷം മുൻപ് ഇവിടെ കോളിളക്കം സൃഷ്ടിച്ചൊരു ആത്മഹത്യ കേസ് ഓർമ്മയുണ്ടോ? കോൺവെന്റിൽ പത്താം ക്ലാസ്സിൽ പഠിച്ച ഒരു ബീന മാത്യൂസ് എന്ന പതിനഞ്ചുകാരി പെൺകുട്ടി ഹോസ്റ്റൽമുറിയിലെ ഫാനിൽ കെട്ടി തൂങ്ങി മരിച്ച സംഭവം? ആ ബീനയുടെ അപ്പനാണ് ഈ മാത്യൂസ്. മാത്യൂസിന് ഭാര്യയും മകനും മകളും അടങ്ങുന്ന ഒരു കൊച്ചു കുടുംബമാണ് ഉണ്ടായിരുന്നത്. ഒരു സാധു ഉപദേശി ആയിരുന്ന പുള്ളിക്കാരന്റെ ചെറിയ വരുമാനത്തിലാണ് ആ കുടുംബം മുന്നോട്ടു പോയത്. ഇങ്ങേരുടെ മകൾ ബീന, പഠിക്കാൻ അതിസമർത്ഥയായിരുന്നു. അങ്ങനെ നിർദ്ധനനായ മാത്യൂസിന്റെ മകളുടെ പഠനം അവിടത്തെ ഇടവക വികാരി ഇടപെട്ട് പള്ളി ഏറ്റെടുത്തു. ഹോസ്റ്റലിൽ ഫ്രീ ആയിട്ട് നിർത്തി പഠിപ്പിച്ചു ഒൻപതാം ക്ലാസ്സ് മുതൽ. പക്ഷേ തൂങ്ങിമരിക്കുന്ന സമയത്ത് ആ പെൺകൊച്ച് നാലു മാസം ഗർഭിണിയായിരുന്നു എന്നാണ് ഒട്ടോപ്സി റിപ്പോർട്ട്. നമ്മുടെ വാര്യർ സാറായിരുന്നു അന്ന് ഫോറൻസിക് സർജൻ. നാരായണപിള്ള സാറും എസ്.പി. ജേക്കബ് പുന്നൂസും കൂടിയാണ് ആ കേസ് അന്വേഷിച്ചത്. സംഭവം ഏതോ ഒരു പെയിന്റടിക്കാരനോ മറ്റോ ആയിരുന്നു കാമുകൻ. അവനെ പിന്നീട് കൊല്ലത്തുനിന്നു കിട്ടി. അവൻ

കുറ്റം സമ്മതിക്കുകയും ചെയ്തു. പെൺകൊച്ച് ഗർഭിണി ആയിരുന്നു എന്ന വാർത്ത പരന്നതോടെ പള്ളി അവരെ കൈവിട്ടു. അന്നത്തെ അവസ്ഥയിൽ സഭ പുറത്താക്കിയപ്പോൾ ആ സ്ഥലം വിട്ട് ഓടി പോവുക എന്നല്ലാതെ അവർക്ക് മറ്റു മാർഗ്ഗങ്ങളൊന്നും ഇല്ലായിരുന്നു സർ. മകളുടെ മരണത്തിൽ നിന്നുള്ള ഷോക്കാവാം, ആ അമ്മയുടെ മാനസിക നില തെറ്റി. മാർട്ടി തെറ്റിന്റെ വഴിയേ നടന്നു തുടങ്ങി.''

തങ്കച്ചൻ നെടുവീർപ്പിട്ടു.

''അങ്ങനെ ഒരു കുടുംബം നാമാവശേഷമായി അല്ലേ, തങ്കച്ചാ?'' അക്ബർ ചോദിച്ചു.

തങ്കച്ചൻ ഒന്നും പറഞ്ഞില്ല.

''മാർട്ടിയെ തപ്പണം. എല്ലാ സ്റ്റേഷനിലേക്കും അലർട്ട് പോകണം, ഇപ്പോൾ തന്നെ.''

അക്ബർ മൊബൈൽ എടുത്തു. അവരുടെ വാഹനം ജനത്തിരക്കേറിയ പാതയിൽക്കൂടി പാഞ്ഞു.

യാത്രാമദ്ധ്യേ തങ്കച്ചന്റെ ചോദ്യങ്ങൾ പലതും അക്ബർ ശ്രദ്ധിച്ചതേയില്ല. അയാളുടെ ചിന്തകൾ കാടുകയറി തുടങ്ങിയിരുന്നു.

''സർ.'' തങ്കച്ചൻ വിളിച്ചു. അക്ബർ വിളി കേട്ടില്ല.

''സാർ...''

ആ വിളിയിൽ അക്ബർ തന്റെ ചിന്തയിൽ നിന്നുണർന്നു.

''സാറെന്താ ആലോചിക്കുന്നത്?''

''ഞാൻ... ഞാൻ ആ പഴയ കഥയുടെ പിന്നാലെ ഒന്ന് കോൺവെന്റു വരെ പോയടോ...''

''ഏത്, മാർട്ടീടെ പെങ്ങളുടെ?''

''ഉം... അതു തന്നെ. പലതും കൂട്ടി വായിക്കുമ്പോൾ ചില പൊരുത്തക്കേടുകൾ. കൂട്ടിയിട്ടും കുറച്ചിട്ടും ശിഷ്ടം വരുന്നല്ലോ തങ്കച്ചാ. മനസ്സിൽ കിടന്ന് തികട്ടുന്നു. പലതും... നമ്മൾക്ക് മാർട്ടിയുടെ ഭൂതകാലത്തേക്കൊന്നു പോകണം. അവിടെ എവിടെയെങ്കിലും ഫാദർ കോളിൻസിന്റെ കൈയ്യൊപ്പ് പതിഞ്ഞിട്ടുണ്ടെങ്കിൽ ഉറപ്പിക്കാം ഈ കൊലപാതകത്തിൽ മാർട്ടിക്ക് കൈ ഉണ്ടെന്ന്.''

''അപ്പോൾ നമ്മൾ ലക്ഷ്യത്തിലെത്തി അല്ലേ സർ?''

''ഉറപ്പിക്കാൻ വരട്ടെ. ഒരു സംശയം മാത്രമാണ് ഞാൻ പങ്കുവച്ചത്. മാർട്ടിയാണ് ഇത് ചെയ്തത് എന്നതിന് ഒരേയൊരു തെളിവാണ് നമ്മൾക്കു മുൻപിൽ ഉള്ളത്. വള്ളക്കാരൻ ചാക്കോയുടെ മൊഴി മാത്രം. അല്ല എന്ന് സമർത്ഥിക്കാനാണ് തെളിവുകൾ കൂടുതൽ. ഒന്ന് മർഡർ നടന്ന മോഡ് ഓഫ് ഓപ്പറേഷൻ മാർട്ടിയുടെ സ്റ്റൈലിൽ അല്ല എന്നുള്ളതാണ്.

രണ്ട് അവിടെ നിന്ന് കൊല്ലപ്പെട്ട ഫാദറിന്റേതല്ലാതെ മറ്റാരുടെയും വിരലടയാളങ്ങൾ നമ്മുടെ പക്കൽ ഇല്ല. രക്തസാമ്പിളുകളുടെയും ഉമിനീരിന്റെയും മറ്റും ഡി.എൻ.എ ടെസ്റ്റുകളുടെ റിസൾട്ട് ഇനിയും വന്നിട്ടില്ല. ഐ ആം വെയിറ്റിംഗ്.''

അക്ബറിന്റെ പുരികം വില്ലുപോലെ ഉയർന്നു.

''തങ്കച്ചാ... അവർ പഠിച്ചിരുന്ന കോൺവെന്റ് ഏതായിരുന്നു?''

''ആര്?''

''ആ ബീന മാത്യൂസ് പഠിച്ച സ്ഥലം.''

''സാറത് വിട്ടില്ലേ?''

''വിടാൻ മനസ്സനുവദിക്കുന്നില്ലെടോ. എന്തോ എവിടെയോ...''

''അത് സെന്റ് മേരീസ് കോൺവെന്റ് പാലാ.''

''താൻ വണ്ടി വിട് പാലായ്ക്ക്.''

''ഓകെ സർ.''

അവർ സെന്റ് മേരീസ് കോൺവെൻറിന്റെ പടികൾ കടക്കുമ്പോൾ സമയം മൂന്നു മണി കഴിഞ്ഞിരുന്നു.

ഓഫീസ് മുറിയിൽ നരച്ചു പഴകിയ ഫയൽക്കാടുകൾക്കിടയിൽ നിന്ന് അവിടുത്തെ ഓഫീസ് സ്റ്റാഫിനെ കണ്ടു പിടിക്കാൻ അവർ നന്നേ പാടുപെട്ടു. നീല ബോർഡറുള്ള വെളുത്ത ഒരു സാരി ചുറ്റി മുഴുക്കൈയ്യൻ ബ്ലൗസും ധരിച്ച മെലിഞ്ഞ ഒരു സ്ത്രീ. പഴയ ഒരു പുസ്തകത്തിൽ നിന്ന് എന്തോ പരിശോധിക്കുകയായിരുന്നു അവർ. അങ്ങനെ രണ്ടു പേർ ആ മുറിയിൽ കടന്നു വന്നത് അവർ അറിഞ്ഞിട്ടു പോലുമുണ്ടായിരുന്നില്ല. അക്ബർ മുരടനക്കി. തടിച്ച ഫ്രെയിമുള്ള കണ്ണട ശരിയാക്കി അവർ മുഖമുയർത്തി.

''ആരാണ്?''

''പോലീസാണ്. പേര് അക്ബർ, ഇത് തങ്കച്ചൻ.''

സ്വതസിദ്ധമായ തന്റെ ചിരിയിൽ പൊതിഞ്ഞ് അക്ബർ പറഞ്ഞു.

സ്വിച്ചിട്ടതു പോലെ അവർ ഇരിപ്പിടത്തിൽ നിന്ന് ചാടി എഴുന്നേറ്റു കൊണ്ട് പറഞ്ഞു.

''പ... പോ...ലീ...സോ?''

''അതെ...ഇരുന്നോളൂ.''

''സാ... റ.. ൻ... മാര്... ഇരിക്ക്... ഞാനിവിടെ നിന്നോളാം.''

''നിങ്ങളും ഇരുന്നോളൂ. ഞങ്ങൾ ചില കാര്യങ്ങൾ ചോദിച്ചറിയാനാണ് വന്നത്.''

''എന്താണ് സർ?''

''എന്താണ് സിസ്റ്ററുടെ പേര്?''

''അന്നമ്മ. അന്നമ്മ വർക്കി.''

''താങ്കൾ ഇവിടെ എത്ര കാലമായി ജോലി ചെയ്യുന്നു?''

''പന്ത്രണ്ട് വർഷം.''

''അതിനു മുൻപ്?''

''അറിയില്ല സർ. എന്നെ കർമ്മേലിൽ മഠത്തിൽ നിന്ന് അയച്ചതാണ്. ഞാനും ഒരു സുവിശേഷ പ്രവർത്തകയാണ്. ഇവിടെ വരും മുൻപ് നാവാപൂരിൽ ആയിരുന്നു.''

''ഞാൻ ചോദിക്കുന്നതിന് മാത്രം മറുപടി പറഞ്ഞാൽ മതി സിസ്റ്റർ.''

അക്ബർ സൗമ്യനായി അവരോട് പറഞ്ഞു.

''ഇരുപത്തിരണ്ട് കൊല്ലം മുൻപ് ഈ കോൺവെന്റ് ആരായിരുന്നു നടത്തിയിരുന്നത്? രേഖകൾ നോക്കി പറയാമോ?''

''ഓ.... അതിനെന്താ സർ?''

അവർ പുറത്തേക്ക് വീണു കിടന്ന സാരിത്തലപ്പ് ഇടതുകൈ കൊണ്ട് വലിച്ച് തലയിലേക്കിട്ട് മെല്ലെ എഴുന്നേറ്റു. അലമാര തുറന്ന് ഒരു തടിയൻ ഫയൽ നോക്കിയെടുത്ത് പൊടി തട്ടി കൊണ്ടുവന്ന് മേശപ്പുറത്ത് കൊണ്ടു വച്ചു. പേജുകൾ മറിച്ചു നോക്കിക്കൊണ്ട് അവർ പതിഞ്ഞ ശബ്ദത്തിൽ പറഞ്ഞു.

''സർ, ഫാദർ യോഹന്നാൻ.''

അക്ബർ തന്റെ വിരലുകൾ കൊണ്ട് മേശപ്പുറത്തു വച്ചിരുന്ന ഒരു പേപ്പർ വെയ്റ്റ് വട്ടം തിരിച്ചുകൊണ്ടിരുന്നു.

''അദ്ദേഹം ഇപ്പോൾ എവിടെയാണ്?''

''സർ, ഫാദർ പെൻഷനായി. ഇപ്പോൾ സഭയുടെ തന്നെ കൃപാ സദൻ എന്ന വാർദ്ധക്യവിശ്രമകേന്ദ്രത്തിലാണ്. ചില ന്യൂറോ പ്രോബ്ലംസ് ഉണ്ട്. അതുകൊണ്ട്...''

അവർ ആ വാചകം മുഴുമിപ്പിച്ചില്ല.

''അദ്ദേഹത്തിന് ഓർമ്മപ്പിശകോ സംസാരിക്കാൻ ബുദ്ധിമുട്ടോ അങ്ങനെ എന്തെങ്കിലും?''

''ഇല്ല സർ, അങ്ങനെ എന്തെങ്കിലും ഉള്ളതായി അറിയില്ല.''

''ഒ.കെ. എവിടെയാണ് നിങ്ങളുടെ ഈ കൃപാസദൻ?''

''അടുത്ത ബിൽഡിംഗ് ആണ് സർ. ഒരു മതിലിന്റെ വ്യത്യാസമേയുള്ളൂ.''

''ശരി ഞങ്ങൾക്ക് അദ്ദേഹത്തെ ഒന്നു കാണണം. ഒരു അപ്പോയ്ൻമെന്റ് തരപ്പെടുത്തുമോ?''

''ഞാൻ... ഞാനൊന്നു ചോദിക്കട്ടെ സർ.''

അവർ ലാന്റ് ഫോണിൽ കൃപാസദൻ എന്ന സ്ഥാപനവുമായി ബന്ധപ്പെടുന്നതും അനുവാദം തേടുന്നതും അക്ബർ നോക്കിയിരുന്നു.

വളരെ ശാന്തമായ ചുറ്റുപാടുള്ള ഒരു കെട്ടിടമായിരുന്നു കൃപാസദൻ എന്ന വൈദികരുടെ വാർദ്ധക്യകേന്ദ്രം. ഫാദർ യോഹന്നാനെ കാത്തിരുന്ന അക്ബറിനെ ഉണർത്തിയത് തങ്കച്ചന്റെ ശബ്ദമാണ്.

''സർ, ഇതാണ് ഫാദർ യോഹന്നാൻ.'' തങ്കച്ചൻ അക്ബറിനോട് പറഞ്ഞു.

ഒരാൾ സഹായിച്ചാണ് അച്ചൻ നടന്നു വന്നത്. ഒരു കസേരയിൽ ഇരുന്ന ശേഷം സഹായിയോട് പൊയ്ക്കൊള്ളാൻ ഫാദർ ആംഗ്യം കാണിച്ചു. അക്ബർ അദ്ദേഹത്തെ തൊഴുതു.

''ഇരിക്കൂ സർ.'' ആ വയോധികൻ അക്ബറിനോട് പറഞ്ഞു.

അക്ബർ അദ്ദേഹത്തിന് അഭിമുഖമായി ഇരുന്നു.

''സാറിനെന്താണ് അറിയേണ്ടത്?''

''എനിക്ക് അറിയേണ്ടത് ബീനയെക്കുറിച്ചാണ് ഫാദർ. പണ്ട് സെന്റ് മേരീസ് കോൺവെൻറിലെ ഫാനിൽ തന്റെ ജീവിതം അവസാനിപ്പിച്ച ബീന മാത്യൂസ് എന്ന പതിനഞ്ചു വയസ്സുകാരിയെപ്പറ്റി.''

ഫാദർ സംശയം നിഴലിക്കുന്ന ഭാവത്തോടെ തങ്കച്ചനെ നോക്കി.

''ഓഹോ, ഫാദർ കോളിൻസിനെപ്പറ്റി അറിയാനാണ് താങ്കൾ വന്നതെന്ന് ഞാൻ തെറ്റിദ്ധരിച്ചു. ഇതിപ്പോ...''

അക്ബർ ഫാദറിന്റെ മുഖത്തേക്ക് സൂക്ഷിച്ചു നോക്കി.

''ഫാദർ കോളിൻസിനെപ്പറ്റി ഫാദറിന് എന്താണ് എന്നോട് പറയാനുള്ളത്?'' ഫാദർ മെല്ലെ ചിരിച്ചു.

''ഹീ ഈസ് മൈ സൺ. ഞാൻ വളർത്തിയ എന്റെ കുട്ടി.''

''മനസ്സിലായില്ല.''

അക്ബർ വലതു കൈ കസേരയിൽ ഊന്നി മുന്നോട്ട് ആഞ്ഞിരുന്നു.

''മിസ്റ്റർ ഓഫീസർ കോളിൻസിനെ വളർത്തി വലുതാക്കിയത് ഞാനാണ്. ഫാദർ കോളിൻസാക്കിയത് ഞാനാണെന്ന്.''

ആ വയോധികന്റെ കണ്ണുകൾ ചുവന്നു കലങ്ങി. അയാളുടെ ഞരമ്പുകൾ ത്രസിച്ചു.

ഒമ്പത്

അല്പസമയത്തേക്ക് ഫാദർ പരിസരം മറന്നു. അയാളുടെ ഹൃദയമിടിപ്പിന്റെ താളം മാറിയത് അക്ബറിലെ പൊലീസുകാരൻ തിരിച്ചറിഞ്ഞു.

''ഫാദർ...''

അക്ബറിന്റെ ആ വിളി അദ്ദേഹത്തെ സ്വബോധത്തിലേക്ക് തിരികെ എത്തിച്ചു.

''സോറി, ഞാൻ.''

ഫാദർ മെല്ലെ മുഖം തിരിച്ചു.

''ഫാദർ കോളിൻസിനെ അച്ചന് എത്ര കാലമായി അറിയാം?''

''അവൻ ജനിച്ച അന്നു മുതൽ...''

ആ മറുപടി അക്ബറിനെ അക്ഷരാർത്ഥത്തിൽ നടുക്കാൻ പോന്ന ഒന്നായിരുന്നു.

''ഫാദർ ഒന്നു തെളിച്ചു പറയുമോ?''

''എന്റെ സുഹൃത്ത് മാത്യൂ തദേവൂസിന്റെ മകനായിരുന്നു കോളിൻസ്. കോളിൻസ് തദേവൂസ്. അവനെ പ്രസവിച്ചയുടനെ തന്നെ ആന്തരിക രക്തസ്രാവം നിലയ്ക്കാതെ അവന്റെ അമ്മ മേരി പോയി. കോളിൻസിന് ഏഴു വയസ്സുള്ളപ്പോഴാണ് മാത്യൂസിന് അർബുദം സ്ഥിരീകരിച്ചത്. വലിയ പ്ലാന്ററും മറ്റുമാണെങ്കിലും എല്ലാം തിരിച്ചറിഞ്ഞ് വന്നപ്പോഴേക്കും ഏറെ വൈകിപ്പോയിരുന്നു. അവസാന നാളുകളിലൊന്നിൽ എന്നോട് അവനൊരു കാര്യം പറഞ്ഞു. അല്ല, അഭ്യർത്ഥിച്ചു.''

''എന്തായിരുന്നു അത്?'' വർദ്ധിച്ചു വന്ന ജിജ്ഞാസ അടക്കി അക്ബർ ചോദിച്ചു.

''മാത്യൂസിന്റെ അപ്പൻ ദേവസ്സിപ്പാപ്പൻ മാത്യൂസിനെ ഒരു പുരോഹിതനായി കാണാൻ വളരെയധികം ആഗ്രഹിച്ചു. പക്ഷേ മേരിയുമായി പ്രണയത്തിലായിരുന്ന മാത്യൂസിന് അപ്പന്റെ ആഗ്രഹത്തെപ്പറ്റി അന്നൊന്നും ചിന്തിക്കാൻ പോലും പറ്റിയിരുന്നില്ല. പ്രായത്തിന്റെ എടുത്തു ചാട്ടം. അവസാനം മാത്യൂസിന്റെ വാശിക്ക് മുന്നിൽ അന്ന് അപ്പൻ തന്റെ ആഗ്രഹം അടിയറവച്ചു. മാത്യൂസിന്റെ വിവാഹം കഴിഞ്ഞ് ഒരു വർഷം തികയും മുൻപ് ഒരു ഹൃദയാഘാതം ദേവസിപ്പാപ്പനെ വിളിച്ചു കൊണ്ടു പോയി. താൻ രോഗഗ്രസ്തനായപ്പോഴാണ് മാത്യൂസ് തനിക്ക് തന്റെ മകൻ എങ്ങനെയോ അതുപോലെ തന്നെ തന്റെ അപ്പന് താൻ എത്ര മാത്രം പ്രിയങ്കരനായിരുന്നു എന്ന് മനസ്സിലായത്. പക്ഷേ അപ്പോഴേക്കും ഏറെ വൈകിപ്പോയിരുന്നു.''

ആ വൈദികൻ ഒന്നു ചുമച്ചു. അയാൾ ശ്വാസമെടുക്കാൻ പണിപ്പെടുന്നതു പോലെ തോന്നി. അല്പം അകലെ മാറി നിന്ന സഹായി ഓടി വന്ന് തന്റെ കീശയിൽ നിന്ന് ഒരു ഇൻഹെയ്‌ലർ ഫാദറിന് നൽകി. വായ്ക്കുള്ളിലേക്ക് Corticosteroids പമ്പു ചെയ്തു കൊണ്ട് അദ്ദേഹം കണ്ണുകൾ അടച്ച് അല്പസമയം ഇരുന്നു.

''അധികം സംസാരിക്കാനാവില്ല. ഇതാ, ഇപ്പോഴത്തെ അവസ്ഥ. ദാ, കണ്ടില്ലേ? ഈ പഥികന്റെ യാത്ര അധികകാലം നീളില്ല ഇനി...''

കഴുത്തിൽ കിടന്ന കരിശുമാല മെല്ലെ എടുത്ത് ചുംബിച്ചു കൊണ്ട് ഫാദർ യോഹന്നാൻ പറഞ്ഞു. കണ്ണുകൾ അടച്ച് തല പിന്നിലേക്ക് ചായ്ച്ച് ഫാദർ ഒന്നു കിടന്നു. അക്ബർ ക്ഷമയോടെ കാത്തു. ഇടയ്ക്ക് തല പിന്നിലേക്ക് തിരിച്ച് തങ്കച്ചനെ നോക്കി. അയാൾ അക്ഷോഭ്യനായി കൈകൾ ബന്ധിച്ച് നിൽപ്പാണ്.

''സർ...''

ഫാദർ യോഹന്നാൻ വിളിച്ചു. അക്ബർ വീണ്ടും ശ്രദ്ധാലുവായി.

''ലോകത്തെവിടെയും പോയി ചികിത്സ തേടാനുള്ള സമ്പത്തുണ്ടായിരുന്നു മാത്യൂസിന്. പക്ഷേ എന്തോ രക്ഷ കിട്ടില്ല എന്നയാൾക്കും തോന്നിയിട്ടുണ്ടാവാം. കോളിൻസിന്റെ എട്ടാം പിറന്നാളിന് ഒരാഴ്ച മുൻപ്, അവനെ പഠിപ്പിച്ച് വൈദികനാക്കണം അച്ചോ എന്നും പറഞ്ഞേച്ച് അവനങ്ങ് പോയി. കോളിൻസിനെ ഞാൻ ഇങ്ങോട്ട് കൂട്ടിക്കൊണ്ടുവന്നു. മൂന്നാം ക്ലാസ്സുമുതൽ ദാ ആ കാണുന്ന സ്കൂളിലാ അവൻ പഠിച്ചത്. ഒടുക്കം അച്ചൻ പട്ടം കിട്ടും വരെ ദാണ്ടെ, എന്റെ നിഴലായിരുന്നു അവൻ. കോളിൻസ്... അറിയുമോ നിങ്ങൾക്ക്?''

''അപ്പോൾ ബീന?'' അക്ബർ ചോദിച്ചു.

''ഹ, സാറ് പിന്നേം കറങ്ങിത്തിരിഞ്ഞ് അവിടേക്ക് തന്നെയാണല്ലോ വരുന്നത്.''

അസ്വസ്ഥതയോടെ ഫാദർ യോഹന്നാൻ പറഞ്ഞു.

''ഫാദർ, താങ്കളോടുള്ള എല്ലാ ബഹുമാനവും മുൻനിർത്തിക്കൊണ്ട് ഞാൻ പറയട്ടെ, ദയവു ചെയ്ത് എന്നോട് ഒന്നും മറയ്ക്കരുത്. താങ്കൾ അങ്ങനെ ചെയ്താൽ ഒരു പക്ഷേ രക്ഷപ്പെടാൻ പോകുന്നത് ഫാദർ കോളിൻസിന്റെ യഥാർത്ഥ കൊലയാളി ആയിരിക്കും. അതുകൊണ്ട് പ്ലീസ്...''

പക്ഷേ ഫാദർ ഒന്നും മിണ്ടിയില്ല. നിസ്സംഗമായ മൗനത്തോടെ അദ്ദേഹം മെല്ലെ എഴുന്നേറ്റ് തിരിഞ്ഞു നടക്കാൻ തുനിഞ്ഞു. അക്ബർ നിരാശയോടെ നെടുവീർപ്പിട്ടു കൊണ്ട് എഴുന്നേറ്റു.

''തങ്കച്ചാ വരൂ പോകാം.''

അക്ബർ തിരിഞ്ഞു നടന്നു. ഫാദർ ഒന്നു നിന്നു. എന്നിട്ടു വിളിച്ചു പറഞ്ഞു.

''മിസ്റ്റർ ഓഫീസർ, ഒന്നു നിൽക്ക്.''

അക്ബർ തിരിഞ്ഞു നോക്കിയതേയില്ല. പക്ഷേ നിന്നു.

''പറയാൻ പാടില്ലാത്ത ചില സത്യങ്ങളുണ്ട് സർ. അങ്ങനെ കുഴിച്ചു മൂടിയ സത്യങ്ങളുടെ മുകളിലാണ് ഈ സഭയടക്കം പല മത സംഘടനകളുടെയും നിലനിൽപു തന്നെ. അതൊന്നും പുറത്ത് പറയാൻ ഞാനെന്നല്ല ആരു വിചാരിച്ചാലും സാധിക്കില്ല. നിങ്ങൾക്ക് പോകാം. ഇനി ഈ ആവശ്യവുമായി ദയവു ചെയ്ത് ഈ പടി കടന്നു വരരുത്.

ഒരു വയോധികന്റെ അപേക്ഷയാണ് എന്നു കൂട്ടിയാൽ മതി. നിങ്ങളെ ദൈവം അനുഗ്രഹിക്കട്ടെ.''

''ദൈവം...''

അക്ബർ പിറുപിറുത്തു കൊണ്ട് വേഗത്തിൽ നടന്നു.

''ഈ കേസ് അന്വേഷണം അധികകാലം നീളില്ല തങ്കച്ചാ. നമ്മൾക്കുള്ള വാറോല ഇന്ന് വരും. എന്റെ മനസ്സു പറയുന്നു. താനാ ഫാദർ അവസാനം പറഞ്ഞ വാക്കുകൾ ശ്രദ്ധിച്ചില്ലേ?''

അക്ബറിന്റെ നിഗമനം ഏറെക്കുറെ ശരിവയ്ക്കുന്നതു പോലെ തന്നെ ഏതാനും മിനുട്ടുകൾ കഴിഞ്ഞപ്പോൾ അക്ബറിന്റെ മൊബൈൽ ഫോൺ ശബ്ദിച്ചു.

ഐ.ജി. മോഹൻദാസ്.

''കണ്ടോ ഞാൻ പറഞ്ഞില്ലേ? ഇത് അത് തന്നെയാവും, തീർച്ച...''

അക്ബർ ഒരു പ്രവചനം പോലെ പറഞ്ഞുകൊണ്ട് ആ ഫോൺ കോൾ അറ്റന്റ് ചെയ്തു.

''ഹലോ അക്ബർ, എ ബാഡ് ന്യൂസ് ഫോർ യു.''

മോഹൻ ഒരു മുഖവുരയോടെയാണ് സംഭാഷണം ആരംഭിച്ചത്.

''യെസ് സർ, ഞാൻ അത് പ്രതീക്ഷിച്ചിരിക്കുകയായിരുന്നു.''

''തനിക്ക് ദാ, ഒരാഴ്ച സമയം തന്നിരിക്കുന്നു മുകളിൽ നിന്ന്. അതിനുള്ളിൽ കേസ് തെളിയിച്ചില്ലെങ്കിൽ വേറെ ഏജൻസിയെ ആശ്രയിക്കാനാണ് തീരുമാനം. തന്റെ അന്വേഷണം ശരിയായ ദിശയിലല്ല എന്ന് കൊല്ലപ്പെട്ട ഫാദറിന്റെ സഭയിൽ നിന്ന് ആരൊക്കെയോ ശക്തമായിത്തന്നെ പരാതിപ്പെട്ടിട്ടുണ്ട്.''

അക്ബർ മറുപടി ഒന്നും പറഞ്ഞില്ല..

''ഹലോ, ഹലോ അക്ബർ... നീ കേൾക്കുന്നുണ്ടോ?''

''ഉവ്വ് സർ, കേൾക്കുന്നുണ്ട്. ഏഴു ദിവസമല്ലേ ഞങ്ങളുടെ ഡെഡ് ലൈൻ? പക്ഷേ ഞാൻ കൃത്യം അഞ്ചു ദിവസം കൊണ്ട് അന്വേഷണം തീർത്ത് കുറ്റപത്രം സമർപ്പിക്കും സർ. പക്ഷേ ഈ കേസിന്റെ കൺക്ലൂഷൻ അത്ര രസകരമാവില്ല സർ. ചില ആരാധനാവിഗ്രഹങ്ങൾ വീണുടയാൻ സാധ്യതയുണ്ട്.'' അക്ബർ മറുപടി പറഞ്ഞു.

''ഹ...ഹ ഉടയട്ടെടോ. കാത്തിരുന്നു കാണാം. എന്താണ് സംഭവിക്കുന്നതെന്ന്. ഒ.കെ. ദെൻ ഗോ എഹെഡ് മൈ ചൈൽഡ്. ബെസ്റ്റ് ഓഫ് ലക്ക്.''

മോഹൻ ഫോൺ വച്ചു.

''തങ്കച്ചാ, ഞാൻ പറഞ്ഞതുപോലെ തന്നെ സംഭവിച്ചു. നമ്മുടെ അന്വേഷണത്തിന് ഏഴു ദിവസത്തെ ഡെഡ് ലൈൻ മുകളിൽ നിന്ന്.''

''അയ്യോ, തീരെ സമയമില്ലല്ലോ സർ?''

''ഉം... ഈ ഉത്തരവ് പാസ്സാക്കിച്ചവർക്കും അതു തന്നെയല്ലേ വേണ്ടത്? ഞാൻ ഈ കേസ് അന്വേഷണം വിടണം. ഇപ്പോഴത്തെ നമ്മുടെ ലൈൻ ആരൊക്കെയോ ഭയപ്പെടുന്നുണ്ട് എന്ന് തീർച്ച.''

''ചിലപ്പോൾ എനിക്ക് തോന്നും ഈ ജോലി തന്നെ രാജി വച്ച് പോയാലോ എന്ന്. മടുത്തു സാർ ഈ സമ്മർദ്ദം.''

''തനിക്ക് ചിലപ്പോഴല്ലേ തോന്നിയിട്ടുള്ളു? എനിക്ക് പലപ്പോഴും തോന്നാറുണ്ട്.''

അക്ബർ ചിരിച്ചു കൊണ്ടു പറഞ്ഞു.

''സർ, അന്നത്തെ ബീന കേസുമായി ബന്ധപ്പെട്ട പഴയ പത്രവാർത്തകൾ കളക്ട് ചെയ്താൽ ഈ അന്വേഷണത്തിൽ എന്തെങ്കിലും പുരോഗതി കിട്ടുമോ?'' തങ്കച്ചൻ ചോദിച്ചു.

''ഇല്ല തങ്കച്ചാ. എനിക്കാ വാർത്തകളിൽ ഒരു വിശ്വാസവുമില്ല. ഒക്കെ ഫാബ്രിക്കേറ്റഡ് ആവും. ആരൊക്കെയോ ചേർന്ന് വളച്ചൊടിച്ച വാർത്തകൾ. നമ്മൾക്ക് മറ്റൊരാളെ കാണാം.''

''ആരെ?''

''ഫോറൻസിക് സർജനായിരുന്ന വാര്യർ സാറിനെ.''

''സാറ് പെൻഷനായിട്ട് ഇപ്പോ നാലഞ്ചു കൊല്ലമായില്ലേ? ഇപ്പോൾ എവിടെയാണോ ആവോ?''

തങ്കച്ചൻ പറഞ്ഞു.

''ഉം, സാറൊരു സർവ്വീസ് സ്റ്റോറി എഴുതുന്നുണ്ട്. എന്റെ ചില സ്റ്റേറ്റുമെന്റുകൾക്കായി ഒരു മാസം മുമ്പ് എന്നെ വിളിച്ചിരുന്നു. പഴയ സുമതി കൊലക്കേസ് സാറായിരുന്നു ഒട്ടോപ്സി റിപ്പോർട്ട് തയ്യാറാക്കിയത്. ഇപ്പോൾ ഭാര്യയ്ക്കൊപ്പം മകളുടെ കൂടെ പാലായിലാണ് താമസം.''

''എങ്കിൽ നമ്മൾക്ക് വാര്യർ സാറിനെ കൂടി കണ്ടിട്ടു പോകാം അല്ലേ സർ?''

''ഷുവർ. താൻ വണ്ടി വിട്.''

യാത്രാമദ്ധ്യേ അക്ബർ ഡോക്ടർ വാര്യരെ വിളിച്ച് നേരിൽ കാണാനുള്ള അനുമതി തേടി.

ആ വീടിന്റെ ഗേറ്റ് തുറന്ന് കിടക്കുകയായിരുന്നു. മുറിക്കയ്യൻ ബനിയനും കാവി മുണ്ടും കഴുത്തിലൊരു സ്വർണ്ണം കെട്ടിയ രുദ്രാക്ഷമാലയും ധരിച്ച് മുറ്റത്ത് ഉലാത്തുകയായിരുന്ന വാര്യർ പൊലീസ് വാഹനം കടന്നു വരുന്നതു കണ്ടിട്ടാവണം തന്റെ നടപ്പു നിർത്തി ആ വാഹനത്തിൽ ശ്രദ്ധയൂന്നി. പുറത്തിറങ്ങിയ അക്ബറിനെ കണ്ട് അദ്ദേഹത്തിന്റെ കണ്ണുകൾ വിടർന്നു.

''വാടോ, കയറി വാ.''

ആവേശത്തോടെ കൈകാട്ടി കൊണ്ട് വാര്യർ അവരെ ഇരുവരെയും മാടി വിളിച്ചു.

''ഓഹോ, ഹോംസും വാട്സണുമുണ്ടല്ലോ? അപ്പോൾ വരവ് ഒഫീഷ്യലാണ് അല്ലേ?''

''യെസ് സർ, എനിക്ക് ചിലത് അറിയാനുണ്ട്.''

നടന്നടുത്ത് വാര്യർക്ക് ഹസ്തദാനം ചെയ്തുകൊണ്ട് അക്ബർ പറഞ്ഞു.

''കയറി വാ, രണ്ടാളും. ഓരോ ചായ കുടിച്ചുകൊണ്ട് ആവാം സംസാരം.''

സ്നേഹപൂർവ്വം അക്ബറിനെയും തങ്കച്ചനെയും ക്ഷണിച്ചുകൊണ്ട് വാര്യർ പറഞ്ഞു. ഡോക്ടർ വാര്യരുടെ ഭാര്യ ആവി പറക്കുന്ന ചായയും ചൂടുള്ള പഴംപൊരിയും കൊണ്ടുവന്നു വച്ചു.

''കഴിക്കൂ രണ്ടാളും.''

''ആഹാ, തങ്കച്ചന്റെ ഫേവറിറ്റ് ഐറ്റം വന്നല്ലോ?''

അക്ബർ ഒരു നേരംപോക്ക് പറഞ്ഞു. ചായ കുടിച്ചു കൊണ്ടിരുന്നതിനിടയിൽ അക്ബർ ചോദിച്ചു.

''പഴയ ഒരു കേസിനെക്കുറിച്ച് ചിലത് അറിയണം സർ. ചിലർ അധികാരത്തിന്റെയും ആദ്ധ്യാത്മികതയുടെയും മറവിൽ കുഴിച്ചുമൂടിയ കുറച്ച് സത്യങ്ങൾ.''

''ഈ പറഞ്ഞ ഗണത്തിൽ പെടുന്നതാണ് ഇവിടുത്തെ എഴുപതു ശതമാനം കേസുകളും. അതിൽ ഏത് കേസാണ് അക്ബർ?''

''ഒരു ബീന മാത്യൂസിന്റെ... കുറച്ചു വർഷങ്ങൾ മുൻപ് സെന്റ് മേരീസ് കോൺവെന്റിലെ ഹോസ്റ്റൽ മുറിയിൽ ആത്മഹത്യ ചെയ്ത പതിനഞ്ചു വയസ്സുകാരി ബീന.''

''ബീന?''

ആ പേര് ഒന്ന് ആവർത്തിച്ച് ഉച്ചരിച്ച് വാര്യർ അല്പസമയത്തേക്ക് നിശ്ശബ്ദനായി. അക്ബറും തങ്കച്ചനും മുഖത്തോട് മുഖം നോക്കി.

വാര്യർ ഒന്നു ചിരിച്ചു.

''മനസ്സിലായി. എടോ ഈ സത്യത്തിനൊരു പ്രത്യേകതയുണ്ട്. അത് മൂടിവയ്ക്കാം. വളച്ചൊടിക്കാം. കുറച്ചു കാലം മാത്രം. പക്ഷേ കാലാകാലം അത് മുന്നോട്ടു പോവില്ല. എന്നെങ്കിലും അത് പുറത്തു വരും. താൻ ഒരു നിമിഷം ഒന്നു വെയ്റ്റ് ചെയ്യ്.''

വാര്യർ തന്റെ കൈയ്യിലിരുന്ന ചായക്കപ്പ് ടീപോയിയിലേക്ക് വച്ച് വീട്ടിനകത്തേക്ക് പോയി. കുറച്ചു നിമിഷങ്ങൾക്കകം ഒരു പേപ്പർ കെട്ടുമായി മടങ്ങിവന്നു.

''ദാ, സർവ്വീസ് സ്റ്റോറിക്കായി സമാഹരിച്ച ഞാൻ അറ്റന്റ് ചെയ്ത കേസുകളിലെ ഒട്ടോപ്സി റിപ്പോർട്ടുകളുടെ പകർപ്പുകളാണ് ഇത്.''

ആ കെട്ടിൽ നിന്ന് ഒരു പേപ്പർ പതിയെ പരതി എടുത്തുകൊണ്ട് അദ്ദേഹം പറഞ്ഞു.

''ദാ, ഇതാണ് താൻ തേടിവന്ന ബീന മാത്യൂസിന്റെ യഥാർത്ഥ റിപ്പോർട്ട്.''

''യഥാർത്ഥ റിപ്പോർട്ട്?''

''അതെ അക്ബർ, ഈ ഓട്ടോപ്സി റിപ്പോർട്ടായിരുന്നില്ല അന്ന് എസ് പി ആയിരുന്ന ജേക്കബ് പുന്നൂസും അസിസ്റ്റ് ചെയ്ത നാരായണപിള്ളയും കോടതിയിൽ സമർപ്പിച്ചത്. അന്ന് ആ മരണം ഒരു ആത്മഹത്യയാക്കി മാറ്റാൻ നാനാഭാഗത്തുനിന്നും സമ്മർദ്ദമുണ്ടായി. പള്ളി, സഭ, ഗവൺമെന്റ്, പൊലീസ്... ഇടപെടാത്തവർ ആരും തന്നെയുണ്ടായിരുന്നില്ലെന്നു സാരം. നീതി നിഷേധിക്കപ്പെട്ട ഒരു ആത്മാവിന്റെ രോദനം ഒരുപക്ഷേ ഈശ്വരൻ കേട്ടിട്ടുണ്ടാവും. അതുകൊണ്ടു തന്നെയാവും അക്ബർ, താൻ ഈ കേസിലേക്ക് വന്നതും.''

''അപ്പോൾ ബീന മാത്യൂസിന്റെ മരണം?''

''എനിക്ക് ഉറപ്പുണ്ട് അക്ബർ. അതൊരു കൊലപാതകമായിരുന്നു എന്ന്. താൻ അല്പം മുൻപ് പറഞ്ഞില്ലേ, കുഴിച്ചുമൂടിയ ചില സത്യങ്ങളെപ്പറ്റി? ഇത് അത്തരത്തിലൊന്നാണ് എന്ന് എനിക്ക് നൂറ് ശതമാനം ഉറപ്പുണ്ട്. താനീ ഭാഗം ഒന്നു വായിച്ചു നോക്ക്.''

ബീന മാത്യൂസിന്റെ ഒട്ടോപ്സി റിപ്പോർട്ടിലെ ചുവന്ന മഷി കൊണ്ട് അടിവരയിട്ട ഒരു പാരഗ്രാഫ് ചൂണ്ടിക്കാട്ടിക്കൊണ്ട് വാര്യർ പറഞ്ഞു.

''ശരീരത്തിൽ ബലപ്രയോഗത്തിന്റെ ലക്ഷണങ്ങൾ കണ്ടില്ല. ടി പെൺകുട്ടിയുടെ മുലക്കണ്ണുകളും അതിനു ചുറ്റുമുള്ള ഏരിയോളയും കറുത്ത നിറത്തിലാണ് കാണപ്പെട്ടത്. കൂടാതെ മുലക്കണ്ണുകൾക്കു ചുറ്റും മോണ്ട് ഗോമറീസ് ട്യൂബർക്കിൾസ് എന്നു വിളിക്കുന്ന ചെറിയ കുരുക്കൾ കാണപ്പെട്ടിരുന്നു.''

''എന്താണ് അതിനർത്ഥം?''

അക്ബർ മുഖമുയർത്തിക്കൊണ്ടു ചോദിച്ചു.

''അക്ബർ, അതിനർത്ഥം ആ പെൺകുട്ടി ഗർഭിണിയായിരുന്നു എന്നു തന്നെയാണ്.''

മുലക്കണ്ണിന് ചുറ്റിലുമുള്ള ചെറിയ കുരുക്കൾ നോക്കി ഒരു പെൺകുട്ടി ഗർഭിണിയാണോ എന്ന കൺക്ലൂഷൻ? അത് പണ്ടുമുതലേ അമ്മമാർ ഒക്കെ ചെയ്യുന്ന ഒന്നാണ്. മുലക്കണ്ണിലെ ഇരുണ്ട പ്രദേശത്തിന് ചുറ്റും ചെറിയ ചാലു പോലെ കാണപ്പെടുന്ന സെബാസിയസ് എന്ന ഓയിൽ ഗ്രന്ഥികളാണ് മോണ്ട്ഗോമറിയുടെ പിന്നിൽ. ഗർഭിണികളായ സ്ത്രീകളിൽ 30 മുതൽ 50 ശതമാനം വരെ മോണ്ട്ഗോമറിയുടെ കുരുക്കൾ ഉണ്ടാവുന്നതായി പഠനങ്ങൾ കണ്ടെത്തിയിട്ടുണ്ട്. അതിന്റെ അടിസ്ഥാനത്തിൽ ആ പെൺകുട്ടിയുടെ ജനനേന്ദ്രിയം പരിശോധിച്ച ഞാൻ

അക്ഷരാർത്ഥത്തിൽ ഞെട്ടി അക്ബർ. കാരണം പതിനഞ്ചു വയസ്സുള്ള ആ കൊച്ചു പെൺകുട്ടിയുടെ ജനനേന്ദ്രിയം ഒരു വിവാഹിതയുടേതെന്ന പോലെ അയവുള്ളതായിരുന്നു. ഞാൻ ഗർഭപാത്രം പരിശോധിക്കാൻ തന്നെ തീരുമാനിച്ചു. ഗർഭപാത്രം യോനിയുടെ മുകളറ്റത്തു നിന്ന് അണ്ഡാശയത്തോടും അണ്ഡവാഹിനിക്കുഴലിനോടും ഒപ്പം മുറിച്ചുമാറ്റി. ഗർഭപാത്രത്തിന് സാധാരണ പതിനഞ്ചുകാരിയിൽ കാണേണ്ടുന്നതിൽ കവിഞ്ഞ വലിപ്പമുണ്ടായിരുന്നു. ഞാൻ ഗർഭപാത്രം മുറിച്ചു നോക്കി. പതിനാറ് സെന്റീമീറ്റർ വലിപ്പമുള്ള ഒരു കുട്ടിയുണ്ടായിരുന്നു അതിനുള്ളിൽ. ലിംഗം തിരിച്ചറിഞ്ഞു. പെൺകുട്ടി. പതിനാറിന്റെ വർഗ്ഗമൂലം നാല്. നാല് മാസം ഗർഭിണി.''

വാര്യരുടെ വിവരണം കേട്ടുകൊണ്ടിരുന്ന അക്ബർ ചോദിച്ചു:

''ബീനയുടെ കഴുത്തിൽ കുരുക്കു മുറുകിയതല്ലാതെ മറ്റ് അടയാളങ്ങൾ എന്തെങ്കിലും കണ്ടിരുന്നതായി...?''

''ഞാൻ അതിലേക്കു തന്നെയാണ് വരുന്നത് അക്ബർ.''

വാര്യരുടെ മറുപടി കേട്ട് അക്ബറും തങ്കച്ചനും കാതു കൂർപ്പിച്ചു.

പത്ത്

വാര്യർ തുടർന്നു.

''ബോഡിയുടെ കഴുത്തിന്റെ പിന്നിലെ കശേരുക്കളെ ഞെരിച്ചുടച്ച് അമർന്നു കണ്ട അടയാളങ്ങളിൽ നിന്ന് ഒരു തുകൽ ബെൽറ്റിന്റെ അടയാളവും ഞാൻ വേർതിരിച്ചറിഞ്ഞതാണ്. കഴുത്തിൽ ബെൽറ്റ് മുറുക്കി കൊല ചെയ്ത ശേഷം ആ പെൺകുട്ടിയെ കെട്ടിത്തൂക്കിയതാണെന്ന് അന്നേ എനിക്ക് പകൽ പോലെ വ്യക്തമായിരുന്നു.''

അക്ബർ ചോദിച്ചു. ''സാർ അന്നതെല്ലാം റിപ്പോർട്ട് ചെയ്തതല്ലേ?''

''യെസ് അക്ബർ. ഞാൻ വള്ളിപുള്ളി വിടാതെ എല്ലാം ഉൾക്കൊള്ളിച്ചു കൊണ്ടാണ് റിപ്പോർട്ട് സമർപ്പിച്ചത്. ഇന്ന് ഡോക്ടർ നിരുപമയുടെ റിപ്പോർട്ടിൽ പിടിച്ച് താൻ ദാ, ഇന്ന് ഇവിടെ എന്റെ മുൻപിൽ വന്നിരിക്കുന്നില്ലേ...? അന്ന് ഇങ്ങനെ തന്നെപ്പോലെ നട്ടെല്ലുള്ള ഒരു ഓഫീസർ പോലും ഉണ്ടാവാതെ പോയി. ഒക്കെ ഖദറും പണവും കണ്ടാൽ പഞ്ചപുച്ഛമടക്കി നിൽക്കുന്ന വെറും ഏറാൻ മൂളികൾ. അക്ബറേ, താൻ ആൺകുട്ടിയാ. അതുകൊണ്ടുതന്നെ എനിക്ക് തന്നെ വലിയ ഇഷ്ടമാണെടോ. ആ, ബാക്കി പറഞ്ഞില്ലല്ലോ. അന്ന് കേരളരമയും രാജ്യദീപികയും ഒക്കെ ഘോരഘോരം എഡിറ്റോറിയലുകൾ എഴുതി. പൊലീസ് സർജൻ മാധവ വാര്യർ മദ്യപാനിയാണെന്നും. ഡ്യൂട്ടി സമയത്ത് മദ്യപിച്ച് വെളിവില്ലാതെ ചെയ്ത ബീനമാത്യൂസിന്റെ

ഒട്ടോപ്സി റിപ്പോർട്ട് അബദ്ധജടിലമാണെന്നും അവർ സമർത്ഥിച്ചു. അതിൽ അവർ വിജയം കാണുകയും ചെയ്തു.

ഒരാഴ്ച. അതെ, ആ പെൺകൊച്ചിനെ അടക്കം ചെയ്ത് ഒരാഴ്ച കഴിഞ്ഞപ്പോൾ പാലക്കാട് നിന്നും സ്പെഷ്യൽ ഓർഡർ വാങ്ങി അവിടത്തെ ഫോറൻസിക് സർജൻ സാറാമ്മ തോമസിനെ കൊണ്ടുവന്ന് ജീർണ്ണിച്ചു തുടങ്ങിയ ആ മൃതശരീരത്തിൽ എക്സ്ഹ്യൂമേഷൻ നടത്തി, ആ റിപ്പോർട്ട് കോടതിയിൽ സബ്മിറ്റ് ചെയ്തു. രണ്ടു കണ്ണുകളും തുണികൊണ്ട് മറച്ച് നീതിദേവത വാദം കേട്ടു. അവസാനം നിർണ്ണായകമായ ആ വിധി വന്നു. ബീന മാത്യൂസ് എന്ന പതിനഞ്ചുകാരി കാമുകനായ പള്ളിയിൽ പെയിന്റ് പണിക്ക് വന്ന ഒരു ചെറുപ്പക്കാരനിൽ നിന്നു ഗർഭം ധരിച്ചു. അവൻ വിവരമറിഞ്ഞ് കയ്യൊഴിഞ്ഞപ്പോൾ മനം നൊന്ത് ഫാനിൽ കെട്ടിത്തൂങ്ങി അവൾ ജീവനൊടുക്കി. കൃത്യമായി ഏതോ ഒരു ഗതികെട്ടവൻ കേസിൽ കുടുങ്ങുകയും ചെയ്തു. ആ പെയിന്റു പണിക്കാരൻ ചെക്കൻ. അക്ബറേ, തനിക്കറിയാമോ, അതിനെ തെമ്മാടിക്കുഴിയിൽ അടക്കാതിരിക്കാൻ ആ കൊച്ചിന്റെ വീട്ടുകാർ വരെ അവസാനം എല്ലാം സമ്മതിച്ചു.''

അക്ബർ സാകൂതം വാര്യരുടെ വിവരണം കേട്ടിരുന്നുയ എന്നിട്ട് ചോദിച്ചു.

''സർ, ഞാനൊന്ന് ചോദിക്കട്ടെ. തെറ്റാണെങ്കിൽ ക്ഷമിക്കണം. ഇത്രയും കേട്ടതു വച്ച് മനസ്സിൽ തോന്നിയ സംശയമാണ്.''

''താനാ ചോദ്യം ചോദിക്കാതെ തന്നെ തനിക്കുള്ള മറുപടി ഞാൻ തരാം അക്ബർ. ബീന മാത്യൂസിന്റെ കഥയിലെ യഥാർത്ഥ വില്ലൻ അയാളാണ്. താൻ ഇപ്പോൾ ആരെപ്പറ്റിയാണോ അന്വേഷിക്കുന്നത്, അയാൾ. ഫാദർ കോളിൻസ് തദേവൂസ്. അതെനിക്ക് അന്നേ മനസ്സിലായതാണ്. പക്ഷേ അയാളെ സംരക്ഷിക്കാൻ ഒരു സഭയും ഗവൺമെന്റും ചേർന്ന് ചിറകു വിരിച്ചു നിന്നു.''

അതു കേട്ട അക്ബറിന് ഭാവമാറ്റം ഒന്നും ഉണ്ടായില്ല. അയാൾ പ്രതീക്ഷിച്ച മറുപടി തന്നെയാണ് വാര്യർ പറഞ്ഞതും. പക്ഷേ അക്ബറിന്റെ തൊട്ടുപിന്നിൽ നിന്ന തങ്കച്ചൻ നടുങ്ങി. കാരണം ഫാദർ കോളിൻസിന് അങ്ങനെ ഒരു മുഖമുണ്ടെന്ന ചിന്ത തങ്കച്ചന്റെ വന്യമായ സ്വപ്നത്തിൽ പോലും ഉണ്ടായിരുന്നില്ല.

''അക്ബർ ഒരാളെ താനൊന്നു കാണണം. ഒരു സിസ്റ്ററായിരുന്നു അവർ. ചില വ്യക്തിപരമായ കാരണങ്ങളാൽ അഞ്ച് വർഷം മുൻപ് അവർ തിരുവസ്ത്രം ഊരി. പക്ഷേ നമ്മൾ ഇപ്പോൾ പറഞ്ഞ ഈ സംഭവങ്ങൾ നടക്കുന്ന സമയം അവർ ആ കോൺവെന്റിലുണ്ടായിരുന്നു. ബീനയുടെ തൊട്ടടുത്ത മുറിയിലെ അന്തേവാസിയായിരുന്നു അവർ. സിസ്റ്റർ നിർമ്മല. ഇന്ന് അവർ അനിതയാണ്. അനിതാ വർഗ്ഗീസ്.''

''ഓഹോ, ഞാൻ അവരെഴുതിയ ഒരു പുസ്തകം വായിച്ചിട്ടുണ്ട് സർ.''

അക്ബർ പറഞ്ഞു.

''ഉം... ആളുടെ നമ്പർ ഞാൻ തരാം. അവർക്ക് തന്നെ കുറച്ചു കൂടി സഹായിക്കാൻ സാധിച്ചേക്കും.''

''ബട്ട് സർ, ബീന മാത്യൂസ് കേസിന്റെ ഒരു റീ ഓപ്പണല്ല ഞാൻ ഉദ്ദേശിക്കുന്നത്. ആ മരണത്തിന്റെ പിന്നാലെ പോയിട്ട് പ്രയോജനവുമില്ല. എനിക്ക് വേണ്ടത് ഫാദർ കോളിൻസിന്റെ ഒരു വ്യക്തമായ ചിത്രമാണ്. അയാളുടെ ശത്രുക്കൾ, മിത്രങ്ങൾ, പിന്നിട്ട വഴികൾ, ജീവിത സാഹചര്യം, സ്വഭാവം, അങ്ങനെ അങ്ങനെ... അങ്ങനെയാണ് വാസ്തവത്തിൽ ഞാനീ സംഭവത്തിലേക്ക് എത്തിച്ചേർന്നത്.''

അക്ബർ മെല്ലെ എഴുന്നേറ്റു കൊണ്ട് പറഞ്ഞു.

''ഓകെ ദെൻ... അക്ബർ താനേതായാലും ആ പഴയ സിസ്റ്റർ നിർമ്മലയെക്കൂടി ഒന്നു കണ്ടേക്ക്. ഈ പറഞ്ഞ വിഷയത്തിൽ ഏതെങ്കിലും ഒരു തരത്തിൽ അവരുടെ സ്റ്റേറ്റ്മെൻറുകൾ പ്രയോജനപ്പെട്ടേക്കാം. അവർ പറയുന്ന വിവരങ്ങൾ അവരുടെ സ്വന്തം അനുഭവം തന്നെയല്ലേ?''

''ഓകെ, സർ ലെറ്റ് മീ സീ...''

''അക്ബർ, ആരെയും കൂസാതെ മുന്നോട്ട് പോവുക.''

സ്നേഹമസൃണമായ ഒരുപദേശം പോലെ വാര്യർ അക്ബറിനോട് തോളിൽ തട്ടി വാത്സല്യത്തോടെ പറഞ്ഞു.

അക്ബറും തങ്കച്ചനും കയറിയ വാഹനം തന്റെ കണ്ണിൽനിന്നു മറയുംവരെ ഡോക്ടർ വാര്യർ നോക്കി നിന്നു.

''തീയാണ് അവൻ... അക്ബർ... മറവിയുടെ ഇരുണ്ട ശവപ്പറമ്പുകളിൽ കുഴിച്ചു മൂടിയ പലതും ഇനി നീതിയുടെ പകൽവെളിച്ചം കാണും!''

അയാൾ ആത്മഗതം പോലെ പിറുപിറുത്തു.

വീണ്ടും ഒരു പകൽ കൂടി കടന്നു പോയി.

ഉറക്കമില്ലാതെ ആ രാത്രിയുടെ അന്ത്യയാമങ്ങളിൽ അക്ബർ തന്റെ അതുവരെയുള്ള അന്വേഷണം വിശകലനം ചെയ്യുകയായിരുന്നു. പല ചോദ്യങ്ങളും അയാളുടെ ബോധമണ്ഡലത്തിൽ ഉത്തരം കിട്ടാതെ അലഞ്ഞു കൊണ്ടിരുന്നു. അറിഞ്ഞതൊക്കെയും അവിടെയും ഇവിടെയും തൊട്ട ചിലതു മാത്രം.

ആര്, എന്തിന് എന്നീ ചോദ്യങ്ങൾ അക്ബറിനെ വല്ലാതെ അലട്ടി. കേസിന്റെ അന്വേഷണ പുരോഗതിക്കുതകുന്ന യാതൊന്നും നാളിതുവരെ കണ്ടെത്തിയിട്ടില്ല. ആകെ കിട്ടിയത് മാർട്ടിൻ എന്ന വാടകഗുണ്ടയുടെ സാന്നിദ്ധ്യമാണ്. അവൻ മിസ്സിംഗും! ഇരുട്ടിൽ തപ്പുന്നതു പോലെയുള്ള ചില തെളിവുകൾ.

ക്രിസ്മസ് തലേന്ന് ഫാദർ സഞ്ചരിച്ച വഴികൾ, കണ്ട ആളുകൾ, കടന്നുപോയ സാഹചര്യങ്ങൾ.. എല്ലാം തിരശ്ശീലയിൽ കൂടി ചലച്ചിത്രം എന്ന പോലെ അക്ബറിന്റെ ചിന്തകളിൽക്കൂടി കടന്നു പോയി. 'ബീന മാത്യൂസിന് സംഭവിച്ച ദുരവസ്ഥയിൽ ഫാദർ കോളിൻസ് തദേവൂസിന്റെ പങ്ക് സുവ്യക്തമാകുന്നു.' അക്ബർ മന്ത്രിച്ചു. ഏതൊരു സാധാരണക്കാരനെയും പോലെ ബീന മാത്യൂസിന് വേണ്ടി സഭയും മേലാളന്മാരും ചേർന്ന് കുറ്റവാളിയാക്കിയ ആ മനുഷ്യനെ വേണമെങ്കിൽ തന്റെ സംശയത്തിന്റെ മുൾമുനയിൽ നിർത്താവുന്നതാണ്.

പക്ഷേ, ഫാദർ കോളിൻസിന്റെ ആന്തരികാവയവങ്ങളുടെ ലാബ് പരിശോധനാഫലം വന്നിട്ടുണ്ട്. അതിൽ ആൽക്കഹോളിന്റെ സാന്നിദ്ധ്യം അക്ബറിനെ അദ്ഭുതപ്പെടുത്തിക്കളഞ്ഞു. ഫാദർ കോളിൻസ് ഒരു മദ്യപാനിയേ അല്ല എന്നും മദ്യപാനശീലത്തെ നഖശിഖാന്തം എതിർക്കുന്നയാളാണെന്നും കപ്യാർ അച്ചൻകുഞ്ഞിന്റെ മൊഴിയിൽ പറഞ്ഞിട്ടുമുണ്ട്.

ഫാദറിന്റെ മുറിയിലെ ചവറ്റുകുട്ടയിൽ നിന്നു ലഭിച്ച പ്ലാസ്റ്റിക് കവറിൽ നിന്നു ലഭിച്ച രക്തത്തുള്ളികളുടെ പരിശോധനാ ഫലം വന്നതും അങ്ങേയറ്റം നിഗൂഢമായി അക്ബറിന് തോന്നി.

ഫാദർ കോളിൻസിന്റെ ബ്ലഡ് ഗ്രൂപ്പ് എ പോസിറ്റീവാണ്. പക്ഷേ ആ കവറിൽ നിന്നു കിട്ടിയത് രണ്ട് ഗ്രൂപ്പുകളിൽ പെട്ട രക്തസാമ്പിളുകളാണ്. എ പോസിറ്റീവും ബി നെഗറ്റീവും. അതിൽ എ പോസിറ്റീവ് ഫാദറിന്റെ തന്നെയെന്ന് അക്ബർ ഉറപ്പിച്ചു. പക്ഷേ ബി നെഗറ്റീവ് ഗ്രൂപ്പ് ആരുടേതാകും? തീർച്ചയായും അത് കൊലയാളിയുടേതാകും. ഇനി ഉറപ്പിക്കാം ഒരിക്കലും അത് കോടാലിമാർട്ടിയല്ല. കാരണം മാർട്ടിയുടെ ബ്ലഡ്ഗ്രൂപ്പ് ഒ പോസിറ്റീവ് ആണെന്ന് പൊലീസിന്റെ രേഖകളിൽ നിന്ന് അക്ബറിന് മനസ്സിലായിരുന്നു.

കണ്ണുകൾ അടഞ്ഞു വരുന്നുണ്ട്. അക്ബർ സമയം നോക്കി. മൂന്ന് മുപ്പത്തിയഞ്ച്. ഫയലുകൾ അടച്ചു വച്ച് കണ്ണടച്ച് തല പിന്നിലേക്കാക്കി അല്പസമയം ഇരുന്നു.

ഫാദർ കോളിൻസിന്റെ ചിരിക്കുന്ന മുഖം അക്ബറിന്റെ ബോധമണ്ഡലത്തിൽ മെല്ലെ തെളിഞ്ഞു. നീലനിറമുള്ള കുപ്പായമണിഞ്ഞ ഒരു സാന്റാക്ലോസിനെയാണ് പിന്നീട് അക്ബർ കണ്ടത്. അയാളുടെ ഒരു കൈയിൽ രക്തം പുരണ്ട ഒരു കഠാരയും മറുകൈയിൽ ഫാദർ കോളിൻസിന്റെ ശിരസ്സും അക്ബർ വ്യക്തമായി കണ്ടു. സാന്റാ രക്തം പുരണ്ട ആ കഠാരമുന അക്ബറിനു നേർക്ക് നീട്ടി. ഞെട്ടിപ്പിടഞ്ഞെഴുന്നേറ്റ അക്ബർ കിതച്ചു.

കാരണമെന്തെന്നറിയാത്ത വിചിത്രമായ ആ സ്വപ്നത്തിന്റെ പൊരുളെന്താവും?

“അക്ബർ, ഇതു വരെയുള്ള തന്റെ അന്വേഷണം ശരിയായ വഴിയിൽ ത്തന്നെയാണ് എന്നതിന്റെ തെളിവാണെടോ ഈ കിട്ടിയ ഡെഡ് ലൈൻ. താൻ അവർ അനുവദിച്ചു തന്ന സമയത്തിനും ഒരു മണിക്കൂർ എങ്കിലും മുൻപേ ഈ കേസ് വൈൻഡ് അപ്പ് ചെയ്യുമെന്ന് എനിക്ക് നൂറ്റൊന്നു ശതമാനം ഉറപ്പുണ്ട്.”

മോഹൻ പറഞ്ഞു. പക്ഷേ അക്ബർ ചിന്താധീനനായിരുന്നു.

“സർ, ആ പ്ലാസ്റ്റിക് കവറിലെ ബി നെഗറ്റീവ് രക്തം ആരുടെതാണോ, അയാൾക്കീ കൊലപാതകത്തിൽ വ്യക്തമായ പങ്കുണ്ട്. അത് കാപ്പിരി തുരുത്തിൽ നിന്നുള്ളയാളാണോ അതോ മറ്റാരെങ്കിലുമാണോ എന്നു മാത്രം ഉറപ്പിച്ചാൽ മതി. ഏതായാലും പ്രതി യുവാവാണ് സർ. ഇരുപത്തിയഞ്ചിനകത്ത് പ്രായം. പക്ഷേ അയാളുടെ ഫിംഗർ പ്രിന്റുകളൊന്നും ക്രൈം സീനിൽ നിന്നു കിട്ടിയിട്ടില്ല. രക്തസാമ്പിളുകളുടെയും പിന്നെ ച്യൂയിങ്ഗമ്മിലെ സലൈവയിൽ നിന്നുമുള്ള ഡി എൻ എ കണങ്ങളുടെ പരിശോധനാ ഫലത്തിനായി വെയ്റ്റ് ചെയ്യുകയാണ് ഞാൻ.”

“അക്ബർ... ആ പാസ്റ്റിക് കവറിൽ രക്തത്തുള്ളികൾ എങ്ങനെ വന്നു? കൊലയാളി യുവാവായിരിക്കും എന്നു പറയാൻ എന്താണ് കാരണം?” മോഹൻ ചോദിച്ചു.

“സർ, രക്തത്തിന് പ്രായത്തിനനുസരിച്ച് നേരിയ മാറ്റങ്ങൾ സംഭവിക്കാറുണ്ട്. പ്രായം ശരീരത്തിലെ മൊത്തം വെള്ളത്തിന്റെ സാന്നിദ്ധ്യത്തിൽ കുറവു വരുത്തുന്നു. ഇതിന്റെ ഭാഗമായി രക്തപ്രവാഹത്തെ അത് ഗണ്യമായി സ്വാധീനിക്കാറുമുണ്ട്. നമ്മൾക്ക് കിട്ടിയ സാമ്പിളുകളുടെ ലാബ് റിസൾട്ടാണ് ഞാൻ പറഞ്ഞത്. പിന്നെ മറ്റൊന്നുകൂടിയുണ്ട്. ആ കണ്ടെത്തലാണ് കൊലപാതകിയുടെ പ്രായത്തിലേക്ക്, അതിലുപരി മാനസിക നിലയിലേക്ക് എന്നെ കൊണ്ടുചെന്ന് എത്തിച്ചതും. ഫാദർ കോളിൻസ് കൊല്ലപ്പെട്ടിരിക്കുന്നത് ശ്വാസംമുട്ടി തന്നെയാണ്. സാധാരണ ഗതിയിൽ നമ്മുടെ രാജ്യത്ത് പൊതുവേ അത്തരം കൊലപാതകങ്ങൾ നടത്തുന്നവർ തലയിണ ഉപയോഗിക്കും. അതല്ലെങ്കിൽ ശ്വാസമെടുക്കാൻ ആവാത്ത വിധം മൂക്കും വായും അടച്ച് പിടിക്കും, അല്ലേ?”

“അതെ.”

“എങ്കിൽ ഇവിടെ ഫാദർ കോളിൻസിനെ കൊല്ലാൻ ഉപയോഗിച്ചിരിക്കുന്നത് പ്ലാസ്റ്റിക് ക്യാരിബാഗാണ്. ഈ സങ്കേതം ഉപയോഗിച്ച് ആളുകളെ വകവരുത്തുന്നത് യൂറോപ്യൻ രീതിയാണ്. ഇവിടെ അത് നടക്കണമെങ്കിൽ അതിനെപ്പറ്റി അവഗാഹം വേണം. കാരണം പ്ലാസ്റ്റിക് ബാഗ് കില്ലിംഗ് നമ്മുടെ നാട്ടിൽ അത്ര സുപരിചിതമായ ഒരു മെത്തേഡ് അല്ല എന്നത് അറിയാമല്ലോ. ഇംഗ്ലീഷ് പോലെയുള്ള പാശ്ചാത്യ സിനിമകളിൽ ഇതുപോലെയുള്ള രീതികൾ പ്രതിപാദിക്കുന്നുണ്ട്. പക്ഷേ അത് കണ്ടു പഠിച്ച് ഇവിടെ അത് അനുവർത്തിച്ചു എങ്കിൽ സർ,

ഡാം ഷുവർ അയാൾ ഒരു യുവാവാണ്. ആറടി ഉയരമുള്ള, കരു ത്തനായ, സിനിമകൾ സ്ഥിരമായി കാണുന്ന ഒരു യുവാവ്.''

അക്ബറിന്റെ വെളിപ്പെടുത്തലുകൾ കേട്ട് മോഹൻ പറഞ്ഞു. ''വെൽഡൺ ഹോംസ്.''

''ഹ... ഹ...'' അക്ബർ ചിരിച്ചു..

''സോറി സർ. ഹോംസിനെപ്പോലെ ഹോംസ് മാത്രമേയുള്ളൂ. അയാളുടെ ബുദ്ധികൂർമ്മത, നിരീക്ഷണ പാടവം ഇതിന്റെയൊന്നും നൂറിൽ ഒരു അംശം പോലും എനിക്കില്ല. കിട്ടുന്ന തെളിവുകൾ വച്ച് ഇങ്ങനെ ഓരോ നിഗമനങ്ങളിൽ എത്തിച്ചേരുന്നു എന്നു മാത്രം. ഒരു ഡ്യൂപ്ലിക്കേറ്റ് ഹോംസ് ആകുന്നതിലും നല്ലത് ഞാനായിത്തന്നെയിരിക്കു ന്നതല്ലേ സർ?'' അക്ബർ പറഞ്ഞു.

''സോ... ഇന്നെന്താണ് ഇനി പ്ലാൻ?''

''വാര്യർ സാർ പറഞ്ഞ സിസ്റ്റർ നിർമ്മലയെ, സോറി അനിത വർഗ്ഗീ സിനെ കാണണം. ഫാദറിനെപ്പറ്റി എന്തെങ്കിലും കൂടി അറിയുവാൻ പറ്റിയാലോ?''

''ആയിക്കോട്ടെ. എവിടെ തന്റെ വലംകൈ?''

''രാവിലെ ഒരു ദൗത്യമേൽപ്പിച്ചു വിട്ടതാണ് സർ. ഉടനെ എത്തു മെന്ന് മെസ്സേജുണ്ട്. ഞാൻ എങ്കിൽ അങ്ങോട്ട്...''

അക്ബർ മോഹനോട് യാത്ര പറഞ്ഞിറങ്ങി.

ഓഫീസിന് മുൻപിൽ തങ്കച്ചൻ അക്ബറിനെ കാത്ത് അക്ഷമനായി നിൽക്കുന്നുണ്ടായിരുന്നു.. അയാളുടെ മുഖഭാവത്തിൽ നിന്ന് പ്രധാന പ്പെട്ട എന്തോ ഒന്ന് പറയാനുണ്ടെന്ന് അക്ബറിന് തോന്നി.

''എന്തായി പോയ കാര്യം?'' അക്ബർ ചോദിച്ചു.

''ആളെ കിട്ടി സർ.'' തങ്കച്ചൻ പറഞ്ഞു.

''മാർട്ടി?''

''യെസ് സർ. പക്ഷേ നമ്മൾക്ക് അയാളിൽ നിന്നും ഒന്നും അറി യാൻ പറ്റില്ല സർ. ഗവൺമെന്റ് ഹോസ്പിറ്റൽ മോർച്ചറിയിലാണ് മാർട്ടി യുള്ളത്. അയാൾ മരിച്ചിട്ട് പതിനെട്ട് മണിക്കൂറുകൾ കഴിഞ്ഞിരിക്കുന്നു സർ.''

''വാട്ട്?'' അക്ബർ അമ്പരന്നു.

പതിനൊന്ന്

''**അ**തെ സർ. ആത്മഹത്യയാണെന്നാണ് പ്രൈമറി റിപ്പോർട്ട്. ട്രെയി നിന് മുൻപിൽ ചാടിയിട്ട്. പാളത്തിൽ നിന്നും പിന്നെ റെയിൽവേ ബ്രിഡ്ജിന്റെ അടിയിൽ നിന്നുമൊക്കെയായിട്ടാണ് ശരീരഭാഗങ്ങൾ

കിട്ടിയിരിക്കുന്നത്. ആളെ ഐഡന്റിഫൈ ചെയ്തത് രണ്ട് മണിക്കൂർ മുൻപാണ്.''

''ആരാണ് തിരിച്ചറിഞ്ഞത്?''

''അത് ആശുപത്രിയിലെ ഒരു ജീവനക്കാരനായ ആന്റോയാണ് സർ. അയാളുടെ ഒരു അകന്ന ബന്ധു കൂടിയാണ് ഈ മാർട്ടി.''

''ഇതൊരു ആത്മഹത്യയാണെന്ന് ഞാൻ വിശ്വസിക്കുന്നില്ല തങ്കച്ചാ.''

''സർ മൃതദേഹത്തിൽ നിന്നു പ്രത്യേകിച്ചൊന്നും കിട്ടിയിട്ടില്ല. ശരീരം ആകെ ഛിന്നഭിന്നമായിപ്പോയി.''

''അപ്പോൾ ആ വഴിയും അടഞ്ഞു, അല്ലേ തങ്കച്ചാ. എ ഡെഡ് എൻഡ്.''

അക്ബർ തന്റെ കൈകൾ കൂട്ടിത്തിരുമ്മിക്കൊണ്ട് തുടർന്നു.

''അവൻ ആത്മഹത്യ ചെയ്യില്ല തങ്കച്ചാ. എല്ലാം കൂടി കൂട്ടി വായിക്കുമ്പോൾ എവിടെയൊക്കെയോ ചില പൊരുത്തക്കേടുകൾ എനിക്ക് ഫീൽ ചെയ്യുന്നു. ഈ മരണം, ഇതുമൊരു കൊലപാതകമാണെന്ന തോന്നൽ. അവനെ, ആ മാർട്ടിയെ നമ്മൾക്ക് കിട്ടരുതെന്നോ അതോ മാർട്ടിയെ തീർത്തു കളയണമെന്ന് മറ്റെന്തെങ്കിലും കാരണം കൊണ്ട് ആഗ്രഹിക്കുന്നതോ ആയ ഒരാൾ നിഴൽ പോലെ പിന്നിലുണ്ടായിരുന്നു. അല്ലേ?''

''യെസ് സർ, നമ്മൾ അവനെ തേടി നടന്ന സമയത്ത് അവൻ ജീവനോടെ ഈ ഭൂമുഖത്ത് ഉണ്ടായിരുന്നില്ല, അല്ലേ?''

''ഏതായാലും ലഭിച്ച ബോഡിയുടെടെ ഒട്ടോപ്സി കഴിയട്ടെ. ഞാൻ പൊലീസ് സർജനെ വിളിച്ച് സംസാരിച്ചു കൊള്ളാം. നമ്മൾക്ക് ഒരാളിനെ കൂടി കാണാനുണ്ട്.'' അക്ബർ പറഞ്ഞു.

''അറിയാം സർ... സിസ്റ്റർ നിർമ്മല?''

''നോ... അനിത... മിസ്സിസ് അനിത വർഗ്ഗീസ്.'' അക്ബർ തങ്കച്ചനെ തിരുത്തി.

ആ പൊലീസ് വാഹനം എം.സി റോഡിലൂടെ ചീറിപ്പാഞ്ഞു.

ചങ്ങനാശ്ശേരിയിലൊരു വെജിറ്റേറിയൻ ഹോട്ടലിൽ നിന്ന് ഉച്ച ഭക്ഷണം കഴിച്ച് അവർ യാത്ര തുടർന്നു.

അവർ കോട്ടയത്തെത്തുമ്പോൾ സമയം ഉച്ചകഴിഞ്ഞിരുന്നു. തങ്ങൾ കാണാൻ എത്തുന്നുണ്ടെന്ന് അക്ബർ അനിത വർഗ്ഗീസിനെ കാലേ കൂട്ടി അറിയിച്ചിട്ടുമുണ്ടായിരുന്നു. അവർ പറഞ്ഞു കൊടുത്ത അറിവു വച്ച് റബ്ബർ മണക്കുന്ന നാട്ടുവഴിയിലൂടെ അല്പം പഴക്കം തോന്നിക്കുന്ന പ്രൗഢഗംഭീരമായ ഒരു വീട്ടിലേക്കാണ് അക്ബറും തങ്കച്ചനും കടന്നു ചെന്നത്. വാതിൽക്കൽ തൂക്കിയിട്ടിരുന്ന ഒരു ഓട്ടുമണിയുടെ

ശബ്ദം അവിടെ മുഖരിതമായി. പകലിനെയും സജീവമാക്കിക്കൊണ്ട് ആ വീടിനെ ചുറ്റിപ്പിണഞ്ഞു കിടന്ന റബ്ബർ തോട്ടത്തിൽ ശബ്ദകോലാഹലം സൃഷ്ടിച്ചു കൊണ്ടിരുന്ന ചീവീടുകൾ ആ ശബ്ദതരംഗത്തിൽ നിശ്ശബ്ദരായി.

വെളുത്തു മെലിഞ്ഞ കുലീനയായ ഒരു സ്ത്രീ വാതിൽ തുറന്നു.

''വരൂ സർ...''

സൗമ്യമായ ശബ്ദത്തിൽ അവർ പറഞ്ഞു. അക്ബറും തങ്കച്ചനും അകത്തേക്ക് കടന്നിരുന്നു.

''മേഡത്തിന്റെ പുസ്തകം 'കുമ്പസാരം' ഞാൻ വായിച്ചിട്ടുണ്ട്. അതിശയിച്ചു പോയി. 'കൺഫെഷൻ ഓഫ് എ നൺ' അല്ലേ?''

അക്ബറിനോട് ഇരിക്കാൻ കൈ കാണിച്ചുകൊണ്ട് അവർ പറഞ്ഞു.

''കൺഫഷനല്ല സർ. ഇറ്റ്സ് എ സ്റ്റേറ്റ്മെന്റ്. സ്റ്റേറ്റ്മെന്റ് ഓഫ് എ നൺ.''

''അതിൽ പറഞ്ഞതു പലതും യാഥാർത്ഥ്യമെന്ന് വിശ്വസിക്കാനേ സാധിച്ചില്ല മേഡം.''

അക്ബറിലെ കൗശലക്കാരനായ പൊലീസുകാരൻ ഉണർന്നു. ചോദ്യങ്ങളുടെ ആവനാഴിയിൽ നിന്ന് ആദ്യത്തെ അസ്ത്രം വില്ലു കുലച്ചു തൊടുത്തുവിട്ടു. അത് കൃത്യമായി ലക്ഷ്യത്തിൽത്തന്നെ തറയ്ക്കുകയും ചെയ്തു.

അനിത വർഗ്ഗീസെന്ന സിസ്റ്റർ നിർമ്മല അല്പം നീരസത്തോടെ മറുപടി പറഞ്ഞു.

''സം ടൈംസ് ലൈഫ് ഈസ് സ്ട്രെയിഞ്ചർ ദാൻ ഫെയറി ടെയിൽസ്, മിസ്റ്റർ ഓഫീസർ.''

അക്ബർ അവർ പറയുന്നത് സാകൂതം കേട്ടിരുന്നു.

''ഞാൻ അനുഭവിച്ചത് മാത്രമാണ് എന്റെ പുസ്തകത്തിൽ എഴുതിയിരിക്കുന്നത്. കുമ്പസാരം കേവലം ഭാവനാസൃഷ്ടിയല്ല.''

''അറിയാം സിസ്റ്റർ. സോറി മേഡം അനിത വർഗ്ഗീസ്. ഒരു സാധാരണ വായനക്കാരനായിട്ട് പറഞ്ഞതാണ്. അല്ലാതെ...''

''സർ കുടിക്കാൻ എന്തെങ്കിലും എടുക്കട്ടെ?''

''ആയിക്കോട്ടെ.''

അനിത വർഗ്ഗീസ് മെല്ലെ എഴുന്നേറ്റ് അകത്തേക്ക് നടന്നു. അവർ കൺമുന്നിൽ നിന്ന് അപ്രത്യക്ഷയായ ഉടൻ തങ്കച്ചൻ അക്ബറിന്റെ കാതിൽ അടക്കം പറഞ്ഞു:

''ഇവരുടെ ഒടുക്കത്തെ ജാട സഹിക്കാൻ വയ്യ സർ. ആരാണെന്നാ വിചാരം, മാധവിക്കുട്ടിയോ?''

''ഹ... ഹ... അടങ്ങ് തങ്കച്ചാ. ജീവിതത്തിൽ ഒരുപാട് അനുഭവിച്ച സ്ത്രീയല്ലേ? അവരുടെ പ്രതികരണം ഇങ്ങനെയൊക്കെയാവും. താനൊന്ന് ക്ഷമിക്ക്.''

അപ്പോഴേക്കും അവർ കാപ്പിയുമായി മടങ്ങി വരുന്ന ശബ്ദം കേട്ടു.

''സർ, താങ്കൾ വെറുമൊരു കുശലാന്വേഷണത്തിനോ എന്റെ പുസ്തകം വായിച്ചിട്ടുള്ള ക്യൂരിയോസിറ്റിക്ക് പുറത്തോ അല്ല ഇന്നിവിടെ വന്നിരിക്കുന്നത് എന്ന് എനിക്ക് നല്ലതുപോലെ അറിയാം. മുഖവുര വേണ്ട, വാട്ട് ക്യാൻ ഐ ഡു ഫോർ യു? പ്ലീസ് ലെറ്റ് മീ നോ...''

''ഓ.കെ മേഡം. ഐ വിൽ കം ടു ദ മാറ്റർ. എനിക്ക് രണ്ടു കാര്യങ്ങളെപ്പറ്റിയാണ് ക്ലാരിഫിക്കേഷൻ വേണ്ടത്. ഫാദർ കോളിൻസിന്റെ മരണവുമായി ബന്ധപ്പെട്ട അന്വേഷണമാണ് എന്നെ മേഡത്തെ മീറ്റ് ചെയ്യാൻ പ്രേരിപ്പിച്ച ഘടകം. അതുകൊണ്ടുതന്നെ ഫാദർ കോളിൻസിനെക്കുറിച്ച് മേഡത്തിനറിയാവുന്ന കാര്യങ്ങൾ എന്നോട് പറയണം. രണ്ടാമതായി, ഇരുപത്തിരണ്ട് വർഷങ്ങൾക്കു മുൻപ് സെന്റ് മേരീസ് കോൺവെന്റിലെ പതിനാറാം നമ്പർ റൂമിൽ സീലിംഗ് ഫാനിൽ ജീവിതം അവസാനിപ്പിച്ച ബീന മാത്യൂസിനെപ്പറ്റി. അവർക്ക് സംഭവിച്ച ദുരന്തത്തെപ്പറ്റി. ആ കുട്ടിയുടെ മരണത്തിനുശേഷമുള്ള കാര്യങ്ങളെപ്പറ്റി വാര്യർ സാർ കൃത്യമായ ഒരു ചിത്രം തന്നിട്ടുണ്ട്. എനിക്കറിയേണ്ടത് അതിന് മുൻപുള്ള കാര്യങ്ങളാണ്. ഫാദർ കോളിൻസ് തദേവൂസായിരുന്നോ ആ കുട്ടിയെ...''

''നിർത്തൂ.''

അസഹ്യമായ ഭാവത്തോടെയാണ് അനിതാ വർഗ്ഗീസ് അക്ബറിനോട് അതു പറഞ്ഞത്.

''സർ... പ്ലീസ്... അയാളെ ഫാദർ എന്ന് വിശേഷിപ്പിക്കരുത്. അറ്റ് ലീസ്റ്റ് എന്നോട് സംസാരിക്കുമ്പോഴെങ്കിലും.''

അവർ അപേക്ഷാസ്വരത്തിൽ തുടർന്നു.

''ആ രാത്രി... ആ രാത്രി ഞാൻ മറക്കില്ല സർ. ഭയന്ന് എന്റെ മുറിയിലേക്ക് ഓടി വന്ന ആ കൊച്ചു പെൺകുട്ടിയുടെ മുഖം. ഹൊ! പിതാവേ, ഇഹത്തിലും പരത്തിലും നീ അവനെ ശിക്ഷിക്കണം.'' അവർ പകയോടെ പറഞ്ഞു. ''അയാൾ അർഹിച്ച ശിക്ഷ ഇരന്നു വാങ്ങി. അത്രയും മാത്രം മനസ്സിലാക്കൂ സർ. അയാളൊരു വുമണൈസറായിരുന്നു. എ മാൻ ഹൂ എൻഗേജസ് ഇൻ ന്യൂമറസ് കാഷ്വൽ സെക്ഷ്വൽ അഫയേർസ് വിത് വിമൻ.''

അനിത വർഗീസ് തന്റെ കൈകൾ തമ്മിൽ കൂട്ടിത്തിരുമ്മിക്കൊണ്ട് പറഞ്ഞു.

''കാലത്തിന്റെ കാവ്യനീതി. ദൈവം വലിയവനാണ്. അവൻ ഒടുവിൽ നീതി നടപ്പിലാക്കി. അതും തിരുപ്പിറവിയുടെ രാവിൽ തന്നെ. എന്റെ ഈശോയേ.''

പലവട്ടം കുരിശു വരച്ചു അനിത വർഗ്ഗീസ്. അക്ബർ അവരുടെ പ്രവൃത്തിയും സംസാരവും ശ്രദ്ധിച്ചു കൊണ്ടേയിരുന്നു.

''സെന്റ് മേരീസ് കോളേജിലെ പ്രീഡിഗ്രി ഒന്നാം വർഷ ക്ലാസ്സിൽ ആയിരുന്നു ഞാൻ. ബീന സഭയുടെ തന്നെ സ്കൂളിൽ പത്താം ക്ലാസ്സിലും. കോളിൻസ് അന്ന് സെമിനാരിയിലാണ് പഠിച്ചിരുന്നത്. സുന്ദരനായ ഒരു യുവാവ്. തറവാട്ടിൽ ആവശ്യത്തിലേറെ പണം. നിയന്ത്രിക്കാനോ ശാസിക്കാനോ ആരുമില്ല. ഫാദർ യോഹന്നാൻ ആയിരുന്നു കോളിൻസിന്റെ ഗാർഡിയൻ.

പഠനം സെമിനാരിയിലായിരുന്നു. എങ്കിലും ആദ്ധ്യാത്മിക കാര്യങ്ങളെക്കാളുപരി മറ്റു പലതിലുമായിരുന്നു കോളിൻസിന് താത്പര്യം - അന്നും ഇന്നും. അവന്റെ വലയിൽ പാവം ബീനയും വീണു. അവളുടെ എല്ലാം അയാൾക്ക് നൽകി. താൻ വൈദികനാവുന്നില്ലെന്നും എവിടെ എങ്കിലും പോയി ഒരുമിച്ച് ജീവിക്കാം എന്നും അയാൾ ആ പൊട്ടിപ്പെണ്ണിനെ വിശ്വസിപ്പിച്ചു.. ഒടുവിൽ...''

ദീർഘനിശ്വാസമെടുത്ത് അനിത വർഗ്ഗീസ് തുടർന്നു.

''ബീന മരിച്ചതിന് ശേഷം അവളുടെ കാമുകൻ എന്ന വ്യാജേന ഒരു പാവത്തിനെ കോളിൻസ് തന്റെ പണക്കൊഴുപ്പുകൊണ്ട് ബലിയാടാക്കി. ഫാദർ യോഹന്നാനും ഒരു സഭ മുഴുവനും അതിന് കൂട്ടുനിന്നു. ആ വെളുത്ത കുപ്പായത്തിനുള്ളിലെ ശരീരം നിറയെ വിഷമായിരുന്നു. സാത്താൻ. ആളുകളെ കൈയിലെടുക്കാൻ പ്രത്യേക കഴിവു തന്നെ കിട്ടിയിരുന്നു അയാൾക്ക്. ഈ എന്നെയും അയാൾ...''

അക്ബറിന്റെ മുഖത്തേക്ക് നോക്കി അനിത വർഗ്ഗീസ് എന്ന സിസ്റ്റർ നിർമ്മല നെടുവീർപ്പോടെ പറഞ്ഞു. ''ഒരു കുടുംബത്തിന്റെ മുഴുവൻ പ്രതീക്ഷയും അഭിമാനവുമായിരുന്നു ഞാൻ. എന്റെ തിരുവസ്ത്രം. മണവാളനായി ഈശോയെ വരിച്ച എനിക്ക് പലരുടെ മുന്നിലും അരുതാത്ത പലതിനും വഴങ്ങേണ്ടി വന്നു. മനസ്സ് താളം തെറ്റിത്തുടങ്ങിയപ്പോഴാണ് ആശിച്ച് നേടിയ ആ കുപ്പായം എനിക്കൊരു ഭാരവും ബാദ്ധ്യതയുമാണെന്ന് തിരിച്ചറിഞ്ഞതും അവസാനം അത് പരിത്യജിച്ചതും. എല്ലാം വിട്ടിറങ്ങിയ എന്നെ വീട്ടുകാർ കൈയൊഴിഞ്ഞു. ബന്ധുക്കൾക്ക് ഞാൻ അപശകുനമായി. വർഗ്ഗീസിനെ കണ്ടുമുട്ടിയില്ലായിരുന്നുവെങ്കിൽ ഞാനൊരു പക്ഷേ ജീവനൊടുക്കിയേനേ. കൈത്താങ്ങായി ആ വലിയ മനുഷ്യൻ കൂടെ നിന്നു. എല്ലാം അറിഞ്ഞുകൊണ്ട് എനിക്കൊരു ജീവിതം തന്നു. ഞാൻ എന്റെ ജീവിതം കൊണ്ട് ഒരു വലിയ സത്യം മനസ്സിലാക്കി. കരിങ്കൽച്ചുവരുകൾക്കുള്ളിലെ അൾത്താരകളിലോ ദൈവത്തിന്റെ പ്രതിപുരുഷന്മാരെന്ന് സ്വയം വിശേഷിപ്പിച്ച് നീളൻ കുപ്പായമണിഞ്ഞു നടക്കുന്നവരിലോ അല്ല ഈശ്വരനിരിക്കുന്നത് എന്ന സത്യം. അത് നന്മയുള്ള മനുഷ്യരുടെ ഹൃദയത്തിലാണ്. പക്ഷേ ഇന്നത് അത്ര മാത്രം സുലഭമായ ഒന്നല്ലല്ലോ സർ. ആത്മീയതയുടെ മറവിൽ ജീവിതം

ആഘോഷിക്കുകയല്ലേ പലരും. സോറി ഞാൻ നിങ്ങളെ ബോറടിപ്പിക്കുന്നു, അല്ലിയോ?''

''ഇല്ല മേഡം. യൂ പ്ലീസ് കണ്ടിന്യൂ...''

''ആ രാത്രി. ഇരുപത്തിരണ്ട് വർഷങ്ങൾ പിന്നിട്ടു എന്ന് വിശ്വസിക്കാനാവുന്നില്ല. എന്നെ രക്ഷിക്കണേ എന്നും പറഞ്ഞ് എന്റെ മുറിയിലേക്കോടിക്കയറിയ ആ കൊച്ചുപെൺകുട്ടിയെ മേട്രനായിരുന്ന സിസ്റ്റർ ക്രിസ്റ്റീന തൊട്ടുപിന്നാലെ വന്ന് പിടിച്ചു വലിച്ചു കൊണ്ടുപോയി. പിന്നീട് ബീന മാത്യൂസ് എന്ന പെൺകുട്ടിയെ ഞാൻ ജീവനോടെ കണ്ടിട്ടില്ല.''

''അല്ല മേഡം, ഈ മരണവുമായി ബന്ധപ്പെട്ട് നിങ്ങളെ ആരെയും അന്ന് പൊലീസ് ചോദ്യം ചെയ്തിട്ടില്ലേ?''

''എവിടുന്ന്? ആര് ചോദിക്കാൻ? അന്വേഷണങ്ങളത്രയും കോൺവെന്റിന് പുറത്തു നിന്നു മാത്രം. ആ കുട്ടിയുടെ മൃതദേഹം അറുത്ത് നിലത്തിട്ടത് പോലും അവിടത്തെ തോട്ടക്കാരനായിരുന്ന ചേക്കുണ്ണി എന്നയാളായിരുന്നു എന്നതാണ് സത്യം. അല്ലാതെ പൊലീസല്ല. കോൺവെന്റിനുള്ളിൽ കാക്കിയിട്ടവരെ കയററുതെന്ന് കേസന്വേഷണത്തിന് നേതൃത്വം കൊടുത്ത ജേക്കബ് പുന്നൂസിന് മുകളിൽ നിന്ന് കർശന നിർദേശമുണ്ടായിരുന്നു എന്ന് പിന്നീട് അറിഞ്ഞു. മുകളിൽ എന്ന് പറഞ്ഞാൽ അറിയാല്ലോ അല്ലേ?''

അക്ബർ ചിരിച്ചുകൊണ്ട് അറിയാം എന്ന അർത്ഥത്തിൽ തല കുലുക്കി. എല്ലാം കേട്ട് അക്ബറും തങ്കച്ചനും പരസ്പരം നോക്കി. കുടിക്കാൻ മറന്ന അവരുടെ കാപ്പി ആറി തണുത്തുപോയിരുന്നു.

അക്ബർ ചോദിച്ചു: ''അല്ല മേഡം അന്നു പൊലീസ് പിടികൂടിയ ആ ചെറുപ്പക്കാരൻ. അയാൾ പിന്നീട്... അയാൾക്കെന്ത് സംഭവിച്ചു എന്ന് എന്തെങ്കിലും വിവരം?''

''അയാൾ...''

അനിത വർഗ്ഗീസ് മുകളിലേക്ക് തന്റെ ശിരസ്സുയർത്തി ഭിത്തിയിൽ തൂക്കിയിട്ടിരുന്ന ഒരു ഫോട്ടോയിലേക്ക് അക്ബറിന്റെ ശ്രദ്ധയെ ക്ഷണിച്ചു.

''അതാ സർ. അതാണ് അയാൾ. വർഗ്ഗീസ് ജോൺ. മൈ ഹസ്ബന്റ്.''

അക്ബർ ആ ഫോട്ടോയിലേക്ക് സൂക്ഷിച്ചു നോക്കി.

സുമുഖനായ ഒരു മദ്ധ്യവയസ്കൻ. അയാളുടെ ചുണ്ടിൽ ഒരു പുഞ്ചിരി. അക്ബർ ആ ചിത്രത്തിൽ നിന്ന് അല്പസമയത്തേക്ക് കണ്ണുകൾ എടുത്തതേയില്ല. തിരികെ പോകാൻ ഇറങ്ങിയ അക്ബറിനെയും തങ്കച്ചനെയും അനിത വർഗ്ഗീസ് വാതിൽ വരെ അനുഗമിച്ചു. മുറ്റത്തേക്കിറങ്ങി പടിക്കെട്ടിൽ കാലുയർത്തിവച്ചു കൊണ്ട് ഷൂസ് ധരിക്കുകയായിരുന്ന അക്ബറിനോട് ഇരുകൈകളും കെട്ടി കതകിൽ ചാരി നിന്നുകൊണ്ട് അവർ പറഞ്ഞു:

"പതിനെട്ട് തികയാത്ത പെൺകുട്ടികളായിരുന്നു ആ സാത്താന്റെ ദൗർബല്യം."

അക്ബർ അമ്പരന്നുകൊണ്ട് അനിത വർഗ്ഗീസിനെ മുഖമുയർത്തി നോക്കി. പക്ഷേ അപ്പോഴേക്കും അവർ വാതിൽ ചാരി വീട്ടിനുള്ളിലേക്ക് പൊയ്ക്കഴിഞ്ഞിരുന്നു.

മടക്കയാത്രയിൽ അങ്ങേയറ്റം നിശ്ശബ്ദരായിരുന്നു. അക്ബറും തങ്കച്ചനും. ഡ്രൈവിംഗിനിടയിൽ എപ്പോഴോ തങ്കച്ചൻ മൗനത്തിന്റെ വാല്മീകം ഭേദിച്ചുകൊണ്ട് അക്ബറിനോട് സംസാരിച്ചു തുടങ്ങി.

"എഴുത്തുകാരിയും ഭർത്താവും തന്നെയാവും ഈ കൊലപാതകത്തിന്റെ പിന്നിൽ. അല്ലേ സർ?"

"തങ്കച്ചാ, ഫാദർ കോളിൻസ് തദേവൂസിന്റെ ശത്രുക്കളിൽ പ്രബലരായ രണ്ടുപേരെ നമ്മൾ ദാ, ഇപ്പോൾ കണ്ടു. ഇനി ഈ കൊല ചെയ്തത് അവരാണെന്നു തന്നെ വയ്ക്കുക. ഇത്രയും വർഷങ്ങൾ കാത്തിരിക്കേണ്ടതുണ്ടോ? ഇരുപത്തിരണ്ട് വർഷങ്ങൾ അവർ അവരുടെ പകയെ രാകി മിനുക്കുകയായിരുന്നു എന്ന് എനിക്ക് വിശ്വസിക്കാനാവില്ല. അവർ അവസാനം പറഞ്ഞ വാചകത്തിലാണ് വാസ്തവത്തിൽ എന്റെ മനസ്സുടക്കിയത്. അതിനെപ്പറ്റിയാണ് ഞാൻ ചിന്തിച്ചതും രാജാവേ."

"എന്ത് വാചകം സർ?" തങ്കച്ചൻ ചോദിച്ചു..

"പതിനെട്ട് തികയാത്ത പെൺകുട്ടികളായിരുന്നു ആ സാത്താന്റെ ദൗർബല്യം."

പന്ത്രണ്ട്

ആ വാചകത്തിൽ ഒരുപാട് അർത്ഥങ്ങൾ ഒളിച്ചിരിക്കുന്നതുപോലെ അക്ബറിനു തോന്നി. താൻ അത് അറിയണം എന്ന വാശി അവർക്കുണ്ടായിരുന്നുവോ? തിരിച്ച് തന്റെ പ്രതികരണം എന്താണെന്നു പോലും അറിയേണ്ട എന്ന ഭാവത്തിൽ ആ സ്ത്രീ വാതിലടച്ച് അകത്തേക്കു പോയി. എന്തുകൊണ്ട്? അവരുടെ ഭർത്താവ് മിസ്റ്റർ വർഗ്ഗീസ്... അയാളിപ്പോൾ എവിടെ? അവർ അയാളാണ് വർഷങ്ങൾക്കു മുൻപ് ഫാദർ കോളിൻസിന് വേണ്ടി ബലിയാടായത് എന്ന് പറഞ്ഞു. പക്ഷേ തന്റെ ഭർത്താവ് പൂർവ്വകാല ഐഡന്റിറ്റി മറച്ചുവച്ച് സമൂഹത്തിന് മുൻപിൽ ജീവിച്ചിരിക്കുന്നു എന്ന് തന്നോട് യാതൊരു സങ്കോചവും കൂടാതെ തുറന്ന് സമ്മതിച്ചു. ഒരു എഴുത്തുകാരി ആയിരുന്നിട്ടും അവരുടെ ഭൂതകാലം ഇന്നേ വരെ ഒരു മാദ്ധ്യമങ്ങളും കണ്ടുപിടിച്ചിട്ടില്ലേ? അതുപോലെ ഒരു കേസിൽപ്പെട്ട ഒരാളുടെ പൂർവ്വകാലം എന്തുകൊണ്ട് ചർച്ചാവിഷയമായില്ല? സിസ്റ്റർ നിർമ്മല തിരുവസ്ത്രമുപേക്ഷിച്ച്

വർഗ്ഗീസിനൊപ്പം ജീവിക്കാൻ തുടങ്ങിയതിനു പിന്നിൽ എന്തെങ്കിലും കാരണമുണ്ടാകുമല്ലോ. അതെന്തായിരിക്കും?

അക്ബറിനെ അലട്ടിക്കൊണ്ടിരുന്ന ചോദ്യങ്ങൾ തിരമാലപോലെ ഒന്നിന് പിന്നാലെ മറ്റൊന്ന് എന്ന പോലെ മനസ്സിൽ വന്ന് പതിച്ചുകൊണ്ടേയിരുന്നു. ഫാദർ കോളിൻസിന്റെ മരണം വാസ്തവത്തിൽ കുഴിച്ചുമൂടപ്പെട്ട പലതിലേക്കും വെളിച്ചം വീശുകയാണ് എന്ന് അക്ബർ തിരിച്ചറിയുകയായിരുന്നു.

ഫാദർ കോളിൻസിന്റെ മരണം വിവാദങ്ങൾക്ക് തിരികൊളുത്തി ഒരു വിസ്ഫോടനത്തിന് തയ്യാറാകും മട്ടിൽ പാകമായി തന്റെ കൺമുൻപിൽ നിൽക്കുകയാണെന്ന് അക്ബറിന് തോന്നി. തനിക്ക് വേണമെങ്കിൽ ഈ അന്വേഷണം ദാ ഇപ്പോൾ, ഇവിടെ വച്ച് അവസാനിപ്പിക്കാം. അക്ബറിന്റെ മനസ്സ് ഒരു തീരുമാനമെടുക്കാൻ ആവാതെ സമ്മർദ്ദത്തിലേക്ക് മുങ്ങാംകുഴിയിടുകയായിരുന്നു.

''തങ്കച്ചാ...'' അക്ബർ വിളിച്ചു.

ആ വിളിയുടെ പൊരുളറിയുന്ന തങ്കച്ചൻ വണ്ടി റോഡിന്റെ ഓരം ചേർത്ത് ഒതുക്കി നിർത്തി.

''എന്തുപറ്റി സർ?''

''എടോ, നമ്മളുടെ ഈ അന്വേഷണം നമ്മൾ പോലുമറിയാതെ പല അറിയപ്പെടാത്ത രഹസ്യങ്ങളുടെയും താക്കോലാവുകയാണ്. പലരും പുറംലോകമറിയാതെ അടച്ചുപൂട്ടിയ പല അറകളും തുറന്നേക്കാം. ഒരു മാലപ്പടക്കത്തിനാണ് നമ്മൾ തിരികൊളുത്തി വിട്ടിരിക്കുന്നത് തങ്കച്ചാ. അത് പൊട്ടിത്തീരുകതന്നെ ചെയ്യും. ഈ കേസ്സുമായി മുന്നോട്ടു പോയാൽ നമ്മൾക്ക് പല പ്രശ്നങ്ങളും അഭിമുഖീകരിക്കേണ്ടി വന്നേക്കാം. ഞാൻ പിന്നോട്ട് ഒരടി പോലും പോകാൻ ഇനി ഉദ്ദേശിച്ചിട്ടില്ല. പക്ഷേ കൂടെ നിൽക്കാൻ തന്നെ ഞാൻ നിർബന്ധിക്കില്ല. സ്വതന്ത്രമായ ഒരു തീരുമാനമെടുക്കാം തനിക്ക്. അന്വേഷണത്തിൽ നിന്ന് ഒഴിവാക്കണമെങ്കിൽ ഒരു വാക്ക് പറയണം. ദാ, ഇപ്പോൾ. ഞാൻ ഒഴിവാക്കിത്തരാം തന്നെ. കാരണം ഇതിന്റെ ഗൗരവം ഞാൻ പറഞ്ഞുതരേണ്ടതില്ലല്ലോ. തന്റെ സാമുദായിക ജീവിതത്തിന് ഈ അന്വേഷണത്തിന് എന്നെ സഹായിച്ച പേരിൽ ഒരു പ്രശ്നവും സംഭവിക്കാൻ പാടില്ല എന്നെനിക്ക് നിർബന്ധവുമുണ്ട്.''

തങ്കച്ചൻ സ്റ്റിയറിംഗിൽ മുറുക്കെ പിടിച്ചു.

''സാറേ, ഒരു സമുദായവുമല്ല എന്നെ വളർത്തി വലുതാക്കി ദാ, സാറിന്റെ വലതുഭാഗത്തിങ്ങനെ ഈ വളയം പിടിച്ചുകൊണ്ട് ഇരിക്കാൻ പ്രാപ്തനാക്കിയത്. എനിക്ക് സാറിനെ വലിയ ഇഷ്ടമാ. അതുകൊണ്ടു തന്നെയാ വിളിക്കുമ്പോൾ എവിടേക്കാണെന്നു പോലും ചോദിക്കാതെ നിഴല് പോലെ കൂടെ വരുന്നതും. അതിപ്പോ മരിക്കാനാണെങ്കിലും

ശരി, ഈ തങ്കച്ചൻ കാണും കൂടെ. പിന്നേയ്, ഞാനീ വണ്ടി മുന്നോട്ടെടുക്കാൻ പോവാ. ഇടയ്ക്ക് വച്ച് നിർത്തി ഇറങ്ങിപ്പോകാൻ പറയണ്ട. ഈ തങ്കച്ചൻ പോകില്ല അക്ബർസാറേ.''

വണ്ടി മുന്നോട്ടെടുത്തു കൊണ്ട് തങ്കച്ചൻ പറഞ്ഞു.

പുലിമുറ്റത്ത് തറവാടിന്റെ മുറ്റത്ത് പൂന്തോട്ടത്തിനുള്ളിലെ പുൽത്തകിടിയിൽ ഒരുക്കിയ ചെറിയ ടേബിളിന്റെ പുറത്തിരുന്ന വിദേശമദ്യക്കുപ്പിയുടെ കഴുത്തിൽ പിടുത്തമിട്ടുകൊണ്ട് ഡേവിസ് ആർത്തു ചിരിച്ചു.

''മട്ടാഞ്ചേരിയിലെ വാടകഗുണ്ട കോടാലി മാർട്ടി. ത്ഫൂ...''

നീട്ടി തുപ്പിക്കൊണ്ടാണ് ഡേവിസ് അതു പറഞ്ഞത്.

''പാവം പീസ് പീസായി കിടക്കുവാ. മോർച്ചറിയില്. ഹ... ഹ...''

ഒപ്പമുണ്ടായിരുന്ന ഡേവിഡും വക്കീലും സുഗുണനും അയാൾക്കൊപ്പം ചിരിയിൽ പങ്കുചേർന്നു.

''ഇവിടെ കേറി പ്രച്ഛന്നവേഷം കെട്ടിയാടിയ ആ പൊലീസുകാരൻമാർക്കാ ഇനി അടുത്ത കുർബ്ബാന കൊടുക്കാൻ പോകുന്നത് ഈ ഡേവിസ്.''

അത്രയും സമയം ചിരിച്ച് ആഹ്ലാദത്തോടെ മദ്യം നുകർന്നു കൊണ്ടിരുന്ന സുഗുണൻ പെട്ടെന്ന് കുടി നിർത്തി പുറത്തേക്ക് തള്ളിവന്ന തന്റെ കണ്ണുകൾ കൊണ്ട് ഡേവിസിനെ നോക്കി.

''എന്താണെന്ന്?''

വിറയ്ക്കുന്ന ശബ്ദത്തോടെ സുഗുണൻ ചോദിച്ചു.

''അടുത്ത പണി അവർക്കാ. അന്നിവിടെ വന്ന് ഷോ കാണിച്ച ആ പൊലീസുകാർക്ക്. എന്തേ മനസ്സിലായില്ലേ?''

''ആയി. നല്ലവണ്ണം മനസ്സിലായി.'' സുഗുണൻ പറഞ്ഞു.

അയാളുടെ കൈ വിറയ്ക്കുന്നുണ്ടായിരുന്നു.

''വെറുതെ വേണ്ടാത്ത ഒരു വയ്യാവേലി. അതിനെ ഫ്ളിപ്പ്കാർട്ടു വഴി ഓർഡർ ചെയ്ത് വരുത്തണോ എന്റെ ഡേവിസച്ചായോ. അതേ അക്ബർ സാറാ. അയാൾക്ക് കുർബ്ബാന ചൊല്ലാൻ പോയാൽ നിങ്ങൾക്ക് അയാക്കടെ വക അന്ത്യകൂദാശ ഉറപ്പാ.''

കൈയിലിരുന്ന മദ്യഗ്ലാസ്സിലെ അവസാനത്തെ തുള്ളിയും ഊറ്റിക്കുടിച്ച് മെല്ലെ കാലിഗ്ലാസ്സ് മേശപ്പുറത്ത് വച്ച് സുഗുണൻ എഴുന്നേറ്റു കൊണ്ട് പറഞ്ഞു.

''അല്ലാ നീയിതെങ്ങോട്ടാ?'' വക്കീൽ ചോദിച്ചു.

''ഇച്ചിരി അർജന്റുണ്ട്. ഒരു മീറ്റിംഗ്. പോയി തല കാണിച്ച് ടക്കേ എന്ന് ഞാൻ വരാം.''

മുണ്ടിന്റെ കോന്തല കൊണ്ട് ചുണ്ട് തുടച്ച് സുഗുണൻ പറഞ്ഞു.

''ഈ നേരത്തോ?''

വക്കീൽ കുഴഞ്ഞ ശബ്ദത്തിൽ മുഖം കുടഞ്ഞുകൊണ്ട് വാച്ചിൽ നോക്കി.

''അതേന്നേ ചെറിയ ഒരു മീറ്റിംഗ്. എന്നാ പിന്നെ ഞാനങ്ങോട്ട്.''

തല ചൊറിഞ്ഞു കൊണ്ട് സുഗുണൻ അനുവാദം ചോദിച്ചു.

''ആ, ചെല്ല് ചെല്ല്.'' ഡേവിസ് പറഞ്ഞു.

ആടിയാടി നടന്നകലുന്ന സുഗുണനെ നോക്കിക്കൊണ്ട് അയാൾ പറഞ്ഞു: ''ഹും! പോങ്ങൻ. അവൻ പറഞ്ഞത് കേട്ടില്ലേ. എനിക്ക് അന്ത്യകൂദാശ ചൊല്ലുമെന്ന്. മറ്റവൻ...''

''അതങ്ങനെ അങ്ങ് തള്ളിക്കളയാൻ വരട്ടെ അച്ചായോ. സുഗുണൻ പറഞ്ഞതിൽ കാര്യമുണ്ട്. അവൻ ആ അക്ബർ. അവനൊരു പുലിയാ. ക്രിമിനലുകൾക്കിടയിൽ അവനൊരു വട്ടപ്പേരുണ്ട്. 'പ്രാപ്പിടിയൻ.'

വക്കീൽ പറഞ്ഞത് കേട്ട് ഡേവിഡും ഡേവിസും മുഖത്തോട് മുഖം നോക്കി. വക്കീൽ അതൊന്നും ശ്രദ്ധിക്കാതെ ഒഴിഞ്ഞ ഗ്ലാസ്സുകളിലേക്ക് അടുത്ത റൗണ്ട് മദ്യം പകർന്നു.

മദ്യഗ്ലാസിന്റെ പുറത്ത് വിരലുകൾ കൊണ്ട് താളം പിടിച്ച് അക്ബറിന്റെ മുഖത്തേക്ക് തന്നെ നോക്കി ഇരിക്കുകയായിരുന്നു മോഹൻദാസ്.

പൊലീസ് ക്ലബ്ബിൽ ബഹളങ്ങളിൽ നിന്ന് ഒഴിഞ്ഞ് ആരാലും ശ്രദ്ധിക്കപ്പെടാത്ത ഒരു മൂലയിലാണ് അവർ ഇരുവരും ഇരുന്നത്.

''ഇതുമായി മുന്നോട്ട് പോയാലുണ്ടായേക്കാവുന്ന വരുംവരായ്കകളെക്കുറിച്ച് നീ ആലോചിച്ചോ അക്ബർ?'' മോഹൻ ചോദിച്ചു.

''യസ് സർ. എന്തു പ്രത്യാഘാതവും നേരിടാൻ ഞാൻ ഒരുക്കമാണ്. ഈ കേസ്സിന്റെ അവസാനം ഒരുപക്ഷേ ഗതി കിട്ടാതെ അലയുന്ന ഒരുപാട് ആത്മാക്കൾക്ക് ഒരുതരത്തിൽ ആത്മശാന്തിയേകലാവും.''

മോഹൻ ഒരു സിഗരറ്റിന് തീ കൊടുത്തു.

''അക്ബറേ, ഒരു പത്തുകൊല്ലം മുൻപായിരുന്നെങ്കിൽ പോട്ടെ പുല്ലെന്ന് പറഞ്ഞ് ഞാൻ കണ്ണുമടച്ച് യസ് എന്നു പറഞ്ഞേനേ. ഇതിപ്പോ, സോഷ്യൽ മീഡിയ എന്ന ഇരുതല മൂർച്ചയുള്ളൊരു വാൾ നമ്മുടെ തലയ്ക്ക് മീതെ തൂങ്ങി ആടുന്നുണ്ട്. തനിക്ക് ഞാൻ പറഞ്ഞതിന്റെ പൊരുൾ മനസ്സിലായിക്കാണുമല്ലോ അല്ലേ? ഒരു പണിയും ഇല്ലാതെ ചൊറികുത്തിയിരിക്കുന്ന ചില ഓൺലൈൻ വിപ്ലവകാരികളുണ്ട്. അതിപ്പോ മതമായാലും സാമൂഹികമായാലും ആത്മീയമായാലും കത്തിച്ച് ചാരം ചികയുന്ന ചിലർ. അവർക്ക് ആഘോഷിക്കാനുള്ള വഴി നമ്മളായിട്ട് വെട്ടരുതെന്നേ ഞാൻ ഉദ്ദേശിച്ചിട്ടുള്ളൂ. ഇത് ഒരു മതപരമായ വിഷയമാണ്. കൈവിട്ട് പോകരുത്. പോയാൽ എന്റെയും നിന്റെയും കൈയിൽ നിൽക്കില്ല അത്.''

‘‘ഐ നോ സർ. ഈ അന്വേഷണം കഴിയുംവരെ എല്ലാം കോൺഫിഡൻഷ്യലായിരിക്കും. നോ പ്രസ് മീറ്റ്. എല്ലാം കുറ്റപത്രം സമർപ്പിച്ച ശേഷം മാത്രം.’’

‘‘ആ ഫാദറിനെ തീർത്തത് ആരാണെന്ന് എന്തെങ്കിലും സ്പാർക്ക് കിട്ടിയോ?’’

‘‘ഇതുവരെ ഇല്ല സർ. ബട്ട് ഐ ആം ഓൺ ദ റൈറ്റ് ട്രാക്ക്. ഐ നോ ദാറ്റ്. ഞാൻ അയാൾക്ക് പിന്നാലെ തന്നെയുണ്ട്.’’

‘‘ഗുഡ്. താൻ കാണേണ്ട ഒരാൾ കൂടിയുണ്ട് അക്ബർ.’’

‘‘ആരാണ് അത് സർ?’’

‘‘ഒരു കെ.സി മാധവൻ.’’

‘‘കെ.സി മാധവൻ?’’

‘‘അതെ. ആളൊരു പഴയ പത്രാധിപരാണ്. കൊടുങ്കാറ്റ് എന്നായിരുന്നു പത്രത്തിന്റെ പേര്. പണ്ട് ബീന മാത്യൂസിന്റെ ആത്മഹത്യ കേസ് വന്നപ്പോൾ തിരുസഭയുടെ കൈകളിൽ രക്തക്കറ പുരണ്ടിരിക്കുന്നു എന്ന് എഡിറ്റോറിയൽ എഴുതിയ ഏകപത്രമായിരുന്നു കൊടുങ്കാറ്റ്. കേരളരമയും മലയാളഭൂമിയും ദേശദീപികയും ഒന്നും ‘ക മ’ എന്ന് മിണ്ടിയില്ല ആ കാലത്ത്. അവസാനം സംഭവിച്ചത് എന്താണെന്ന് അറിയാമോ? നമ്പ്യാർ സാറായിരുന്നു അന്ന് മുഖ്യമന്ത്രി. ഘടകകക്ഷികൾക്ക് വേണ്ടി അങ്ങേര് കേവലം മൂവായിരം മാത്രം സർക്കുലേഷൻ ഉണ്ടായിരുന്ന കൊടുങ്കാറ്റ് എന്ന പത്രം അച്ചുകൂടം അടക്കം കണ്ടു കെട്ടിച്ചു. പത്രമോഫീസ് മലയോര കോൺഗ്രസ്കാർ തീവെച്ച് നശിപ്പിച്ചു. ആ നാട്ടിൽ നിന്നു തന്നെ ഓടിച്ചു. മലയോര കോൺഗ്രസ് എന്ന പേര് മാത്രമേയുള്ളൂ. ഒക്കെ തനി ഗുണ്ടകളാണെന്ന് പിന്നീട് അറിഞ്ഞു. പരാതിയും കൊണ്ട് പലയിടത്തും കയറിയിറങ്ങിയിട്ടുണ്ട് അദ്ദേഹം. അന്നു മുതലുള്ള പരിചയമാണ്.’’

‘‘ഇപ്പോൾ അദ്ദേഹം എവിടെയുണ്ട് സർ?’’ അക്ബർ ചോദിച്ചു.

‘‘ഇവിടെയുണ്ട്. ഈ എറണാകുളത്ത്. മകൾക്കൊപ്പമാണ് ഇപ്പോൾ താമസം. രണ്ടു വർഷം മുൻപ് അദ്ദേഹത്തിന്റെ ഭാര്യ മരിച്ചു. കഴിഞ്ഞ വർഷം പ്രമേഹം കൂടിയിട്ട് വലതു കാലും മുറിച്ചു കളഞ്ഞു. ബീന മാത്യൂസ് കേസിൽ ജീവിച്ചിരിക്കുന്ന രക്തസാക്ഷി. ഈ കൊലക്കേസ്സിന്റെ അന്വേഷണം താൻ ഏറ്റെടുത്തു എന്ന് അറിഞ്ഞ നിമിഷം അദ്ദേഹം എന്നെ വിളിച്ചിരുന്നു, അഭിനന്ദനം അറിയിച്ചു കൊണ്ട്. ഇന്ന് കാലത്ത് നിന്നെ ഒന്നു കാണണം എന്ന് എന്നെ വിളിച്ച് റിക്വസ്റ്റ് ചെയ്തു. എന്തോ നിന്നോട് സംസാരിക്കാനുണ്ടത്രേ. അദ്ദേഹത്തിന് കാൽ സുഖമില്ലാത്തതുകൊണ്ട് അങ്ങോട്ടു വരാൻ നിവൃത്തിയില്ല എന്നും പറഞ്ഞു. എന്താ, നീ ഒന്ന് പോയി കാണുന്നോ?’’

മോഹൻ അക്ബറിനോട് ചോദിച്ചു.

''എന്തെങ്കിലും പ്രയോജനമുണ്ടാകുമോ സർ?''

''ഷുവർ. ഉണ്ടാകും. പ്രയോജനമില്ലാത്ത ഒരു കാര്യത്തിന് നിന്നെ ഞാൻ വിടില്ലല്ലോ അക്ബർ.''

''ദെൻ ഒ.കെ. സർ. ഞാൻ പോകാം നാളെത്തന്നെ പോകാം.''

അവരുടെ സംസാരം ആ രാവിന്റെ പാതിയോളം നീണ്ടു. ആകാശത്ത് കോടാനുകോടി നക്ഷത്രങ്ങൾ കണ്ണു ചിമ്മി തുറന്നു. പൊലീസ് ക്ലബ്ബിൽ നിന്ന് അക്ബറും മോഹനും പിരിഞ്ഞു. വണ്ടിയിൽ കയറിയിരുന്ന ശേഷം അത്രയും സമയം സൈലന്റ് മോഡിലിട്ടിരുന്ന തന്റെ മൊബൈൽ ഫോൺ എടുത്തു നോക്കിയ അക്ബർ കണ്ടത് പതിമൂന്ന് മിസ്ഡ് കോളുകൾ ആണ്. അതും ഒരേ നമ്പറിൽ നിന്ന്.

ജിജ്ഞാസയോടെ അക്ബർ ആ നമ്പറിലേക്ക് തിരിച്ചുവിളിച്ചു.

''ഹലോ, അക്ബർ സാറേ.''

മറുതലയ്ക്കൽ നിന്ന് പതുങ്ങിയുള്ള ശബ്ദമാണ് കേട്ടത്.

''യസ്, അക്ബർ സ്പീക്കിംഗ്. ആരാണിത്?''

''സാറേ ഞാനാ. സുഗുണൻ. അണ്ടിപ്പുള്ളിക്കാവ് സുഗുണൻ.''

അയാൾ പതുങ്ങിയ ശബ്ദത്തിൽ തുടർന്നു.

''ഓഹ്... താനോ? എന്താടോ ഈ നേരത്ത്?''

''വിളിച്ച് ബുദ്ധിമുട്ടിച്ചതിൽ ക്ഷമിക്കണം സാറെ. ഒരു പ്രധാന കാര്യം പറയാനാ വിളിച്ചത്.''

''എന്ത് കാര്യം?''

''സാറേ, മട്ടാഞ്ചേരിക്കാരൻ കോടാലി മാർട്ടിയെ തട്ടിയതും അതിനായി പൈസ കൊടുത്ത് ആളെ ഇറക്കിയതും ഒക്കെ ആ പുലിമുറ്റത്തുകാരാ. ആ കോര വക്കീലിന്റെ ബുദ്ധിയാ എല്ലാം. ഞാനിന്ന് എന്റെ ചെവികൊണ്ട് കേട്ടതാ.'

''പുലിമുറ്റത്തുകാരെന്തിനാണ് മാർട്ടിയെ കൊല്ലാൻ ആളെ ഇറക്കിയത്? അവർ വിളിച്ചു വരുത്തിയിട്ടാണ് മാർട്ടി തുരുത്തിൽ വന്നതെന്നാണല്ലോ ഞാൻ അറിഞ്ഞത്.''

''ആ... അതൊന്നും എനിക്കറിഞ്ഞുകൂട സാറേ. പക്ഷേ ഇന്ന് അവരുടെ സംസാരത്തിൽ നിന്ന് സാറിനെ അറ്റാക്ക് ചെയ്യാൻ പ്ലാനുണ്ടെന്ന് മനസ്സിലായി. ഫാദറിനെ കൊല്ലിച്ചതും അവന്മാരാ സാറേ.'' സുഗുണൻ പറഞ്ഞു.

''അല്ലട സുഗുണാ, നീ പുലിമുറ്റത്തുകാരോട് ചിറ്റം കൂടിയിട്ട് ഇതിപ്പോ എന്താണ് ഇങ്ങനെ ഒരു ഇൻഫർമേഷൻ?'' അക്ബർ ചോദിച്ചു.

''അതോ. ഗൂഢാലോചന സാറിനെതിരെ ആയതുകൊണ്ടാ. അവസാനം എല്ലാറ്റിനെയും കൂടി വാരിക്കൂട്ടിയിട്ട് ഇടിക്കുമ്പോൾ രണ്ടിടി എനിക്ക് കുറയുമല്ലോ. പണ്ട് തന്നതുതന്നെ ധാരാളമാ പൊന്നുസാറേ.''

സുഗുണന്റെ സംസാരം അക്ബറിന്റെ ചുണ്ടിൽ ചിരി പടർത്തി.

''ഞാൻ വച്ചേക്കുവാ സാറേ.'' സുഗുണൻ ഫോൺ കട്ട് ചെയ്തു.

അക്ബർ ഫോൺ പിടിച്ചിരുന്ന് അല്പസമയം ചിന്താധീനനായി.

രാവിലെ പത്ത് മണിക്കു ശേഷം അക്ബറും തങ്കച്ചനും മോഹൻ പറഞ്ഞതു പ്രകാരം പഴയ പത്രാധിപർ കെ.സി മാധവനെ കാണാൻ പുറപ്പെട്ടു.

നഗരത്തിന്റെ തിരക്കുകളിൽ നിന്ന് അൽപ്പം മാറി ഒരു ഇടത്തരം വീട്. നാലു ചുറ്റിലും മതിൽ കെട്ടിമറച്ച് നിറയെ ചെടികൾ നിറഞ്ഞ പൂന്തോട്ടമുള്ള ഒരു വീട്. വണ്ടിയിൽ നിന്നിറങ്ങി ആ വീട്ടിലേക്ക് നടന്നു കയറിയ അവർ വാതിൽ അടഞ്ഞു കിടക്കുന്നതു കണ്ട് കോളിംഗ് ബെല്ലിൽ വിരലമർത്തി കാത്തു നിന്നു.

പതിമ്മൂന്ന്

അകത്തുനിന്ന് ആരോ നടന്നു വരുന്ന ശബ്ദം കേൾക്കാം. വാതിൽ തുറന്നയാളെ കണ്ട് അക്ബർ തെല്ലൊന്ന് അമ്പരന്നു.

ഡോ. നിരുപമ.

''ഗുഡ് മോർണിങ് സർ.''

നിരുപമ പുഞ്ചിരിയോടെ അക്ബറിനെ അഭിവാദ്യം ചെയ്തു.

''ഗുഡ് മോർണിങ് മേഡം. അല്ല, ഇത് മേഡത്തിന്റെ വീടായിരുന്നോ?''

''അതേ. ഇതും എന്റെ വീട് തന്നെ അക്ബർ സർ.''

''അപ്പോൾ പത്രാധിപരായിരുന്ന കെ.സി മാധവൻ?''

''എന്റെ അച്ഛനാണ്. ഐ ആം നിരുപമ മാധവൻ. എന്റെ മുഴുവൻ പേര്. വരൂ സർ കയറി ഇരിക്കൂ. അച്ഛൻ നിങ്ങളെ കാത്തിരിക്കുകയാണ്.''

അക്ബർ യാന്ത്രികമായി അകത്തേക്ക് പ്രവേശിച്ചു. ഒപ്പം തങ്കച്ചനും. അകത്ത് ഒരു മുറിയിൽ കാഴ്ചയിൽ ഏതാണ്ടൊരു അറുപത് വയസ്സ് തോന്നിക്കുന്ന കണ്ണട വച്ച ഒരു മനുഷ്യൻ കിടക്കയിൽ തലയിണ വച്ചു ചാരിയിരുന്നുകൊണ്ട് ഗഹനമായ പുസ്തക പാരായണത്തിലായിരുന്നു. അക്ബർ ആ പുസ്തകത്തിന്റെ പുറംചട്ടയിലേക്ക് ഒന്ന് നോക്കി. ലാരി കോളിൻസും ഡൊമിനിക് ലാപിയറും ചേർന്ന് രചിച്ച 'ഫ്രീഡം അറ്റ് മിഡ്നൈറ്റ്' എന്ന പുസ്തകം. ലാരി കോളിൻസ് എന്ന പേരിൽ അക്ബറിന്റെ മിഴികൾ ഒന്ന് ഉടക്കി. 'കോളിൻസ്' എന്ന പേരാണല്ലോ തന്നെ ഇവിടെ എത്തിച്ചതും.

അക്ബറും തങ്കച്ചനും നിരുപമയും ആ വാതിൽ കടന്ന സമയം തന്നെ അദ്ദേഹം പുസ്തകം മടക്കി ഇടതുവശത്തായി തലയിണയോട് ചേർത്ത് വച്ചു. കണ്ണട ഒന്നു കൂടി തന്റെ മുഖത്ത് ഉറപ്പിച്ചു വച്ച് അദ്ദേഹം ആഗതരോട് ഉപചാരപൂർവ്വം 'ഇരിക്കൂ' എന്ന് പറഞ്ഞു. ഡോ. നിരുപമ അവരോട് ചായ എടുക്കാം എന്ന് പറഞ്ഞ് മടങ്ങി.

പത്രാധിപർ മാധവൻ അക്ബറിനെ നോക്കി ഒന്നു മന്ദഹസിച്ചു.

"ഒരു നിമിഷം ഞാൻ വായിച്ചിരുന്ന പുസ്തകത്തിന്റെ രചയിതാവിന്റെ പേരിലൂടെ ചിന്ത ഒന്നു കടന്നു പോയി അല്ലേ?"

അയാൾ അക്ബറിനെ നോക്കി ചോദിച്ചു.

"യസ്. തീർച്ചയായും." അക്ബർ പറഞ്ഞു.

അരനിമിഷത്തെ മൗനത്തിനു ശേഷം മാധവൻ വാചാലനായി.

"ചില ചരിത്രങ്ങൾ അങ്ങനെയാണ് സർ. യാഥാർത്ഥ്യം പുറംലോകം അറിയണം എന്നില്ല. നമ്മുടെ സ്വാതന്ത്ര്യസമര ചരിത്രത്തിൽത്തന്നെ അർഹതയുള്ള പലരും വിസ്മരിക്കപ്പെട്ടിട്ടില്ലേ? History is a set of lies that people have agreed upon എന്നല്ലേ നെപ്പോളിയൻ ബോണപ്പാർട്ട് പറഞ്ഞത്."

അക്ബർ മാധവൻ പറഞ്ഞു നിർത്തിയതിന്റെ ബാക്കി എന്നവണ്ണം പറഞ്ഞു.

"Even when I am gone, I shall remain in people's minds the star of their rights, my name will be the war cry of their efforts, the motto of their hopes എന്നും നെപ്പോളിയൻ പറഞ്ഞിട്ടുണ്ട്."

ആരാധനയോടെ മാധവൻ അക്ബറെ നോക്കിക്കൊണ്ട് പറഞ്ഞു.

"അയാളുടെ കൊലപാതകം സാറ് തന്നെ അന്വേഷിക്കണം എന്ന് എനിക്ക് വാശി ഉണ്ടായിരുന്നു എന്നു കൂട്ടിക്കോ. കാരണം നിങ്ങൾ ഞാൻ കണ്ടിട്ടുള്ള മറ്റു പോലീസ് ഉദ്യോഗസ്ഥരെ പോലെയേ അല്ല. നട്ടെല്ലിന് ഉറപ്പുണ്ട് സാറിന്. കോളിൻസിന്റെ മരണം അന്വേഷിക്കുന്നത് അസിസ്റ്റന്റ് കമ്മീഷണർ അക്ബർ ആണെങ്കിൽ എനിക്ക് ഉറപ്പുണ്ടായിരുന്നു അവൻ പണക്കൊഴുപ്പും അധികാരവുംകൊണ്ട് മൂടിവച്ചതെല്ലാം സാർ വലിച്ച് പുറത്തിടുമെന്ന്. കാശുണ്ടെങ്കിൽ ഈ നാട്ടിൽ എന്തും വിലക്കെടുക്കാം, സർ. അത് നിയമമാണെങ്കിലും നീതിയാണെങ്കിലും അതല്ല ദൈവങ്ങളാണെങ്കിലും. അന്ന് സത്യങ്ങൾ മനസ്സിലാക്കിയ ഞാൻ ഇന്ന് സാറിന്റെ മുകളിലിരിക്കുന്ന പലരെയും ഒരു പാട് തവണ വന്നു കണ്ടിട്ടുണ്ട്. അവർ മനസ്സിലാക്കിയത് പലതും നുണകളായിരുന്നു എന്ന് ഉറക്കെ ഉറക്കെ പറയാൻ. പറഞ്ഞു, പറഞ്ഞതിന്റെ സമ്മാനം ഏറെ താമസിയാതെ ഏറ്റുവാങ്ങുകയും ചെയ്തു. ഭാര്യയുടെ കെട്ടുതാലി വരെ വിറ്റിട്ടാണ് പ്രസ്സ് തുടങ്ങിയത്. എന്റെ പത്രം കൂട്ടിയിട്ട് കത്തിച്ചു കളഞ്ഞു അവർ. അച്ചുകൂടവും ഓഫീസും പിന്നീട് നേരെയാക്കാൻ

കഴിയാത്തവണ്ണം തല്ലിത്തകർത്തു. ഉയിരും വാരിപ്പിടിച്ച് എന്റെ ഭാര്യയെയും മകളെയും കൂട്ടി രാത്രിക്ക് രാത്രി ഞാൻ നാടുവിട്ടു. എല്ലാറ്റിനും കാരണം ഒറ്റപ്പേര്. കോളിൻസ് തദേവൂസ്. സാറ് ജീവനോടെ ആ പിശാചിനെ കണ്ടിട്ടില്ലല്ലോ അല്ലേ?''

''ഇല്ല. ആ ഭാഗ്യം എനിക്ക് ഉണ്ടായിട്ടില്ല.'' അക്ബർ തമാശ രൂപേണ പറഞ്ഞു.

''നന്നായി.'' മാധവൻ കൂട്ടിച്ചേർത്തു.

അപ്പോഴേക്കും നിരുപമ ഒരു ട്രേയിൽ ആവി പറക്കുന്ന മൂന്നു കപ്പ് ചായയും ബിസ്കറ്റുമായി എത്തി.

''അന്ന് സാറിനെ ഞാൻ കാപ്പി കുടിക്കാൻ ക്ഷണിച്ചത് ഓർമ്മയുണ്ടോ?'' അക്ബറിനെ നോക്കി നിരുപമ ചോദിച്ചു.

''യസ്. ഉണ്ടല്ലോ.''

''അന്ന് അല്പം സമാധാനമായി ഇരുന്ന് ഇതേപ്പറ്റി സംസാരിക്കണമെന്ന് കരുതിയാണ് വിളിച്ചത്. അച്ഛൻ പറഞ്ഞിട്ടാണ് ഞാൻ അന്ന് മെയിൽ ചെയ്തപ്പോൾ സാറിനും സി.സി വച്ചത്. ആദ്യം കേസ് അന്വേഷിച്ച മിസ്റ്റർ ഹബീബ് ആരുടെയോ ചട്ടുകം ആണെന്ന് ഉറപ്പായിരുന്നു എനിക്ക്.''

''ആ ചട്ടുകം പിടിച്ച കൈകൾ ആരുടെതെന്ന് എനിക്ക് മനസ്സിലായി നിരുപമ.'' അക്ബർ പറഞ്ഞു.

''സർ നിങ്ങൾ ചായ കുടിക്കൂ. ഞാൻ മാറിത്തന്നേക്കാം. അച്ഛന് നിങ്ങളോട് മാത്രമായിട്ടാണ് സംസാരിക്കാനുള്ളത്.''

നിരുപമ പുറത്തേക്കിറങ്ങിപ്പോയി. അക്ബറും തങ്കച്ചനും മാധവനും തനിച്ചായി ആ മുറിയിൽ. ചായ കുടിക്കുന്നതിനിടയിൽ അവർ പരസ്പരം സംസാരിച്ചില്ല. അക്ബറാണ് ആദ്യമായി സംസാരിച്ചു തുടങ്ങിയത്.

''ആമുഖം വേണ്ട സർ. എന്താണ് താങ്കൾക്ക് എന്നോട് പറയാനുള്ളത്?''

മാധവൻ തന്റെ അരയോളം മൂടിയിരുന്ന പുതപ്പ് വലിച്ചു മാറ്റി ഇടതുകാൽനിലത്ത് കുത്തി വലതു കൈ കട്ടിലിന്റെ തലയ്ക്കൽ ചാരി വച്ചിരുന്ന എൽബോ ക്രച്ചിലേക്ക് കടത്തി നിവർന്നു നിന്നു..

''സുന്ദരനായിരുന്നു കോളിൻസ്. അതു തന്നെയായിരുന്നു ഈ നാൽപ്പത്തിയേഴാം വയസ്സിൽ മരിച്ച് കിണറ്റിൽ വിറങ്ങലിച്ച് കിടക്കും വരെ അയാളുടെ വജ്രായുധം.'' അക്ബറിന്റെ മുഖത്ത് നോക്കിക്കൊണ്ട് മാധവൻ പറഞ്ഞു.

തന്റെ ഊന്നുവടി അമർത്തി കുത്തി മെല്ലെ മുന്നോട്ട് നടന്നുകൊണ്ട് ഭിത്തിയിൽ ഘടിപ്പിച്ചിരുന്ന വലിയ ഷെൽഫിന് മുന്നിൽ ചെന്നു

നിന്നു. അതു മെല്ലെ തുറന്ന് ഒരു ചെറിയ പേപ്പർ കെട്ടെടുത്ത് അക്ബറിന്റെ നേർക്ക് നോക്കി മാധവൻ പറഞ്ഞു.

''എന്റെ നിയമപോരാട്ടത്തിന്റെ ചരിത്രമാണ് സർ ഇതെല്ലാം.''

മുന്നോട്ട് ചെന്ന് തങ്കച്ചൻ ആ കെട്ട് വാങ്ങി അക്ബറിനെ ഏൽപ്പിച്ചു.

''കോളിൻസ് ഒരു വ്യക്തിയല്ല സർ. പുഴുക്കുത്തേറ്റ ഒരു വ്യവസ്ഥിതിയുടെ ഇങ്ങേയറ്റത്തെ ഉദാഹരണം മാത്രമാണ് അയാൾ. ഇനിയും ഒരുപാട് പേർ, മതങ്ങളുടെ പേരും പറഞ്ഞ് നനഞ്ഞിടം കുഴിച്ചുകൊണ്ട് സമൂഹത്തെ കാൻസർ പോലെ കാർന്നുതിന്നുകൊണ്ടേയിരിപ്പുണ്ട്. അറുത്തു മുറിച്ച് കളയണം. ദാ, ഇതുപോലെ.''

തന്റെ വലതുകാൽ കാണിച്ചുകൊണ്ട് മാധവൻ പറഞ്ഞു.

''ചത്തതു കീചകനാണെങ്കിൽ കൊന്നതു ഭീമൻ തന്നെ എന്ന് കേട്ടിട്ടില്ലേ സർ? ഇതും അതുപോലെ തന്നെയാണ്. പന്ത്രണ്ടു വയസ്സുള്ള തന്റെ മകളെ പീഡിപ്പിച്ചവനെ വെടിവച്ചു കൊന്ന പിതാവിന്റെ നാടല്ലേ സർ. കോളിൻസിനുള്ള കൊലക്കയർ പിരിച്ചതും അയാൾ തന്നെയാവും സർ.''

തിരികെ വന്ന് കട്ടിലിൽ ഇരുന്നു കൊണ്ട് മാധവൻ പറഞ്ഞു.

''സാറ് സാവകാശം മടക്കത്തന്നാൽ മതി. കൈയിൽ വച്ചോളൂ.''

അക്ബർ ആ പേപ്പർ കെട്ട് മറിച്ചു നോക്കി. അതു കണ്ട് മാധവൻ പറഞ്ഞു.

''സർ... മാടത്തരുവി കേസ്സിനെപ്പറ്റി കേട്ടിട്ടില്ലേ?'' അക്ബറിനെ നോക്കി മാധവൻ ചോദിച്ചു.

''1966ൽ കേരളത്തിൽ കോളിളക്കം സൃഷ്ടിച്ച കൊലപാതകക്കേസ്സായിരുന്നു മാടത്തരുവി കേസ്. വിധവയായ മറിയക്കുട്ടി എന്ന സ്ത്രീയുടെ ജഡം ഇന്നത്തെ പത്തനംതിട്ട ജില്ലയിൽ റാന്നി അടുത്തുള്ള മാടത്തരുവിയിൽ 1966 ജൂൺ 16ന് കാണപ്പെട്ടതാണ് കേസ്സിന് ആധാരം. ബെനഡിക്ട് ഓണംകുളം എന്ന സുറിയാനി കത്തോലിക്കാ പുരോഹിതനാണ് കുറ്റവാളി എന്ന ആരോപണമാണ് കേസ്സിലേക്ക് വ്യാപകമായ മാധ്യമശ്രദ്ധയും ജനശ്രദ്ധയും അന്ന് ആകർഷിച്ചത്. സകലമാന മാദ്ധ്യമങ്ങളും അന്നു മൗനം പാലിച്ചപ്പോൾ തനിനിറം എന്ന പത്രം മാത്രമാണ് സത്യം വിളിച്ചു പറഞ്ഞത്. ബെനഡിക്ട് മറിയക്കുട്ടിയുമായി അനാശാസ്യബന്ധം പുലർത്തിയിരുന്നെന്നും അവരുടെ മരണ സമയത്ത് രണ്ടു വയസ്സുണ്ടായിരുന്ന കുട്ടിയുടെ പിതാവ് അദ്ദേഹമാണെന്നും ആരോപിക്കപ്പെട്ടിരുന്നു. ഈ കേസ്സിൽ 1966 ജൂൺ 24ന് ബെനഡിക്ട് അറസ്റ്റു ചെയ്യപ്പെട്ടു.

ഒരു കത്തോലിക്കാ പുരോഹിതൻ ഇത്തരം കുറ്റാരോപണത്തിൽ അറസ്റ്റു ചെയ്യപ്പെടുന്ന കേരളത്തിലെ ആദ്യസംഭവമായിരുന്നു അത്. കൊല്ലത്തെ സെഷൻസ് കോടതിയിൽ നടന്ന വിചാരണയെ തുടർന്ന്

1966 നവംബർ 19ന് ബെനഡിക്ട് അച്ചന്, സെഷൻസ് ജഡ്ജി കുഞ്ഞിരാമൻ വൈദ്യർ, അഞ്ചുവർഷത്തെ കഠിനതടവും വധശിക്ഷയും വിധിച്ചു. കേസ് അന്വേഷിച്ച രീതിയിൽ പലതരം വീഴ്ചകളും കണ്ടെങ്കിലും, പ്രതി പുരോഹിതനാണെന്നതിനാൽ കുറ്റകൃത്യത്തെ ഗൗരവമായെടുത്ത് കഠിനതരമായ ശിക്ഷ വിധിക്കുകയായിരുന്നു സെഷൻസ് കോടതി. കീഴ്ക്കോടതിയുടെ ഈ നിലപാട്, ബെനഡിക്ടിന്റെ അപ്പീൽ പരിഗണിച്ച കേരളാ ഹൈക്കോടതിയിലെ രണ്ടംഗ ബഞ്ച് അംഗീകരിച്ചില്ല. ന്യായാധിപന്മാരായ പി.ടി. രാമൻ നായരും വി.പി. ഗോപാലനുമായിരുന്നു ആ ബെഞ്ചിലെ അംഗങ്ങൾ. നിയമത്തിന്റെ മുൻപിൽ എല്ലാവരും തുല്യരാണെന്നു കരുതിയ അവർ, മതിയായ തെളിവില്ലെന്ന കാരണം പറഞ്ഞ് 1967 ഏപ്രിൽ 7ന് പുറപ്പെടുവിച്ച വിധിയിൽ, ബെനഡിക്ടിനെ വെറുതെ വിട്ടു.

ഇതാണ് സർ നമ്മുടെ ജുഡീഷ്യറിയുടെ ബലഹീനത. പലതിനും മുൻപിൽ മുട്ടുവിറച്ച് ഓച്ഛാനിച്ച് അങ്ങനെ നിൽക്കും കൊടി കെട്ടിയ നമ്മുടെ നീതിയും നിയമവും. ഇതേ തെറ്റ് ഏതെങ്കിലും രാഷ്ട്രീയക്കാരനാണ് ചെയ്തിരുന്നതെങ്കിൽ അവന് ഒരു പാർട്ടി സസ്പെൻഷനപ്പുറം എന്തു ശിക്ഷ ലഭിക്കും? മതവും രാഷ്ട്രീയവുമാണ് ഈ മഹാരാജ്യത്തിനെ അടക്കി ഭരിക്കുന്നത്. ഒരു നാണയത്തിന്റെ രണ്ടു വശങ്ങൾ പോലെ. അതുകൊണ്ടാണ് ചില സത്യങ്ങൾ ലോകമറിയാൻ, ഉറക്കെ വിളിച്ചു പറയാൻ നിങ്ങളെപ്പോലെ ഒരു നട്ടെല്ലുള്ള ഉദ്യോഗസ്ഥനെ എനിക്ക് വേണമെന്ന് ഞാൻ ആഗ്രഹിച്ചതും കാത്തിരുന്നതും. കോളിൻസിനെ കൊന്നത് ആരെന്ന് എനിക്കറിയില്ല. പക്ഷേ ഞാൻ സാറിനെ ഏൽപ്പിക്കുന്ന ഈ പേപ്പർകെട്ടിന് ഒരു പാട് കഥകൾ പറയാനുണ്ട്. ചോരയും കണ്ണീരും വീണു നനഞ്ഞു കുതിർന്ന ഒരു പാട് പേരുടെ ജീവിതത്തിലെ നേരിന്റെ കഥകൾ.''

കിതയ്ക്കുന്നുണ്ടായിരുന്നു മാധവൻ.

അക്ബർ തങ്കച്ചനെ നോക്കി പോകാം എന്ന് കണ്ണുകൾ കൊണ്ട് ആജ്ഞ നൽകി.

''കാണാൻ സാധിച്ചതിൽ വളരെയധികം സന്തോഷം സർ. ഞങ്ങൾ ഇറങ്ങട്ടെ. വീണ്ടും കാണാം.''

മാധവൻ കൈകൂപ്പി. അയാളുടെ കണ്ണുകൾ ഈറനണിഞ്ഞിരുന്നു. നരവീണ കൺപീലികൾ നനഞ്ഞിരുന്നു.

''അയാളെ എന്റെ കൈവാക്കിന് കിട്ടിയിരുന്നെങ്കിൽ ഞാൻ തീർക്കുമായിരുന്നു സർ. ആ മൃതദേഹം വെട്ടിക്കീറിയത് എന്റെ ചോരയല്ലേ. അതാണ് നിയോഗം.''

മാധവന്റെ വാക്കുകൾ അക്ബറിന്റെ കാതുകളിൽ ഇടി മുഴങ്ങും പോലെ പ്രകമ്പനം സൃഷ്ടിക്കാൻ പോന്നതായിരുന്നു.

ആ മുറി വിട്ട് പുറത്തിറങ്ങിയ അക്ബറിനെ കാത്ത് ഡോ. നിരുപമ നിൽക്കുന്നുണ്ടായിരുന്നു. അവരുടെ കൈയ്യിൽ ഒരു പേപ്പർ കവർ ഉണ്ടായിരുന്നു.

''മാർട്ടിയുടെ ഒട്ടോപ്സി റിപ്പോർട്ടാണ്.''

നിരുപമ ആ കവർ അക്ബറിന് നൽകിക്കൊണ്ട് പറഞ്ഞു.

''സംഗതി ട്രെയിനിടിച്ചില്ല സംഭവിച്ചിരിക്കുന്നത്. എ ക്ലിയർ കേസ് ഓഫ് മർഡർ.'' നിരുപമ പറഞ്ഞു.

''ഞാൻ ഊഹിച്ചു.'' അക്ബർ പറഞ്ഞു.

''വെരി ബ്രൂട്ടൽ. വെട്ടി നുറുക്കി.''

നിരുപമ ആ രംഗം കൺമുൻപിൽ കാണും പോലെ വെറുപ്പോടെ പറഞ്ഞു.

''പ്രൊഫഷണൽ?''

''യാ... അങ്ങേയറ്റം. ഇറച്ചി അരിയുംപോലെ അത്ര മാത്രം കൃത്യമായി.''

അക്ബർ ആ വാചകം കേട്ട് ഒന്നു ചിരിച്ചു.

''മനുഷ്യൻ മാത്രമാണ് ഈ ലോകത്തിൽ ആഹാരത്തിന് വേണ്ടിയല്ലാതെ കൊലകൾ നടത്തുന്ന ഏക ജീവി. അല്ലേ മേഡം?''

അക്ബർ പുറത്തേക്കിറങ്ങി.

ഇരമ്പിക്കൊണ്ട് അകന്നു പോകുന്ന അക്ബറിന്റെ വാഹനം നിരുപമ നോക്കി നിന്നു. അവളുടെ കണ്ണുകൾ വല്ലാതെ തിളങ്ങുന്നുണ്ടായിരുന്നു.

''ഫാദർ കോളിൻസിനെപ്പറ്റി നമ്മൾ അറിഞ്ഞതൊക്കെ ഇത്രയും കാലം ആരും പുറത്തു പറയാതിരുന്നതെന്തുകൊണ്ടാവും സർ?''

''ഉത്തരം വളരെ സിംപിളാണ്. ഭയം കൊണ്ട്. ഇന്ന് പല കുട്ടികളും അഭിമുഖീകരിക്കുന്ന പ്രശ്നമാണ് ഇത് തങ്കച്ചാ. വീട്ടിലും സ്കൂളിലും ബസ്സിലും അങ്ങനെ എവിടെയും നമ്മുടെ മക്കൾ സുരക്ഷിതരല്ലടോ. അതാണ് കാലം. അതൊന്നും തുറന്നു പറയാൻ അവരുടെ ഉള്ളിലെ ഭയം അനുവദിക്കുന്നില്ല. ദിവസവും മക്കൾ പറയുന്നത് കേൾക്കാൻ, അവർക്കായി ദിവസവും അരമണിക്കൂറെങ്കിലും സമയം ചിലവാക്കാൻ ഇന്ന് എത്ര മാതാപിതാക്കൾ തയ്യാറാകുന്നുണ്ട്? അതിലുണ്ട് എല്ലാ ഉത്തരങ്ങളും.''

അക്ബർ പറഞ്ഞു.

''അറിഞ്ഞതൊക്കെ വച്ച് നോക്കുമ്പോൾ ചെറിയ പെൺകുട്ടികളായിരുന്നു അയാളുടെ ഇരകൾ. അല്ലേ സർ?''

''അതെ തങ്കച്ചാ. പതിനെട്ടിന് താഴെയുള്ള പെൺകുട്ടികൾ. അതാണ് നമ്മുടെ കച്ചിത്തുരുമ്പ്. ആ തുരുത്തിലും പിന്നെ തൊട്ടു മുൻപ്

കോളിൻസ് ഇരുന്ന ഇടവകയിലും ഉള്ള പതിനെട്ട് വയസ്സിൽ താഴെ പ്രായമുള്ള പെൺകുട്ടികളുടെ ലിസ്റ്റ് വേണം നമ്മൾക്ക്. ഒരു കൗൺസിലിംഗ് പോലെ അവരെ മീറ്റ് ചെയ്യണം. തീർത്തും പ്രൈവസിയോടെ. അവരുടെ വിവരങ്ങൾ പബ്ലിക്കിനോ പത്രമാദ്ധ്യമങ്ങൾക്കോ പോകരുത്. ബീ അലർട്ട്.''

''യഥാർത്ഥ കഥ ഇനിയാണ് തുടങ്ങുന്നത്. അല്ലേ സർ?''

'അതെ. നായകനും വില്ലനും ഒരാൾ തന്നെ.'' അക്ബർ പറഞ്ഞു.

ആ വാഹനം അവരെയും വഹിച്ചുകൊണ്ട് കുതിച്ചു പാഞ്ഞു.

പതിന്നാല്

അരമനയിൽ നിന്ന് തനിക്ക് കോളിൻസ് വധവുമായി ബന്ധപ്പെട്ട കേസ് അന്വേഷിക്കുന്ന ഉദ്യോഗസ്ഥനെ ഒന്നു കാണണം എന്ന് പറഞ്ഞ് ബിഷപ്പിന്റെ സന്ദേശം അക്ബറിന് കിട്ടുന്നത് അന്നേ ദിവസം സായാഹ്നത്തിലാണ്. ഔദ്യോഗിക സമയം കഴിഞ്ഞതിനാൽ തന്റെ പതിവ് വ്യായാമങ്ങളിൽ വ്യാപൃതനായിരുന്ന അക്ബർ സന്ദേശം കണ്ടയുടൻ മോഹനെ വിളിക്കുകയായിരുന്നു.

''നീ ഒന്ന് ചെന്ന് അദ്ദേഹത്തിനെ കണ്ടേക്കൂ'' എന്ന് മോഹന്റെ നിർദ്ദേശം കൂടി ആയപ്പോൾ അടുത്ത ദിവസം തന്നെ ബിഷപ് ഹൗസിലേക്ക് യാത്ര തിരിക്കാം എന്ന് അക്ബർ മറുപടി സന്ദേശം അയച്ചു. നന്ദി പ്രകാശിപ്പിച്ചുകൊണ്ട് തിരിച്ചൊരു സന്ദേശം ഏറെ വൈകാതെ അക്ബറിനെ തേടി എത്തി. പിന്നാലെ കാലത്ത് പത്തു മണി കഴിഞ്ഞ് എത്തുമോ എന്ന് ചോദിച്ച് വീണ്ടും ഒരു സന്ദേശം എത്തി.

അക്ബർ സമ്മതം പറഞ്ഞു. അതോടെ ആ സന്ദേശങ്ങൾക്ക് താൽക്കാലിക വിരാമമായി. മൊബൈൽ ഫോൺ മാറ്റി വച്ച് വീണ്ടും തന്റെ വ്യായാമമുറകളിലേക്ക് അക്ബർ മടങ്ങുകയും ചെയ്തു.

അക്ബറും തങ്കച്ചനും ബിഷപ്പ് ഹൗസിൽ എത്തിയപ്പോൾ സന്ദർശകർ എത്തിത്തുടങ്ങുന്നതേ ഉണ്ടായിരുന്നുള്ളൂ. അവരെ കണ്ടയുടൻ ഒരു വൈദികൻ സ്വയം പരിചയപ്പെടുത്തിക്കൊണ്ട് വലിയ പിതാവ് നിങ്ങളെ കാത്തിരിക്കുന്നു എന്ന് പറഞ്ഞു.

വെളുത്ത മാർബിൾ കല്ലുകൾ പാകിയ ആ വലിയ കെട്ടിട സമുച്ചയത്തിന്റെ തണുത്ത വിതാനങ്ങൾ അവരുടെ പാദപതനങ്ങളെ ഏറ്റുവാങ്ങി. ചുവന്ന തിരശ്ശീലയുടെ ഞൊറിവുകൾക്കപ്പുറം ആ വയോധികനിരിക്കുന്നുണ്ടായിരുന്നു. ഘനഗംഭീരമായ ശബ്ദത്തിൽ വിശുദ്ധ വേദപുസ്തകം പാരായണം ചെയ്യുകയായിരുന്നു അദ്ദേഹം. അക്ബർ ആ വചനങ്ങൾ ശ്രദ്ധിച്ചു.

''ദൈവമായ കർത്താവിന്റെ വചനം ശ്രവിക്കുവിൻ.

ദൈവമായ കർത്താവ് അരുളിച്ചെയ്യുന്നു: എന്റെ വിശുദ്ധ മന്ദിരം അശുദ്ധമാക്കപ്പെട്ടപ്പോൾ അതിനെക്കുറിച്ചും ഇസ്രായേൽദേശം വിജനമാക്കപ്പെട്ടപ്പോൾ അതിനെക്കുറിച്ചും യൂദാഭവനം പ്രവാസത്തിലേക്കു പോയപ്പോൾ അതിനെക്കുറിച്ചും നീ ആഹാ, എന്നു പറഞ്ഞു പരിഹസിച്ചു. അതിനാൽ ഞാൻ നിന്നെ പൗരസ്ത്യർക്ക് അവകാശമായി കൊടുക്കാൻ പോകുന്നു; അവർ നിന്നിൽ പാളയമടിച്ച് വാസമുറപ്പിക്കും. അവർ നിനക്കുള്ള ഫലം ഭക്ഷിക്കുകയും പാല് കുടിക്കുകയും ചെയ്യും. ഞാൻ റബ്ബായെ ഒട്ടകങ്ങൾക്കു മേച്ചിൽസ്ഥലവും അമ്മോന്യരുടെ നഗരങ്ങളെ ആട്ടിൻപറ്റങ്ങൾക്കു താവളവുമാക്കും. ഞാനാണ് കർത്താവെന്ന് അപ്പോൾ നീ അറിയും.''

അത്രയും ഉറക്കെ വായിച്ച് അദ്ദേഹം ബൈബിൾ അടച്ചു. അൽപ്പസമയം കണ്ണുകളടച്ച് ജപമാല തെരുപ്പിടിച്ച് പ്രാർത്ഥനാനിരതനായി.

''ക്രോധം നിറഞ്ഞ പ്രഹരങ്ങളാൽ ഞാൻ അവരോടു കഠിനമായി പ്രതികാരം ചെയ്യും. ഞാൻ പ്രതികാരം ചെയ്യുമ്പോൾ ഞാനാണ് കർത്താവ് എന്ന് അവർ അറിയും.''

ആഗതർ പ്രാർത്ഥന തീരാൻ കാത്തു നിന്നു. അദ്ദേഹം മിഴി തുറന്നു.

''പിതാവേ...'' അക്ബറിനും തങ്കച്ചനും ഒപ്പം ചെന്ന വൈദികൻ വിളിച്ചു.

അദ്ദേഹം തന്റെ ശിരസ്സുയർത്തി അവരെ നോക്കി. പ്രായാധിക്യം തളർത്താത്ത കണ്ണുകൾ ദീപ്തമായി.

''വരൂ സർ.''

മെല്ലെ എഴുന്നേൽക്കാൻ ശ്രമിച്ചുകൊണ്ട് അദ്ദേഹം പറഞ്ഞു.

വിനയാന്വിതനായി അദ്ദേഹത്തോട് ഇരുന്നുകൊള്ളൂ എന്ന് പറഞ്ഞുകൊണ്ടാണ് അക്ബർ ആ മുറിയിൽ പ്രവേശിച്ചത്. അവർക്കൊപ്പം വന്ന വൈദികനോട് തിരിച്ചു പൊയ്ക്കോളൂ എന്ന് ആംഗ്യം കാണിച്ചുകൊണ്ട് പണിപ്പെട്ടിട്ടെങ്കിലും ആ വൃദ്ധൻ മെല്ലെ എഴുന്നേറ്റ് അക്ബറിന് ഹസ്തദാനം ചെയ്തു.

''അസിസ്റ്റന്റ് കമ്മീഷണർ അക്ബർ റഹ്മാന് സ്വാഗതം.'' അദ്ദേഹം പറഞ്ഞു.

''എഴുന്നേൽക്കണമായിരുന്നോ തിരുമേനീ?'' അക്ബർ ചോദിച്ചു.

''വേണം സർ. അതാണ് നമ്മുടെ ഭാരതീയ സംസ്കാരം. അതിഥി ദേവോ ഭവഃ എന്നല്ലേ, ഇരിക്കൂ.''

ഇരിപ്പിടം കാണിച്ച് കൊടുത്ത് അക്ബറിനോട് അദ്ദേഹം പറഞ്ഞു.

അക്ബർ ഇരുന്നു.

‘‘വളരെ ദിവസങ്ങളായി സാറിനെ നേരിട്ട് കാണണം എന്ന് ആഗ്രഹിക്കുന്നു. അവിടേക്ക് വന്നു കാണുവാൻ തന്നെയായിരുന്നു ആഗ്രഹവും. പക്ഷേ ഇതിപ്പോ ഇങ്ങനെ ഒരു കൂടിക്കാഴ്ച. അത് ഞാൻ മനപ്പൂർവ്വം സൃഷ്ടിച്ചതല്ല കേട്ടോ. മനസ്സു പറയുന്നത് കേൾക്കാൻ ശരീരം അങ്ങ് വഴങ്ങുന്നില്ല അതു തന്നെ കാരണം.’’

‘അയ്യോ, തിരുമേനിയെ ഓഫീസിലേക്ക് വരുത്തി കാണാൻ അത്ര മാത്രം വളർന്നൊരാളല്ല ഞാൻ. പിന്നെ അങ്ങേയ്ക്കും അറിവുള്ളതാണല്ലോ, ഇപ്പോൾ ഞാൻ അന്വേഷിച്ചുകൊണ്ടിരിക്കുന്ന കേസ്. അത് ദൗർഭാഗ്യവശാൽ അങ്ങയെയും ബുദ്ധിമുട്ടിക്കുന്നുണ്ടാവും. കാക്കിയിട്ടാൽ ഞാൻ മുഖം നോക്കാറില്ല. അതെന്റെ ദൗർബല്യമാവാം.’’

അക്ബർ പറഞ്ഞു. തിരുമേനി അക്ബറിനെ അടിമുടി കണ്ണുകൊണ്ട് ഉഴിഞ്ഞു.

‘‘ചുണക്കുട്ടി.’’ ആ ചുണ്ടുകൾ മന്ത്രിച്ചു.

‘‘തന്റെ സമ്പന്നമായ പശ്ചാത്തലം ഉപയോഗിച്ച് പല കൊള്ളരുതായ്മകളും കാണിച്ചുകൂട്ടിയിട്ടുണ്ടെങ്കിലും ചില കാര്യങ്ങളിൽ, അവസാനം നടന്ന കള്ളുഷാപ്പ് പ്രശ്നത്തിൽവരെ തന്റേതായ ഇടപെടലുകൾ നടത്തുന്നയാളായിരുന്നു കോളിൻസ് അച്ചൻ. അതുപോലെയുള്ള ചില കാരണങ്ങൾ കൊണ്ട് തന്നാ സഭയിലെ പല ദിവ്യന്മാരും അയാളെ സഹിച്ചിരുന്നതും. സാറ് അന്വേഷിച്ചു പോയ പല വഴികളും നേരായ വഴികൾ തന്നെയാണ്. കോളിൻസ് പാപക്കറ വീഴ്ത്തിയ നടവഴികൾ. സമ്പന്നതയുടെ മടിത്തട്ടിൽ കിടക്കുന്നവന് റേഷനരി തിന്നുന്നവന്റെ ഗതികേട് മനസ്സിലാവില്ലല്ലോ. എല്ലായിടത്തും ഉച്ചനീചത്വമുണ്ട്. അതിപ്പോ ഹിന്ദുവോ, മുസ്ലീമോ, നസ്രാണിയോ ആരായാലും ഒരേ പോലെയാണ്. അതാണ് കാലം.’’

‘‘തിരുമേനി കാണണം എന്ന് പറഞ്ഞതിന്റെ പൊരുൾ മനസ്സിലായില്ല.’’

അക്ബർ പറഞ്ഞു.

‘‘ഞാൻ പറയാം സർ. അതിലേക്ക് തന്നെയാണ് ഞാൻ വരുന്നത്. ഒരുപക്ഷേ അന്വേഷണത്തിന് നിങ്ങളെ സഹായിക്കാൻ അത് ഉതകിയേക്കാം. നിങ്ങളുടെ പല അനുമാനങ്ങളും യാഥാർത്ഥ്യത്തിലേക്കാണ് വിരൽ ചൂണ്ടുന്നത്. ബീന മാത്യൂസ്, സിസ്റ്റർ നിർമ്മല. ഇനിയുമുണ്ട് ആളുകൾ. താങ്കൾക്ക് കേൾക്കാനുള്ള ക്ഷമയുണ്ടെങ്കിൽ ഞാനത് വെളിപ്പെടുത്താം. ഒരു കുമ്പസാരരഹസ്യം പോലെ. ഒരുപക്ഷേ അവരിൽ ആരെങ്കിലും ആണെങ്കിലോ, താങ്കൾ തിരയുന്ന ആ ആൾ.’’

തുടർന്ന് അദ്ദേഹത്തിന്റെ വെളിപ്പെടുത്തൽ അക്ബർ കേട്ടിരുന്നു. അദ്ഭുതത്തോടെ.

സമയം ഇഴഞ്ഞു നീങ്ങിക്കൊണ്ടിരുന്നു. ഒടുവിൽ അദ്ദേഹത്തോട്

യാത്ര പറഞ്ഞിറങ്ങിയ അക്ബർ അല്പദൂരം മുന്നോട്ടു നടന്ന ശേഷം പിൻതിരിഞ്ഞു നിന്ന് ചോദിച്ചു..

''കോളിൻസ് തദേവൂസിനെതിരെ മറ്റാരും വെളിപ്പെടുത്താത്ത കാര്യങ്ങളാണ് അങ്ങ് പറഞ്ഞത്. എന്തുകൊണ്ടാണ് അങ്ങ് ഒഴുക്കിനെതിരെ നീന്തുന്നത്?''

തന്റെ കഴുത്തിൽ കിടന്ന ക്രൂശിത രൂപം മുത്തിക്കൊണ്ട് അദ്ദേഹം പറഞ്ഞു.

''ഫാദർ കോളിൻസുമാർ ഇനി ഉണ്ടാവാൻ പാടില്ല. മനസ്സ് ശാന്തമാകാനാണ് ആളുകൾ ദേവാലയത്തിൽ വരുന്നത്. അവിടെ അവരുടെ മാനത്തിന് വില പറയാൻ ഇനിയൊരു ഫാദർ കോളിൻസ് വേണ്ട. സഭയ്ക്കും ഭൂമിക്കും. മുഖം നോക്കാതെ നീതി നടപ്പാക്കാം സാറിന്. ഒരു കുഞ്ഞാടുകളെക്കൊണ്ടും നിങ്ങളുടെ രോമം പോലും മുറിയില്ല. എല്ലാവരും ഒരേ പോലെയല്ലല്ലോ സർ. ഗോ എഹെഡ്. സകലത്തിനും അധീശനായ ഈശ്വരൻ താങ്കളെ രക്ഷിക്കട്ടെ.''

''തങ്കച്ചാ എനിക്ക് മോഹൻ സാറിനെ ഒന്നു കാണണം. ഓഫീസിലേക്ക് വണ്ടി വിട്.'' അക്ബർ പറഞ്ഞു.

''ശരി സർ.'' തങ്കച്ചൻ ആ നിർദേശം ശിരസ്സാ വഹിച്ചു.

വെയിൽ നിറഞ്ഞ നിരത്തിലൂടെ ചീറിപ്പാഞ്ഞ ആ വാഹനത്തിനുള്ളിലിരുന്ന് അക്ബർ എന്തൊക്കെയോ കണക്കുകൂട്ടലുകൾ മനസ്സിൽ നടത്തുകയാണെന്ന് തങ്കച്ചന് തോന്നി. പക്ഷേ അയാൾ അക്ബറിനോടൊന്നും ചോദിച്ചില്ല.

കമ്മീഷണർ ഓഫീസിലേക്ക് കയറി മോഹൻദാസിന്റെ ക്യാബിനിലേക്ക് നടക്കുമ്പോഴും അക്ബർ ചിന്തയിൽത്തന്നെയായിരുന്നു.

''എന്താടോ പെട്ടെന്ന്. താൻ ബിഷപ്പ് ഹൗസിൽ പോയോ?'' മോഹൻ ചോദിച്ചു.

''ഉവ്വ് സർ. നമ്മൾക്ക് ഈ കേസിൽ കിട്ടാനുള്ളതിൽ വച്ച് ഏറ്റവും വലിയ ലീഡുമായിട്ടാണ് എന്റെ വരവ്.''

തുടർന്ന് അക്ബർ പറഞ്ഞതത്രയും മോഹൻ കേട്ടിരുന്നു.

അക്ബർ പറഞ്ഞ് തീർന്നപ്പോൾ മോഹൻ ഒന്നു ദീർഘമായി നിശ്വസിച്ചു.

''താനെന്തൊക്കെയാണീ പറയുന്നതെന്ന് ബോധ്യമുണ്ടോ?''

''ഉവ്വ് സർ. പരിപൂർണ്ണബോദ്ധ്യത്തോടെയാണ് ഞാനീ പറയുന്നത്. ഐ നീഡ് യുവർ ഹെൽപ്.''

അത്രയും പറഞ്ഞ് അക്ബർ എഴുന്നേറ്റു. മോഹന്റെ മറുപടി കാത്തുനിൽക്കാതെ അക്ബർ തിരിഞ്ഞു നടന്നു.

“തങ്കച്ചാ, ലക്ഷ്യം വളരെയടുത്താണ്. പക്ഷേ നമ്മുടെ നീക്കങ്ങൾ അതീവരഹസ്യമായിരിക്കണം. നമ്മുടെ അന്വേഷണത്തിന്റെ രണ്ടാംഘട്ടം ഇവിടെ ആരംഭിക്കുകയാണ്. മട്ടാഞ്ചേരി മാർട്ടിയെ തീർത്ത ടീം, അതേതായാലും കണ്ടെത്തണം. ഈ കുറുക്കുകളുടെ ഓരോ കെട്ടും അഴിച്ചെടുക്കണം. എങ്കിലേ ഞാൻ മനസ്സിൽ ഉദ്ദേശിച്ചതുപോലെ ഒരു അവസാനം ഉണ്ടാകൂ. മാർട്ടിയുടെ ബോഡി കിട്ടിയത് റെയിൽവേ ബ്രിഡ്ജിൽ നിന്നല്ലേ? ആ പരിസരത്ത് സി.സി ക്യാമറകളുണ്ട്. വിത്തിൻ വൺ അവർ. എനിക്ക്.... ആ ഫൂട്ടേജസ്...”

അക്ബർ ആ വാചകം മുഴുമിപ്പിക്കും മുൻപു തന്നെ തങ്കച്ചൻ പറഞ്ഞു.

“ബാക്കി പറയേണ്ട സാറേ. ദാണ്ടേ തങ്കച്ചൻ ഇറങ്ങിത്തിരിക്കുവാ. സാറിന് വേണ്ടതുംകൊണ്ടേ തിരിച്ചു വരൂ ഞാൻ.”

തങ്കച്ചൻ നടന്നകലുന്നത് നോക്കിയിരുന്നു എങ്കിലും അക്ബറിന്റെ മനസ്സാകെ കലുഷിതമായിരുന്നു. അയാളുടെ മനസ്സിലൂടെ നിരവധി മുഖങ്ങൾ ഒരു സിനിമാ തിരശ്ശീലയിലെന്നതുപോലെ കടന്നു പൊയ്ക്കൊണ്ടേയിരുന്നു.

സിസ്റ്റർ നിർമ്മല എന്ന അനിത. അവരുടെ ഭർത്താവ്. കാൽ നഷ്ടമായി എങ്കിലും പ്രതിയോഗിയുടെ മൃതദേഹം കീറി മുറിച്ചത് തന്റെ മകൾ എന്ന് അഭിമാനത്തോടെ പറഞ്ഞ കനൽ കത്തുന്ന കണ്ണുള്ള പത്രാധിപർ മാധവൻ. അദ്ദേഹത്തിന്റെ മകൾ നിരുപമ. ഒടുവിൽ തെറ്റുകാരനാരെന്ന് ബൈബിൾ വചനത്തിലൂടെ പറയാതെ പറഞ്ഞ വലിയ തിരുമേനി. അവരിൽ ആർക്കാവും ഫാദർ കോളിൻസിനോട് കൂടുതൽ പക എന്ന് അക്ബറിന് അനുമാനിക്കാൻ കഴിഞ്ഞില്ല. തന്റെ മുൻപിൽ ഇരുന്ന കമ്പ്യൂട്ടർ സ്ക്രീനിൽ നിന്ന് കോളിൻസ് മർഡർ കേസിന്റെ ഫയൽ എടുത്ത് പരിശോധിക്കുന്നതിനിടയിൽ യാദൃച്ഛികമായിട്ടാണ് അക്ബറിന്റെ കണ്ണുകൾ ആ പേജിൽ ഉടക്കിയത്.

കോളിൻസിന്റെ മേശപ്പുറത്ത് ആ സമയത്ത് ഒരു ബൈബിൾ ഇരിപ്പുണ്ടായിരുന്നു. അതിന്റെ ഒരു പേജിൽ പേജ്മാർക്കർ വച്ച് അടയാളം ചെയ്തിരുന്നു എന്ന് റിപ്പോർട്ടിൽ വ്യക്തമാണ്.

ആ പേജിൽ എന്തായിരിക്കും എന്നറിയാൻ അക്ബറിന് ആകാംക്ഷയേറി.

കുറ്റപത്രം സമർപ്പിച്ചിട്ടില്ലാത്തതിനാൽ സീസ് ചെയ്ത വസ്തുക്കൾ അക്ബറിന്റെ കസ്റ്റഡിയിൽത്തന്നെ ഉണ്ടായിരുന്നു. അയാൾ എഴുന്നേറ്റ് നടന്ന് ചെന്ന് ഷെൽഫിന്റെ പൂട്ട് തുറന്നു. ഒരു ചെറിയ കെട്ട് തന്നെ സൂക്ഷിച്ചിരുന്നു അതിൽ. ആ കെട്ട് തന്റെ മേശപ്പുറത്ത് ശ്രദ്ധാപൂർവ്വം എത്തിച്ച് അക്ബർ തന്റെ കസേരയിൽ ഒന്ന് അമർന്നിരുന്നു.

സി.സി. ക്യാമറ ഫൂട്ടേജസ് പരിശോധിക്കുകയായിരുന്നു തങ്കച്ചൻ ആ സമയം. മാർട്ടിയുടെ മൃതദേഹം ലഭിച്ച റെയിൽവേ ബ്രിഡ്ജിന് മുകളിൽ രണ്ട് ക്യാമറകൾ സ്ഥാപിച്ചിട്ടുണ്ടായിരുന്നു. രണ്ടു ക്യാമറകളുടെയും വിഷ്വൽസ് സ്ക്രീൻ സ്പ്ലിറ്റ് ചെയ്താണ് കണ്ടുകൊണ്ടിരുന്നത്. സ്ക്രീനിന് താഴെ സമയം സൂചിപ്പിക്കുന്ന ഡിജിറ്റൽ മീറ്റർ ചലിച്ചുകൊണ്ടിരുന്നു. രാത്രി രണ്ട് മുപ്പത്തിയഞ്ച് കഴിഞ്ഞ് പതിനാറാം സെക്കന്റിൽ ഒരു വെളുത്ത മാരുതി വാൻ ബ്രിഡ്ജിന് താഴെ വന്നു നിൽക്കുന്നത് വ്യക്തമായി അവർ കണ്ടു. അഞ്ചു മിനിട്ട് ആ വാഹനം നിശ്ചലമായി അവിടെ നിന്നു. അതിനുള്ളിൽ ഇരുന്ന് ആരോ പരിസരം വീക്ഷിക്കും പോലെ. ആറാം മിനിട്ടിൽ വാനിന്റെ സൈഡ് ഡോർ തുറക്കപ്പെട്ടു. മുഖം മറച്ച രണ്ടുപേർ പുറത്തിറങ്ങി. ബലിഷ്ഠരായ അതികായരെന്ന് അവരുടെ ശരീരഭാഷയിൽ വ്യക്തം.

ഇരുവരും കൈയ്യുറകൾ അണിഞ്ഞു. അവരിൽ ഒന്നാമൻ വാനിന്റെ പിന്നിലേക്ക് നടന്നു. അയാൾ പിന്നിലെ ഡോർ ഉയർത്തി അകത്തു നിന്ന് പ്ലാസ്റ്റിക് കവറുകളിൽ നിറച്ച എന്തോ ഒന്ന് പുറത്ത് വച്ചു. രണ്ടു വലിയ പോളിത്തീൻ ബാഗുകൾ!

‘‘സൂം ചെയ്യ്.’’ തങ്കച്ചൻ പറഞ്ഞു.

ഓപ്പറേറ്റർ ആ വിഷ്വൽ ഫ്രീസ് ആക്കി. സൂം ചെയ്തു.

പോളിത്തീൻ കവറുകളിൽ ഒന്നിൽ പുറത്തേക്ക് നീണ്ട ഒരു കൈപ്പത്തി! സുവ്യക്തമായി തങ്കച്ചൻ കണ്ടു. രക്തക്കറ പുരണ്ട ആ രണ്ടു വലിയ ബാഗുകളിൽ മാർട്ടിയാണ്. തങ്കച്ചൻ തിരിച്ചറിഞ്ഞു. പിന്നീട് അവർ ഇരുവരും ആ പോളിത്തീൻ ബാഗ് വലിച്ചിഴച്ചു കൊണ്ട് പാലത്തിലേക്ക് വശങ്ങളിൽ കൂടി നടന്നു കയറിപ്പോകുന്നത് തങ്കച്ചൻ നോക്കിയിരുന്നു. സമയം കടന്നു പോയി. കൃത്യം ഏഴാം മിനിട്ടിൽ അവർ തിരികെ വന്നു. ഇരുവരുടെയും കൈകളിൽ ഒഴിഞ്ഞ പോളിത്തീൻ ബാഗുകൾ! ആത്മഹത്യ എന്ന് വരുത്തി തീർക്കാൻ വേണ്ടിയാവാം അവ തിരികെ കൊണ്ടുവന്നത്. കവറുകൾ വാനിന്റെ പിന്നിൽ നിക്ഷേപിച്ച് ഡോർ അടച്ച് വണ്ടിയിലേക്ക് അവർ കയറിയ നിമിഷം അതുവരെ പുറത്തിറങ്ങാതിരുന്ന മൂന്നാമൻ വാഹനം മുന്നോട്ടെടുത്തു.

‘‘വണ്ടി നമ്പർ ചെക്ക് ചെയ്യ്.’’ തങ്കച്ചൻ പറഞ്ഞു.

വണ്ടിയുടെ പിൻവശം സൂം ചെയ്തു എങ്കിലും നിരാശയായിരുന്നു ഫലം. കാരണം ആ വാഹനത്തിന് നമ്പർ പ്ലേറ്റ് ഉണ്ടായിരുന്നില്ല. പക്ഷേ തങ്കച്ചന്റെ കണ്ണുകൾ ആ വാനിന്റെ പിന്നിലെ ഗ്ലാസ്സിൽ പതിച്ചിരുന്ന സ്റ്റിക്കറിൽ പതിഞ്ഞു. അയാൾ അത് വായിച്ചു.

‘‘മൈ ബോസ് ഈസ് എ ജൂയിഷ് കാർപ്പെന്റർ.’’

അതിന്റെ അർത്ഥം തങ്കച്ചന് മനസ്സിലായില്ല. പക്ഷേ താൻ തേടി വന്നത് ലഭിച്ച സന്തോഷത്തിൽ അയാൾ അതുവരെ കണ്ട ദൃശ്യങ്ങൾ

ഒരു പെൻ ഡ്രൈവിൽ പകർത്തിയെടുത്ത് അക്ബറിന് നൽകാൻ വേണ്ടി പാഞ്ഞു.

ഫാദർ കോളിൻസിന്റെ മുറിയിൽ നിന്നു ലഭിച്ച ബൈബിൾ അക്ബർ തന്റെ മേശപ്പുറത്ത് വച്ച് ഒരു കോൺവെക്സ് ലെൻസിന്റെ വർത്തുളത യിൽക്കൂടി നോക്കിക്കാണുകയായിരുന്നു അതേ സമയം.

പുറംചട്ടയിൽ അസ്വാഭാവികമായ ഒന്നും കാണുന്നില്ല. അക്ബർ മെല്ലെ പേജ്മാർക്കർ വച്ച പേജ് മറിച്ചു നോക്കി. ആ പേജിലെ ഒരു വചനം പേനകൊണ്ട് അടയാളപ്പെടുത്തിയിരിക്കുന്നു.

പതിനഞ്ച്

അക്ബർ ആ വാക്യം വായിച്ചു.

‘‘ക്രോധം നിറഞ്ഞ പ്രഹരങ്ങളാൽ ഞാൻ അവരോടു കഠിനമായി പ്രതികാരം ചെയ്യും. ഞാൻ പ്രതികാരം ചെയ്യുമ്പോൾ ഞാനാണ് കർ ത്താവ് എന്ന് അവർ അറിയും.’’

ഇതേ വാചകം തന്നെയല്ലേ രാവിലെ ബിഷപ് ഹൗസിൽ താൻ കേട്ടത്? പ്രതികാരം നിറഞ്ഞ വാക്കുകൾ!

അക്ബർ ഫോണെടുത്ത് തങ്കച്ചനെ വിളിച്ചു.

‘‘ഹലോ സർ, സംഗതി കിട്ടി. ഞാൻ എത്തിക്കൊണ്ടിരിക്കുകയാണ്.’’

അയാൾ കിതച്ചുകൊണ്ട് അക്ബറിനോട് പറഞ്ഞു.

‘‘അതല്ല തങ്കച്ചാ. താൻ ചവുട്ടി വിട്ടോ. വേഗം ഇവിടെ എത്തണം. നമ്മൾക്ക് തുരുത്തിലേക്ക് പോകണം. കാപ്പിരിത്തുരുത്തിലേക്ക്. ഇപ്പോൾ ത്തന്നെ പോകണം.’’

‘‘ഞാൻ ദാ, എത്തി സാർ.’’ തങ്കച്ചൻ ഫോൺ വച്ചു.

അക്ബറിന്റെ കൈകളിൽ ഫാദർ കൊല്ലപ്പെട്ട മുറിയിൽ നിന്നു ലഭിച്ച തലയിണ കവറിലെയും ചവറ്റുകുട്ടയിൽ നിന്നു ലഭിച്ച പ്ലാസ്റ്റിക് ക്യാരി ബാഗിലെയും രക്തക്കറകളുടെയും ഉമിനീരിന്റെയും ഡി.എൻ.എ അന ലൈസ് ചെയ്തു കിട്ടിയ ലാബ് റിസൾട്ടും ഉണ്ടായിരുന്നു. ആ റിസൾ ട്ടിൽ പറഞ്ഞിരിക്കുന്നതു പ്രകാരം പില്ലോയിലെ ഉമിനീർക്കണങ്ങൾ കോളിൻസിന്റെ ഡി.എൻ.എയുമായി മാച്ച് ചെയ്യുന്നുണ്ടായിരുന്നു. പക്ഷേ പോളിത്തീൻ ബാഗിലെ രക്തത്തുള്ളികളുടെ ഡി.എൻ.എ, അത് മറ്റൊ രാളുടെതാണ്. ഏകദേശം ഇരുപതിനും ഇരുപത്തിയഞ്ചിനും ഇടയിൽ പ്രായമുള്ള ഒരാൾ. അതൊരു യുവാവാണ്. തന്റെ അനുമാനങ്ങൾ ഏക ദേശം ശരിയായി വരുന്നുണ്ട് എന്ന് അക്ബർ തിരിച്ചറിഞ്ഞു തുടങ്ങി.

ഒരു കൊലപാതകം. അതിന്റെ കുരുക്ക് അഴിച്ചെടുക്കുന്നത് മൂന്ന് ചോദ്യങ്ങൾ കൊണ്ടാണ്.

ആര്?

എന്തിന്?

എങ്ങനെ?

ഇവിടെ ആര് എന്ന ചോദ്യം ബാക്കി നിൽക്കുകയാണ്. എന്തിന് എങ്ങനെ എന്ന രണ്ട് ചോദ്യങ്ങൾക്കുള്ള ഉത്തരങ്ങൾ ഏകദേശം മാച്ച് ചെയ്യുന്നുണ്ട്.

ഇംഗ്ലീഷ് ത്രില്ലർ ചലച്ചിത്രങ്ങളെ അനുസ്മരിപ്പിക്കുന്ന തരത്തിൽ പോളിത്തീൻ കവർ ഉപയോഗിച്ച് ശ്വാസം മുട്ടിച്ചു തന്നെയാണ് അയാൾ ഈ കൃത്യം നിർവ്വഹിച്ചിരിക്കുന്നത്.

എന്തിന് എന്ന ചോദ്യത്തിന്റെ ഉത്തരവും ഏതാണ്ട് അനാവൃതമായി ക്കഴിഞ്ഞിരുന്നു.

അയാൾക്ക് പ്രിയപ്പെട്ട ആരോടോ, അത് സിസ്റ്റർ നിർമ്മല പറഞ്ഞത് അനുസരിച്ചാണെങ്കിൽ ഇരുപത്തിയഞ്ചിൽ താഴെ പ്രായമുള്ള കൊല യാളിയുടെ കാമുകിയോ മറ്റാരുടെയെങ്കിലും സഹോദരിയോ ആവാം. അത് ആരാണെങ്കിലും പ്രായം പതിനെട്ടിൽ താഴെ മാത്രം. തലേ ദിവസം തന്നെ തുരുത്തിലുള്ള പതിമൂന്നിനും പതിനെട്ടിനും ഇടയിൽ പ്രായ മുള്ള പെൺകുട്ടികളുടെ ഒരു ലിസ്റ്റ് സോർട്ട് ചെയ്തു തരാൻ അക്ബർ കാപ്പിരിത്തുരുത്തിലെ പഞ്ചായത്ത് ഓഫീസിലേക്ക് അറിയിക്കുകയും ചെയ്തു കഴിഞ്ഞിരുന്നു. അവിടെ നിന്നുള്ള ലിസ്റ്റിന്റെ ഇ-മെയിൽ ലഭിച്ചതാണ് അക്ബറിന് ലഭിച്ച ആദ്യത്തെ വഴിത്തിരിവ്. അതു കണ്ട യുടനെ തന്നെ അക്ബർ തങ്കച്ചനെ വിളിക്കുകയായിരുന്നു.

അപ്പോഴേക്കും തങ്കച്ചൻ എത്തിച്ചേർന്നു കഴിഞ്ഞു.

''പോകാം സർ.''

വന്നയുടൻ അയാൾ പോക്കറ്റിനുള്ളിൽ നിന്ന് പെൻഡ്രൈവ് എടുത്ത് അക്ബറിന്റെ നേർക്ക് നീട്ടിക്കൊണ്ട് പറഞ്ഞു.

അക്ബർ അതു വാങ്ങി. ''യസ്... പുറപ്പെടാം തങ്കച്ചാ, ചില കാര്യ ങ്ങളുണ്ട്, യാത്രയിൽ പറയാം ഞാൻ.'' തങ്കച്ചനോട് പറഞ്ഞു.

ഇരുവരും യാത്ര തിരിച്ചു. കാപ്പിരിത്തുരുത്തിലേക്ക്.

യാത്രാമദ്ധ്യേ തങ്കച്ചൻ അക്ബറിനോട് താൻ കണ്ട സി.സിക്യാമറ ദൃശ്യങ്ങളെപ്പറ്റി വാചാലനായി. നമ്പർ പ്ലേറ്റ് ഘടിപ്പിക്കാത്ത വെളുത്ത മാരുതി വാൻ. അതിന്റെ പിന്നിലെ ആ സ്റ്റിക്കർ. 'മൈ ബോസ്സ് ഈസ് എ ജൂയിഷ് കാർപ്പെന്റർ.'

തങ്കച്ചൻ ചോദിച്ചു. ''എന്താണ് സർ ആ സ്റ്റിക്കർ കൊണ്ട് അർത്ഥ മാക്കുന്നത്?''

''ഹ... ഹ... അതിന്റെ അർത്ഥം അറിയില്ലേ തനിക്ക്? ഒന്നുമില്ലെങ്കിലും താൻ ഒരു സത്യക്രിസ്ത്യാനിയല്ലേ തങ്കച്ചോ.''

അക്ബർ ചിരിച്ചുകൊണ്ട് പറഞ്ഞു.

''എന്റെ ബോസ് ഒരു ജൂതനായ മരപ്പണിക്കാരനാണ്'' എന്ന സ്റ്റിക്കറിൽ നിന്ന് ആ വാഹനത്തിന്റെ ഉടമ യഹൂദനായ ക്രിസ്തുവിനെ 'യജമാനൻ' ആയി കാണുന്നയാൾ ആകണം. ഒരു ക്രിസ്തുമത വിശ്വാസിയുടെ വാഹനം. അത് ഉപയോഗിക്കുന്നവർ അത്ര വെടിപ്പല്ലാത്തതിനാൽ വണ്ടി മോഷ്ടിച്ചതുമാവാം. കഴിഞ്ഞ നാളുകളിൽ ഇത്തരം സ്റ്റിക്കർ പതിച്ച ഒരു വണ്ടി നമ്മുടെ നഗരപരിധിയിൽ ഉള്ള ഏതെങ്കിലും സി.സി ക്യാമറയിൽ പതിഞ്ഞിട്ടുണ്ടോ എന്ന് അന്വേഷിക്കാം. എന്തെങ്കിലും ഒരു കച്ചിത്തുരുമ്പ് കിട്ടാതെയിരിക്കില്ല.''

''അല്ല സർ, ഈ മാർട്ടിയല്ല ഫാദറിനെ കൊന്നത് എന്ന് ഉറപ്പുണ്ടെങ്കിൽ നമ്മൾ അവന്റെ കൊലപാതകം അന്വേഷിക്കേണ്ട ആവശ്യമുണ്ടോ? അത് മറ്റൊരു തരത്തിൽ സമയം കളയലാവില്ലേ എന്ന് എനിക്കൊരു...''

തങ്കച്ചൻ ആ വാചകം മുഴുമിപ്പിച്ചില്ല. അക്ബർ തന്റെ മറുപടി ഒറ്റ വാചകത്തിൽ ഒതുക്കി.

'രണ്ടിനും തമ്മിൽ ഭാവിയിൽ എന്തെങ്കിലും ബന്ധമുണ്ടായാലോ തങ്കച്ചാ?''

അക്ബർ ചില സമയങ്ങളിൽ അങ്ങനെയാണ് പെരുമാറുക എന്ന് തങ്കച്ചൻ ഓർമ്മിച്ചു.

''സിസ്റ്റർ നിർമ്മലയുടെ, സോറി അനിത വർഗ്ഗീസിന്റെ ഭർത്താവിനെ നമ്മുടെ ലിസ്റ്റിൽ നിന്നു മാറ്റി നിർത്താം എന്ന് തോന്നുന്നു തങ്കച്ചാ.'' അക്ബർ തുടർന്നു.

''എന്തു പറ്റി സർ?''

''അയാൾ ഇന്ന് ജീവനോടെയില്ല.''

''അതെയോ?''

''യസ്. ഏതാണ്ട് ഒന്നര വർഷം മുൻപ്. ബാംഗ്ലൂരിൽ വച്ച് ഒരു കാർ അപകടത്തിൽ അയാൾ കൊല്ലപ്പെട്ടു.''

''അവരുടെ തിരുവസ്ത്രമുപേക്ഷിച്ച ശേഷമുള്ള ജീവിതം നിഗൂഢ സ്വഭാവമുള്ളതാണ്. അവർ എഴുതി എന്ന പേരിൽ പുറത്തിറങ്ങിയ കുമ്പസാരം പുസ്തകം വാസ്തവത്തിൽ അവരല്ല എഴുതിത്തീർത്തത്.'' അക്ബർ പറഞ്ഞു.

''പിന്നെ?'' തങ്കച്ചൻ ജിജ്ഞാസയോടെ ചോദിച്ചു.

''അതാരെന്ന് എനിക്ക് പറയാൻ സാധിക്കില്ല തങ്കച്ചാ. കാരണം അതൊരു കുമ്പസാര രഹസ്യമാണ്. പക്ഷേ ആ പുസ്തകത്തിലെ

പൊള്ളുന്ന പല യാഥാർത്ഥ്യങ്ങളും എഴുതിച്ചേർത്തത് മറ്റൊരാളാണ്. എല്ലാം അറിയുന്ന ഒരാൾ.''

അക്ബർ അത് പറഞ്ഞത് അന്തരീക്ഷത്തിൽ ഒരു കുരിശ് വരച്ചു കൊണ്ടാണ്. അയാളുടെ മനസ്സിൽ ആ ബൈബിൾ വാചകം തികട്ടി വരുന്നുണ്ടായിരുന്നു.

''ക്രോധം നിറഞ്ഞ പ്രഹരങ്ങളാൽ ഞാൻ അവരോടു കഠിനമായി പ്രതികാരം ചെയ്യും. ഞാൻ പ്രതികാരം ചെയ്യുമ്പോൾ ഞാനാണ് കർത്താവ് എന്ന് അവർ അറിയും.''

അത് വായിച്ച വലിയ തിരുമേനിയുടെ ശാന്തഗംഭീരമായ മുഖം.

സമയം ഒരു ഉരഗത്തെപ്പോലെ ഇഴഞ്ഞു നീങ്ങിക്കൊണ്ടിരുന്നു. അക്ബർ തന്റെ ഫോണെടുത്ത് ആരെയൊക്കെയോ വിളിച്ച് നിർദ്ദേശങ്ങൾ നൽകുന്നുണ്ടായിരുന്നു. താൻ സി.സി ക്യാമറയിൽ കണ്ട വാനിനെപ്പറ്റിയാണ് അക്ബർ അന്വേഷിക്കാൻ പറയുന്നത് എന്ന് തങ്കച്ചന് സംസാരത്തിൽ നിന്നു മനസ്സിലായി. തുരുത്തിലേക്കുള്ള അക്ബറിന്റെ ആ യാത്ര എന്തൊക്കെയോ ചിന്തിച്ച് തീരുമാനിച്ച് ഉറപ്പിച്ചാണെന്നും തങ്കച്ചന് തോന്നി. അത് ഏറെക്കുറെ ശരിയുമായിരുന്നു.

കോരവക്കീൽ തന്റെ കണ്ണട മൂക്കിൻതുമ്പിൽ ഒന്നുകൂടി ഉറപ്പിച്ച് വച്ചു.

തന്റെ മുൻപിലിരുന്ന ഡേവിഡിനെയും ഡേവിസിനെയും അയാൾ മാറി മാറി നോക്കി.

''ഇതിപ്പോൾ എന്തിനാണെന്നോ മറ്റോ പറഞ്ഞോ?''

ഡേവിസിനോടായിരുന്നു ചോദ്യം.

''അറിഞ്ഞുകൂടെന്ന് തന്നോട് എത്ര വട്ടം പറയണമെടോ വക്കീലേ.''

ഡേവിസിന് അരിശം മൂത്തു. വക്കീൽ ആ ചോദ്യം വീണ്ടും ചോദിച്ചതാവാം അയാളെ ചൊടിപ്പിച്ചത്. ഡേവിഡിന്റെ മുഖത്തേക്ക് നോക്കി വക്കീൽ ചോദ്യചിഹ്നം പോലെ പുരികമുയർത്തി.

''അയാൾക്ക് ലിൻഡ മോളോട് സംസാരിക്കണമെന്നാണ് പറയുന്നതെന്ന് പറഞ്ഞല്ലോ വക്കീലേ.''

ഡേവിഡ് അസ്വസ്ഥതയോടെ പറഞ്ഞു.

ഡേവിസിന്റെ മകളാണ് ഡിഗ്രി ഒന്നാം വർഷ വിദ്യാർത്ഥിനിയായ ലിൻഡ ഡേവിസ്.

''ഇയാൾക്കെന്താ പ്രാന്തുണ്ടോ, ആ അക്ബറിന്? പാതിരിയുടെ കൊലക്കേസ് അന്വേഷിക്കാൻ വന്നതാണോ തുരുത്തിലെ പെൺകുട്ടികളുടെ സെൻസസ് എടുക്കാൻ വന്നതോ? അല്ല, ലിൻഡയോട് ഇതെന്നാ കോപ്പ് ചോദിക്കാനാ അവന്?''

ഡേവിസ് അസ്വസ്ഥനായി.

''ലിൻഡക്കൊച്ച് മാത്രമല്ല തുരുത്തിലെ പതിനെട്ട് വയസ്സും അതിൽ താഴെയുമുള്ള ഒട്ടു മിക്ക നസ്രാണി കൊച്ചുങ്ങളുടെയും അപ്പനമ്മ മാർക്ക് ഇണ്ടാസ് വന്നിട്ടൊണ്ട് വക്കീല് സാറേ. അയാളെ ചെന്ന് കാണാൻ, മക്കളുമായിട്ട്.''

എല്ലാം കേട്ടുകൊണ്ട് പിന്നിൽ നിന്ന അവറാച്ചൻ വിളിച്ചു പറഞ്ഞു.

''അയാക്കടെ മനസ്സിലെന്താണെന്ന് പടച്ചോന് പോലും പിടിയില്ല. അമ്മാതിരി ഒരു പടപ്പാ അത്. ഒരു ഒറ്റയാൻ.''

കോര വക്കീൽ ഒരു ആത്മഗതം പോലെയാണ് അത് പറഞ്ഞത്.

അവരുടെ സംസാരം തുടരുന്ന സമയംതന്നെ അക്ബറും തങ്കച്ചനും തുരുത്തു തൊട്ടിരുന്നു.

ഓരോ പെൺകുട്ടിയെയും വിളിച്ചിരുത്തി സംസാരിക്കുമ്പോഴും അക്ബർ അവരുടെ കണ്ണുകളിൽത്തന്നെ നോക്കിയിരിക്കുകയായിരുന്നു. സംശയിക്കത്തക്കതായി ആരിൽ നിന്നും ഒന്നും ലഭിച്ചില്ല എന്നു മാത്രമല്ല, പല കുട്ടികളുടെയും രക്ഷിതാക്കൾ വല്ലാത്ത ഒരു സിസ്സംഗതയോടെയാണ് അക്ബറിനോട് പ്രതികരിച്ചത്.

ഹബീബ് എല്ലാം സശ്രദ്ധം വീക്ഷിച്ച് നിശ്ശബ്ദനായി തൊട്ടു പിന്നിൽ നിൽക്കുന്നുണ്ടായിരുന്നു.

''ഫാദർ കോളിൻസിന്റെ മരണവും ഈ പെൺപിള്ളേരും തമ്മിൽ എന്ത് ബന്ധമാണോ ആവോ? ഇയാളെന്ത് ഷോ ആണ് ഈ കാണിക്കുന്നത്?'' ഹബീബ് പിറുപിറുത്തു.

അൽപ്പം മാറി ഒരു മേശയ്ക്ക് അപ്പുറം ഇരുന്ന പെൺകുട്ടിയോട് സംസാരിച്ചുകൊണ്ടിരുന്ന അക്ബർ പെട്ടെന്ന് തിരിഞ്ഞ് ഹബീബിനെ നോക്കി.

''ഹബീബ്, എന്തെങ്കിലും പറഞ്ഞോ താൻ?''

''ഇ... ഇല്ല. സർ.''

''ആണോ, എന്തോ പറഞ്ഞതായി തോന്നി. എനിക്ക് തോന്നിയതാവും അല്ലേ?''

''ആ... അതെ സർ. തോന്നിയതാവും.''

''ഉം...''

അർത്ഥഗർഭമായി ഒന്നു മൂളി അക്ബർ ഹബീബിനെ ഒന്നു നോക്കി. തന്റെ ആ കഴുകൻ നോട്ടം. ഹബീബ് ആ നോട്ടത്തിന്റെ വ്യാപ്തി താങ്ങാൻ കഴിയാതെ മുഖം വെട്ടിത്തിരിച്ചു കളഞ്ഞു.

''കുട്ടിക്ക് പോകാം.'' അക്ബർ പെൺകുട്ടിയെ നോക്കി പറഞ്ഞു.

''സാറേ, ലിസ്റ്റ് ഏതാണ്ട് പൂർത്തിയായി.'' വാതിൽ കടന്നു വന്ന തങ്കച്ചൻ അറിയിച്ചു.

''ഇനി രണ്ട് പെൺകുട്ടികൾ കൂടിയുണ്ട്. പക്ഷേ, എത്തിയിട്ടില്ല.''

''ആരൊക്കെ?''

''ഒരു ലിൻഡ ഡേവിസ്. പിന്നെ ഒന്ന് ഷെറിൻ എൽസ.''

''ലിൻഡ നമ്മുടെ പുലിമുറ്റത്തെ കുട്ടിയാ സർ. ഡേവിസ് അച്ചായന്റെ.''

ഹബീബ് ഇടയ്ക്ക് കയറിക്കൊണ്ട് പറഞ്ഞു.

''വി.ഐ.പി ആണല്ലോ സർ. അല്പം മര്യാദ കൊടുക്കേണ്ടയാളാണല്ലോ.'' തങ്കച്ചൻ അതു കേട്ട് മുപടി പറഞ്ഞു.

''അബ്കാരി ദൈവങ്ങളല്ലേ? ചെന്നു കണ്ട് കുമ്പിട്ടുകളയാം അല്ലേ ഹബീബേ?'' അക്ബർ പറഞ്ഞു.

''ഹ... ഹ... അതെ അതെ.'' തങ്കച്ചൻ പറഞ്ഞു.

'കേട്ടോ തങ്കച്ചാ. പണ്ട് ക്ലാസ്സിൽ പഠിപ്പിച്ച ഇന്ദിര ടീച്ചർ പറഞ്ഞ ഒരു സംഭവമുണ്ട്.'' അക്ബർ തുടർന്നു.

''അതെന്താ സർ?''

''അതോ, ഈ ക്ലാസ്സിലെ പിള്ളേരുടെ ഇരിപ്പ് സംബന്ധിച്ച ഒരു തമാശയാണ്.. ആദ്യത്തെ ബഞ്ചിൽ ഇരിക്കുന്നവർ ഐഎഎസ്സ് കാരും ഐഎഫ്എസ് കാരും ഒക്കെ ആകും. പിന്നീട് മിഡിൽ ബെഞ്ചേഴ്സ് വരും. അവർ ചിലപ്പോ ഡോകടർമാരോ എഞ്ചിനീയർമാരോ ആയേക്കും. ഇനിയാണ് ലാസ്റ്റ് ബഞ്ച്. അവിടെ ഇരിക്കുന്നവരാണ് രാഷ്ട്രീയക്കാരും പിന്നെ അബ്കാരികളും ആകുന്നത്. അവര് മുൻപിലിരിക്കുന്ന സകലരേയും ഭരിക്കും. എന്ന്.''

''വാസ്തവം തന്നെ.'' തങ്കച്ചൻ ആ തമാശ ആസ്വദിച്ചു.

ഹബീബ് തല കുനിച്ച് നിന്നു.

''ഞങ്ങളിറങ്ങട്ടെ ഹബീബ്. മുതലാളിമാർക്ക് ഇൻഫർമേഷൻ പാസ്സ് ചെയ്യാൻ മറന്നുപോകണ്ട.''

അക്ബർ അത്രയും പറഞ്ഞ് ആ മുറി വിട്ട് പുറത്തേക്ക് നടന്നു.

''സാറിതെന്ത് ഭാവിച്ചാ? കോളേജിൽ പഠിക്കുന്ന കൊച്ചാ. അവളെ ചോദ്യം ചെയ്യാൻ ഒക്കുകേല.''

ഡേവിസ് ഉറഞ്ഞു തുള്ളി.

''സീ മിസ്റ്റർ ഡേവിസ്. എനിക്ക് ആ കുട്ടിയോട് രണ്ടേ രണ്ട് ചോദ്യം മാത്രം ചോദിച്ചാൽ മതി. അനുവദിച്ചേ പറ്റൂ. ഇതിപ്പോ കേസന്വേഷണത്തിന്റെ ഭാഗമായിട്ടൊന്നും കാണേണ്ട. ബട്ട് എനിക്ക് ലിൻഡയെ കണ്ടേ തീരൂ. കണ്ടിട്ടേ ഈ അക്ബർ പോകൂ.'' അക്ബർ പറഞ്ഞു.

''ചേട്ടായീ. അയാൾ പറഞ്ഞത് കേട്ടില്ലേ? ചോദിച്ചേച്ചും പൊയ്ക്കോട്ടെ. ശല്യം തീരുമല്ലോ.''

ഡേവിഡ് ഡേവിസിനെ കയറി വട്ടം പിടിച്ചു.

''ശല്യം എപ്പോൾ തീരും എന്ന് ഞാൻ പറയാം ഡേവിഡേ.''

അക്ബർ അതിന് മറുപടിയെന്നോണം പറഞ്ഞു.

ഡേവിസ് കിതയ്ക്കുന്നുണ്ടായിരുന്നു.

''ആ... ചോദിക്ക്. പക്ഷേ എന്റെ... എന്റെ കൺമുൻപിൽ മതി തന്റെ ചോദ്യോത്തരവേള.'' ഡേവിസ് മുരണ്ടു.

''മതി. ഞാൻ മറിച്ചൊന്നും പറഞ്ഞില്ലല്ലോ.''

''ലിൻഡമോളെ വിളിക്ക്.''

ഡേവിഡ് പിൻതിരിഞ്ഞ് അവറാച്ചനോട് പറഞ്ഞു. അയാൾ അകത്തേക്ക് നടന്നു പോയി.

കുറച്ചു നിമിഷങ്ങൾക്കകം വിശാലമായ ആ സ്വീകരണമുറിയുടെ അങ്ങേയറ്റത്തായി ലിൻഡ പ്രത്യക്ഷപ്പെട്ടു. വെളുത്ത് മെലിഞ്ഞ ഒരു പെൺകുട്ടി. ആ മുഖത്ത് വിഷാദച്ഛായ നിഴലിട്ടു നിന്നത് അക്ബർ ശ്രദ്ധിച്ചു.

''വരൂ മോളേ. ഇരിക്കൂ.'' അക്ബർ ക്ഷണിച്ചു.

ഡേവിസിനെയും ഡേവിഡിനെയും വകഞ്ഞു മാറ്റി ലിൻഡ അക്ബറിന്റെ അരികിൽ എത്തി. അവൾ മെല്ലെ അക്ബറിന് മുൻപിൽ ഇരുന്നു. അക്ബർ ഒന്നു മുരടനക്കി.

''മോൾ പള്ളിയിലെ കൊയർ ടീമിൽ ഒക്കെയുണ്ട് അല്ലേ?''

''ഉവ്വ് സർ.''

''ഫാദർ കോളിൻസ് ആയിരുന്നോ നിങ്ങൾക്ക് ട്രെയിനിംഗ് തന്നിരുന്നത്?''

''അതെ സർ.''

''ഈ ഫാദർ ആളെങ്ങനെ? നിങ്ങൾ കുട്ടികളോടൊക്കെ നല്ല സ്നേഹമാണോ?''

അക്ബർ തന്റെ സ്വരമൊന്ന് താഴ്ത്തി ചോദിച്ചു.

ലിൻഡ തന്റെ നെറ്റിയിലും കഴുത്തിലും പൊടിഞ്ഞ വിയർപ്പുകണം കൈകൾ കൊണ്ട് ഒപ്പിക്കൊണ്ട് പറഞ്ഞു.

''ന... നല്ല ആളാണ് സർ.''

''ആണോ?''

അക്ബർ മുഖം താഴ്ത്തി ലിൻഡയുടെ മുഖത്തേക്ക് നോക്കി..

''അ... അതെ സ...ർ.''

അക്ബർ ഒന്നു ചിരിച്ചു.

''കുട്ടിക്ക് എന്നോട് എന്തോ പറയാനുണ്ട് അല്ലേ? അതെന്താ എന്ന് എനിക്ക് അറിയില്ല. പക്ഷേ,എന്തോ പറയാനുണ്ട്.''

ലിൻഡ മറുപടി ഒന്നും പറയാതെ തന്റെ മുഖം കുനിച്ച് ഇരിക്കുകയാണുണ്ടായത്.

''പറയ് മോളെ.''

അക്ബർ സൗമ്യനായി അവളെ നിർബന്ധിച്ചു.

''അവൾക്ക് പറയാനൊന്നുമില്ലെന്ന് പറഞ്ഞില്ലേ?'' ഡേവിസ് മുന്നോട്ട് കുതിച്ചു കൊണ്ട് പറഞ്ഞു.

പക്ഷേ അയാളെ മുന്നോട്ട് നീങ്ങാൻ കഴിയാത്തവിധം തങ്കച്ചന്റെ ബലിഷ്ഠമായ കൈകൾ പിടികൂടിക്കഴിഞ്ഞിരുന്നു.

''അച്ചായോ, മാൻഡ്രേക്കിനെ മാജിക് പഠിപ്പിക്കല്ലേ. സാറിന് വേണ്ടത് കിട്ടിയിട്ടേ ഞങ്ങൾ ഇവിടന്ന് പോകൂ. മനസ്സിലായോ?''

''ടോ, അച്ചായനെ വിടാൻ.''

ഡേവിഡ് തങ്കച്ചനെ പിടിച്ചു മാറ്റാൻ വേണ്ടി ഒരു വിഫലശ്രമം നടത്തി.

പതിനാറ്

''**ആ**രാ മോളെ ഈ ഷെറിൻ?''

ലിൻഡ അക്ബറിന്റെ അടുത്ത ചോദ്യം കേട്ട് ഒന്നു പകച്ചു.

''പറയ്. ആരാ ഷെറിൻ?''

''എന്റെ മോളാ സാറേ.'' അവറാച്ചനാണ് ആ മറുപടി പറഞ്ഞത്.

അക്ബർ മുഖമുയർത്തി. അവറാച്ചനെ നോക്കി ഒന്നു ചിരിച്ചു.

''ഇതാണീ കഥയിലെ വഴിത്തിരിവ്.'' അക്ബർ സ്വയം പറഞ്ഞു.

എന്നിട്ട് ലിൻഡയുടെ കണ്ണുകളിൽ തറപ്പിച്ച് നോക്കിക്കൊണ്ട് ഉന്നം തെറ്റാത്ത വേട്ടക്കാരനെപ്പോലെ തന്റെ അടുത്ത ചോദ്യശരം തൊടുത്തു വിട്ടു.

''ലിൻഡയും ഷെറിനും തമ്മിൽ എങ്ങനെയായിരുന്നു? നിങ്ങൾ തമ്മിൽ നല്ല സുഹൃത്തുക്കളായിരുന്നോ, ആണോ മോളേ?''

മറുപടി പറയാതെ ലിൻഡ വിതുമ്പി. അവളുടെ കണ്ണുകൾ നിറഞ്ഞ് തുളുമ്പി. അത് കവിളുകളിൽ കൂടി ചാലിട്ടൊഴുകി. അക്ബർ തന്റെ ചോദ്യം ആവർത്തിച്ചെങ്കിലും ലിൻഡ മറുപടി ഒന്നും പറഞ്ഞില്ല.

ഡേവിഡും ഡേവിസും തങ്കച്ചനോട് ബലം പിടിച്ചു നിന്നെങ്കിലും അവർക്ക് പിടിച്ചു നിൽക്കാനായില്ല.

അക്ബർ അവറാച്ചനെയും ലിൻഡയേയും മാറി മാറി നോക്കി.

''പറയ് മോളേ എങ്ങനെയായിരുന്നു നിങ്ങൾ തമ്മിൽ?'' അക്ബർ വീണ്ടും ലിൻഡയോട് ചോദിച്ചു.

അവൾ ഒന്നും പറഞ്ഞില്ല. ഷെറിൻ സുഹൃത്ത് ആണെന്നോ അല്ലെന്നോ പറഞ്ഞില്ല. ലിൻഡയുടെ മുഖത്തു നിന്ന് നോട്ടം മാറ്റി അക്ബർ അവറാച്ചനെ നോക്കി.

''അവറാച്ചൻ പറയ്, നിങ്ങളുടെ മകൾ... അവൾ എവിടെയാണ്?''

തന്റെ ചുമലിൽ ചുറ്റിക്കിടന്ന തോർത്തെടുത്ത് അയാൾ മുഖം തുടയ്ക്കാൻ തുടങ്ങി. അയാളുടെ രണ്ടു കണ്ണുകളും ചുവന്നു കലങ്ങിപ്പോയിരുന്നു.

''എന്റെ ഏകമകളായിരുന്നു സാറേ ഷെറിൻ. എന്റെ പൊന്നുമോള്.''

''എന്താണ് സംഭവിച്ചത് ഷെറിന്, പറയ്.''

അതിന്റെ മറുപടി വാക്കുകൾകൊണ്ട് പറയുന്നതിനുമപ്പുറം അവറാച്ചൻ മുകളിലേക്ക് നോക്കി ഒരു കുരിശു വരച്ചു.

''തമ്പുരാൻ കർത്താവ് നേരത്തേ വിളിച്ചു കൊണ്ട് പോയി. എന്റെ കുഞ്ഞിനെ... ഒരായുസ്സിന്റെ സ്നേഹം പതിനേഴ് വയസ്സുവരെ തന്നിട്ട്. പോയ ക്രിസ്മസ് പുലർന്നത് എന്റെ കൊച്ചിന്റെ ഉയിര് കവർന്നു കൊണ്ടാ.''

അക്ബർ മെല്ലെ എഴുന്നേറ്റ് അവറാച്ചന്റെ മുൻപിൽ ചെന്നു നിന്നു.

''പറയ്, എങ്ങനെ സംഭവിച്ചു അത് ആ കുട്ടിക്ക്?''

അവറാച്ചൻ കൈ മലർത്തി. അയാൾ പൊട്ടിക്കരയാൻ തുടങ്ങി.

''സർ ഞാൻ പറയാം.'' പിന്നിൽ ഇരുന്ന ലിൻഡ പറഞ്ഞു.

ലിൻഡയുടെ ശബ്ദം കേട്ട് അക്ബർ തിരിഞ്ഞു നോക്കി.

''അവറാച്ചനങ്കിളിനോട് അതൊന്നും ചോദിക്കല്ലേ. പാവം. സങ്കടമാവും പിന്നെ.''

ലിൻഡ തുടർന്നു. ''ഷെറിൻ എന്റെ ക്ലാസ്സിലായിരുന്നു. ഞാനും അവളും ഉറ്റസുഹൃത്തുക്കളായിരുന്നു. എവിടെ പോയാലും ഒരുമിച്ച്. പക്ഷേ, കഴിഞ്ഞ വർഷം ക്രിസ്മസ് തലേന്ന് അവൾ പോയി, എന്നെ കൂടാതെ ഒറ്റയ്ക്ക്.''

അവളൊരു ദീർഘനിശ്വാസമെടുത്തു. എന്നിട്ട് തുടർന്നു.

''സൂയിസൈഡ് ആയിരുന്നു. പാതിരാ കുർബ്ബാന കഴിഞ്ഞ് ഞങ്ങൾ വന്നപ്പോൾ ഒരു കത്തുമെഴുതി വച്ച് സീലിംഗ് ഫാനിൽ...''

ആ വാചകം പൂർത്തിയാക്കാതെ ലിൻഡ വിങ്ങിപ്പൊട്ടി. അവറാച്ചൻ ഒരു കൊച്ചുകുട്ടിയെപ്പോലെ തേങ്ങിക്കരഞ്ഞു. ലിൻഡ പറഞ്ഞ ആ അവസാന വാചകം ഒരു കത്തി കുത്തിയിറക്കുംപോലെ അക്ബറിന്റെ ചിന്താമണ്ഡലത്തിൽ ആഴ്ന്നിറങ്ങി.

''പാതിരാ കുർബാന കഴിഞ്ഞ് ഞങ്ങൾ വന്നപ്പോൾ ഒരു കത്തു മെഴുതി വച്ച് സീലിംഗ് ഫാനിൽ...''

പാതിരാ കുർബാന... ക്രിസ്മസ് രാവ്... സീലിംഗ് ഫാൻ...

ഒരു തനിയാവർത്തനം എന്ന പോലെ. ദാ, ഈ വർഷം എല്ലാം വീണ്ടും റീ ക്രിയേറ്റ് ചെയ്യപ്പെട്ടിരിക്കുന്നു. കുരുക്കു മുറുകി ശ്വാസം കിട്ടാതെ പിടഞ്ഞ് ഷെറിൻ മരിച്ചു എങ്കിൽ... അതേ രീതിയിൽ അല്ലെങ്കിലും ശ്വാസം മുട്ടി പിടഞ്ഞുതന്നെയാണ് ഫാദർ കോളിൻസും...

അക്ബർ അവറാച്ചന് മുഖാമുഖം വന്നു നിന്നു.

''ഈ കഴിഞ്ഞ ക്രിസ്മസ് രാവിൽ പാതിരാ കുർബാന നടന്ന സമയത്ത് എവിടെയായിരുന്നു താൻ?''

അക്ബർ ആ ചോദ്യം ചോദിച്ചപ്പോൾ അത്രയും സമയം തങ്കച്ചനോട് എതിർത്തു നിന്ന ഡേവിഡിന്റെയും ഡേവിസിന്റെയും പിടുത്തം ഒന്നയഞ്ഞു. അവരുടെ ചിന്ത മിന്നൽപ്പിണരിന്റെ വേഗതയിൽ കഴിഞ്ഞുപോയ ആ രാവിൽ എത്തി നിന്നു. മാർട്ടി വന്ന ആ രാത്രി! ഒരു ചലച്ചിത്രം പോലെ അവരുടെ മനസ്സിൽ തെളിമയോടെ നിറഞ്ഞു.

ഡേവിസും ഡേവിഡും പരസ്പരം നോക്കി.

''ചേട്ടായീ...'' ഡേവിഡ് വിളിച്ചു.

''അയാൾ... അന്ന് രാത്രി...''

അവൻ ആ വാചകം അർദ്ധോക്തിയിൽ നിർത്തുകയാണുണ്ടായത്.

''അന്ന് രാത്രിയിൽ അവറാൻ ഇവിടെ ഉണ്ടായിരുന്നില്ല, ശരിയല്ലേ?''

അക്ബർ ഡേവിഡിനെയും ഡേവിസിനെയും മാറി മാറി നോക്കിക്കൊണ്ട് ചോദിച്ചു.

ഇരുവരും യാന്ത്രികമായി തലയനക്കി. അതു ശരിവച്ചു.

''സത്യം വെളിച്ചം പോലെയാണ്. അത് എവിടെ ഒളിച്ചുവച്ചാലും പുറത്ത് വരും.'' അക്ബർ തുടർന്നു.

''സർ, അയാൾ അന്ന് രാത്രി ഇവിടെ ഉണ്ടായിരുന്നില്ല. സത്യമാണ്. പക്ഷേ എവിടെ ആയിരുന്നു എന്നൊന്നും ഞങ്ങൾക്ക് അറിഞ്ഞുകൂടാ. അല്ലേടാ ഡേവിഡേ.''

ഡേവിസ് അനുജനെ നോക്കി.

''അ... അതെ സർ.. ചേട്ടായി പറഞ്ഞത് സത്യവാ.''

‘‘അന്നെവിടെയായിരുന്നു മിസ്റ്റർ അവറാച്ചൻ താങ്കൾ?’’

തല താഴ്ത്തി നിന്ന അവറാച്ചന്റെ മുഖത്തേക്ക് കുനിഞ്ഞു നോക്കിക്കൊണ്ട് അക്ബർ ചോദിച്ചു.

‘‘സർ... അന്ന്... അന്ന് രാത്രി മദ്യപിച്ച്.’’ അവറാൻ പറഞ്ഞു.

‘‘എവിടെ, ആർക്കൊപ്പം?’’ അക്ബർ ചോദിച്ചു.

‘‘അത്... നമ്മുടെ ഷാപ്പിൽ. പുഴക്കരയിലെ...’’

‘‘ഓഹോ.’’

ഡേവിസിന്റെ മനസ്സിൽ അപ്പോൾ ആ ക്രിസ്മസ് പ്രഭാതം പകൽ പോലെ തെളിഞ്ഞുവരുന്നുണ്ടായിരുന്നു.

‘ഹാപ്പി ക്രിസ്മസ്’ എന്നു പറഞ്ഞുകൊണ്ടാണ് അന്ന് കാര്യസ്ഥൻ അവറാച്ചൻ അവിടേക്കു കയറി വന്നത്.

‘താനിതെവിടെയായിരുന്നെടോ? ഇന്നു വെളുപ്പിന് കിടന്ന് വിളിച്ച് തൊണ്ട പൊട്ടിയല്ലോ?’’

ഡേവിഡ് അയാളെ കണ്ടയുടൻ ചോദിച്ചപ്പോൾ,

‘അതു പിന്നെ ഇന്നലെ...’’

തള്ളവിരൽ കൊണ്ട് വെള്ളം കുടിക്കുന്നതുപോലെ ആംഗ്യം കാണിച്ച് അവറാച്ചൻ പറഞ്ഞു.

‘‘ഓ, ഓ, മനസ്സിലായി.’’ ഡേവിഡ് പറഞ്ഞു.

‘‘താൻ കാപ്പി കുടിച്ചോ?’’

‘‘ഉവ്വ്.’’

‘‘എന്നാലേ താൻ ആ ജംഗ്ഷൻ വരെ ചുമ്മാ ഒന്ന് പോയി വാ. പിന്നേയ്, തുരുത്തിൽ കണ്ടിട്ടില്ലാത്ത ആരെയെങ്കിലും കണ്ടാൽ പറയണം കേട്ടോ?’’

‘‘ഓ, ശരി.’’

അവറാച്ചൻ വാതിൽ തുറന്ന് പുറത്തേക്ക് നടന്നു പോയി.

അന്ന് കാലത്ത് നടന്ന സംഭവം. അത്ര മാത്രം.

‘‘എന്താണ് ഡേവിസ് മുതലാളിക്ക് ഇത്ര ചിന്ത?’’

അക്ബറിന്റെ ചോദ്യമാണ് ഡേവിസിനെ ആ ചിന്തയിൽ നിന്ന് ഉണർത്തിയത്. അക്ബർ ഡേവിസിന്റെ മുഖാമുഖം വന്നു നിന്നു.

‘‘അവറാച്ചനെ ഞാനിങ്ങെടുക്കുവാ, കേട്ടോ ഡേവിസ് അച്ചായോ.’’

തങ്കച്ചാ, ഇങ്ങ് തൂക്കിക്കോ അയാളെ എന്ന് പറഞ്ഞ് തിരികെ നടന്നു പോകുംവഴിയിൽ തിരിഞ്ഞു നിന്ന് അക്ബർ ഡേവിഡിനെയും ഡേവിസിനെയും നോക്കി ഒരു ചിരി ചിരിച്ചു. എന്നിട്ട് പറഞ്ഞു.

''കഥ പാതിയിൽ എത്തിയിട്ടേയുള്ളൂ. കുഴികുത്തി മൂടിയ പലതും കുന്തക്കാലിൽ ഇരുത്തി രണ്ട് മുതലാളിമാരെയും കൊണ്ട് ഞാൻ പറയിക്കും. അറിയാവുന്ന നല്ലൊരു വക്കീലിനെ ഇപ്പോഴേ കണ്ടു വച്ചോ. ആവശ്യം വരും. കേട്ടോ. നമ്മൾക്ക് വീണ്ടും കാണാം.''

അക്ബർ പുറത്തേക്ക് നടന്നു. ഒപ്പം അവറാച്ചനുമായി തങ്കച്ചനും. അവറാച്ചൻ വല്ലാത്തൊരു മൗനത്തിലാണ്ടുപോയിരുന്നു. അയാൾ ഒന്നും പറയാതെ അവർക്കൊപ്പം യാത്രയായി.

അവർ നടന്ന് പുറത്തിറങ്ങി വണ്ടിയിൽ കയറി അകലുന്നത് നോക്കി ലിൻഡ നിന്നു. തൊട്ടുപിന്നിലായി ഡേവിഡും ഡേവിസും.

പപ്പായ്ക്കും ഉപ്പാപ്പനും സമാധാനമായിക്കാണും അല്ലേ? എന്ന് ചോദിച്ച് തിരിഞ്ഞ് ഇരുവർക്കും നേർക്ക് ദഹിപ്പിക്കുന്ന ഒരു നോട്ടമെറിഞ്ഞ് ലിൻഡ അകത്തേക്ക് നടന്നു.

''ചേട്ടായീ, ഇതെന്നതൊക്കെയാ ഈ നടക്കുന്നേ? അപ്പോ ആ പാതിരിയെ തട്ടിയത് മാർട്ടിയല്ലേ? അവനെ വെറുതെ... നമ്മൾ... ഇയാളെ എന്തിനാ ഇവർ?''

ഡേവിഡിന്റെ ചോദ്യത്തിനു മുൻപിൽ പകച്ച് കൈ മലർത്തി കാണിക്കാൻ മാത്രമേ ഡേവിസിന് കഴിയുമായിരുന്നുള്ളൂ.

''**ബാ**ബു അല്ലേ?''

ഷാപ്പിലെത്തിയ തങ്കച്ചൻ ചോദിച്ചു. അക്ബറും അവറാച്ചനും പുറത്ത് വണ്ടിയിൽ ഇരുന്നു. തങ്കച്ചൻ മാത്രമാണ് അകത്തേക്ക് ചെന്നത്.

'''അ... തെ... സർ...''

പതിവില്ലാതെ ഷാപ്പിനുള്ളിൽ ഒരു ബൂട്ട്സ് ഞെരിഞ്ഞ് അമരുന്ന ശബ്ദം കേട്ട് കണക്കുബുക്കിൽ നിന്നു കണ്ണെടുത്ത ബാബു കണ്ടത് തന്റെ മുന്നിൽ മഹാമേരുപോലെ നിലകൊണ്ട തങ്കച്ചനെയാണ്. ആദ്യം അവനൊന്നും മനസ്സിലായില്ല എന്നതാണ് സത്യം. അൽപനേരത്തേക്ക് സ്ഥലകാലബോധം നഷ്ടപ്പെട്ടതുപോലെയായി ബാബുവിന്റെ അവസ്ഥ. എങ്കിലും സമനില വീണ്ടെടുത്ത് അവൻ വിക്കി വിക്കി ചോദിച്ചു:

''എ....എ...ന്താ... സ്...സാറേ വന്നത്? എന്റെ പാസ്പോർട്ടിന്റെ കാര്യത്തിന് ആണോ?''

''ആ.. അതെ... പാസ്പോർട്ട് മാത്രമല്ല നിനക്കൊരു ജോബ് വിസയും കൂടി കൊണ്ടാണ് എന്റെ വരവ്. നീ വാടാ, ഞാൻ ചോദിക്കട്ടെ.''

തങ്കച്ചൻ ബാബുവിന്റെ കൈയ്യിൽ ഇരുന്ന കണക്ക് ബുക്ക് അല്പം ബലമായിത്തന്നെ പിടിച്ച് മേശപ്പുറത്തു വയ്പ്പിച്ച് അയാളെ അനായാസം പൊക്കിയെടുത്തു. ബാബു വിറയ്ക്കുന്നുണ്ടായിരുന്നു.

''നീ വാ, പേടിക്കണ്ട വേഗം വിടാം.'' തങ്കച്ചൻ പറഞ്ഞു.

പുറത്ത് അക്ബർ അവരെ കാത്തുനിൽക്കുന്നുണ്ടായിരുന്നു.

''ഇയാളെ നീ അറിയില്ലേ ബാബൂ?''

ഉള്ളിൽ ഇരുന്ന അവറാച്ചനെ കാണിച്ച് അക്ബർ ചോദിച്ചു.

''എന്റെ റോക്കി പുണ്യാളോ. ഇത് അങ്ങേരല്ലേ? പിന്നേ നല്ല സൂപ്പറായി അറിയും സാറേ. മുതലാളിമാരുടെ കാര്യസ്ഥൻ അവറാച്ചായനല്ലേ? ദിവസവും ഇവിടെ കണക്ക് നോക്കാൻ വരുന്ന അല്ലിയോ?''

''ഈ കഴിഞ്ഞ ക്രിസ്മസ് രാവിൽ ഇയാൾ ഇവിടെ ഉണ്ടായിരുന്നോ? ഈ ഷാപ്പിൽ? കണക്ക് നോക്കാൻ വരുന്നയാളായിട്ട് അല്ലാതെ? പറയ്, ഉണ്ടോ?''

ബാബു ഒരു നിമിഷം ആലോചനയിൽ മുഴുകി.

''പറയാം സർ. ഞാനൊന്ന് ആലോചിച്ചോട്ടെ. അന്ന് നല്ല തിരക്കുള്ള ദിവസമല്ലായിരുന്നോ. അതാ. അല്ലെങ്കിൽ പറ്റുപടിക്കാര് മാത്രമേ കാണൂ. ക്രിസ്മസിനും ഈസ്റ്ററിനും തുരുത്തിലെ ആണായി പിറന്നവരൊക്കെ നാലു കാലേലാ. അതിപ്പോ പതിനഞ്ചായാലും അമ്പത്തൊന്നായാലും അത് അങ്ങനെ തന്നാ.''

''ചരിത്രം വിളമ്പാനല്ല, നീ ഒന്ന് ഓർത്തുനോക്കീട്ട് പറ, അവറാച്ചൻ അന്ന് ഷാപ്പിൽ ഉണ്ടായിരുന്നോ രാത്രിയിൽ?'' തങ്കച്ചൻ ചോദിച്ചു.

''ആ... ഇല്ല സാറേ, അവറാച്ചായനെ അന്ന് രാത്രി ഞാൻ ഷാപ്പിൽ വച്ച് കണ്ടില്ല കേട്ടോ.'' ബാബു തീർത്തു പറഞ്ഞു.

''ഷാപ്പിൽ കണ്ടില്ല എന്നു പറയുമ്പോൾ നീ പിന്നെ എവിടെവച്ചാ അവറാച്ചനെ കണ്ടത്?'' തങ്കച്ചന് ജിജ്ഞാസയേറി.

''സാറേ, പന്ത്രണ്ടര സമയത്താ ഞാൻ അന്ന് ഷാപ്പ് പൂട്ടിയേച്ചും പോയത്. ഞാൻ നമ്മടെ തോട്ടുവക്കത്തുകൂടാ പോയത്. അവിടെ കപ്യാരുടെ വീടിന്റെ അടുത്ത് മുളവേലിയോട് ചേർന്ന് അവറാച്ചൻ നിൽക്കുന്നത് കണ്ടു. കൂടെ ഒരാളും ഒണ്ടായിരുന്നെന്ന് ആണ് എന്റെ ഓർമ്മ.''

''അതാര്?''

''ഓ... അത്... അതൊരു പാപ്പാഞ്ഞി ആയിരുന്നെന്നേ. മറ്റേ സാന്റ ക്ലോസില്ലേ. അത്. ഞാൻ പക്ഷേ ഇറങ്ങിയില്ല കേട്ടോ. അവറാച്ചന് ഒരു ഹാപ്പി ക്രിസ്മസും പറഞ്ഞ് സൈക്കിൾ ചവുട്ടി അങ്ങ് പോയി. ഒന്നാമതെ നല്ല ഒറക്കക്ഷീണമുണ്ടായിരുന്നു.''

''ഈ സാന്റ ഒറ്റയ്ക്കാ? വേറെ ആരും കൂടെ ഉണ്ടായിരുന്നില്ലേ?'' തങ്കച്ചൻ ചോദിച്ചു.

''ഇല്ല സാറേ. അവർ രണ്ടാളും മാത്രമാണ് ഉണ്ടായിരുന്നത്.''

''ഉം...'' ഒന്ന് അമർത്തി മൂളി തങ്കച്ചൻ തിരിഞ്ഞ് നടക്കാൻ തുടങ്ങിയപ്പോൾ ഒരു പിൻവിളി പോലെയാണ് ബാബു അത് പറഞ്ഞത്.

''ആ സാറേ ഒരു കാര്യം.''

''എന്താടോ?''

''സാറേ, ആ സാന്റയില്ലേ? അതിന് നീലനിറമായിരുന്നു.''

''നീലനിറമോ?'' തങ്കച്ചൻ മുഖം ചുളിച്ചു.

''അതേന്ന്. ഞാൻ കണ്ടതിനൊക്കെ ചുവന്ന നിറമായിരുന്നു. ഇതെന്ത് മായാജാലമാണോ എന്തോ? ചിലപ്പോ നിലാവുകൊണ്ട് എനിക്ക് തോന്നീതാവും.''

ആത്മഗതം പോലെ ബാബു അത് പറഞ്ഞുവിട്ടു എങ്കിലും തങ്കച്ചന്റെ മനസ്സിനെ ആ വാചകം കിടന്ന് പൊള്ളിച്ചു.

''സാറേ, ആ സാന്റയില്ലേ, അതിന് നീലനിറമായിരുന്നു.''

ബാബു പറഞ്ഞത് വള്ളി പുള്ളി വിടാതെ അക്ബറിനോട് അവതരിപ്പിച്ച തങ്കച്ചൻ കൂടെ മുഖം കുനിച്ചിരുന്ന അവറാച്ചനെ നോക്കി പല്ലിറുമ്മി.

''ആരായിരുന്നു അവറാച്ചാ ക്രിസ്മസ് രാവിൽ ഒപ്പമുണ്ടായിരുന്ന നീല സാന്റാ? നിങ്ങൾക്ക് കപ്യാരുടെ വീട്ടുവളപ്പിൽ എന്തായിരുന്നു പണി?''

അക്ബർ ശാന്തനായിട്ടാണ് അത് ചോദിച്ചതെങ്കിലും ആ ശബ്ദത്തിൽ വല്ലാത്തൊരു ആജ്ഞാശക്തിയുണ്ടായിരുന്നു. ആ കണ്ണുകൾ തിളങ്ങി. ആ നോട്ടം ഏറ്റുവാങ്ങാൻ സാധിക്കാതെ അവറാച്ചൻ മുഖം മാറ്റിക്കളഞ്ഞു.

''വണ്ടി എടുത്തോ തങ്കച്ചാ. ഇനി സ്റ്റേഷനിൽ ചെന്നിട്ട് മതി ബാക്കി. എന്റെ നിഗമനങ്ങൾ ശരിയായി വരുന്നുണ്ട്.''

അക്ബർ അത് പറയാൻ നോക്കിയിരുന്നതുപോലെ തങ്കച്ചൻ വണ്ടി സ്റ്റാർട്ട് ചെയ്തു.

ഇരമ്പലോടെ ആ വാഹനം നീങ്ങി.

പതിനേഴ്

പൊലീസ് സ്റ്റേഷൻ ചുമരുകളുടെ അകത്തളത്തിൽ അവറാച്ചൻ മുഖം കുനിച്ചിരുന്നു. അക്ബറിന്റെ ആവർത്തിച്ചുള്ള ചോദ്യങ്ങൾ ഒന്നും തന്നെ അയാളിൽ യാതൊരുവിധ ചലനവും സൃഷ്ടിച്ചില്ല.

''സർ, ഞാനൊന്ന് ചോദ്യം ചെയ്യട്ടെ?''

തന്റെ വലതു കൈപ്പത്തി ചുരുട്ടി അതിന്മേൽ ഇടതുകൈപ്പത്തി അമർത്തിക്കൊണ്ട് തങ്കച്ചൻ ചോദിച്ചു.

അക്ബർ മുഖം കൊണ്ട് അയാളെ അതിൽ നിന്നു വിലക്കി.

തങ്കച്ചന് അയാളുടെ പെരുമാറ്റം കണ്ട് കലിയിളകിത്തുടങ്ങിയിരുന്നു. അക്ബറിന് അത് നന്നായി മനസ്സിലായതുകൊണ്ടാവാം അയാൾ തങ്കച്ചനെയും കൂട്ടി അവറാച്ചൻ ഇരുന്ന മുറിയിൽ നിന്നു പുറത്തേക്ക് നടന്നു.

''അല്ല, മരിച്ചു പോയ പെൺകുട്ടിയുടെ വിവരം സാറിന് ഇതേത് ലിസ്റ്റിൽ നിന്നു കിട്ടി?''

നടന്നു പോകുന്നതിനിടയിൽ തങ്കച്ചൻ ചോദിച്ചു.

''മരിച്ചത് ഫാദർ കോളിൻസ് ആയതു കൊണ്ട്. അതും ഞാൻ തരപ്പെടുത്തി. ഒരു ചാൻസ് എടുക്കാൻ വയ്യ. കോളിൻസ് ആ തുരുത്തിൽ ഇത് മൂന്നാം വർഷമാ. ഇക്കൊല്ലം മാർച്ച് മുപ്പത്തി ഒന്നാം തീയതി അയാൾക്ക് സ്ഥലംമാറ്റമായിരുന്നു. മറ്റൊരു ഇടവകയിലേക്ക്.''

അക്ബർ പറഞ്ഞതു കേട്ട് തങ്കച്ചൻ അക്ബറിന്റെ മുഖത്തേക്ക് നോക്കി.

''അതെ രാജാവേ, അയാൾ അവിടെ ഇരുന്ന കാലയളവിൽ അവിടെ നടന്ന അസാധാരണമായ എല്ലാ മരണങ്ങളും ഞാൻ അന്വേഷിച്ചു. പ്രത്യേകിച്ച് പതിനെട്ട് വയസ്സിൽ താഴെയുള്ള പെൺകുട്ടികളുടെ. തീർന്നോ സംശയം?''

''മാറി.'' തങ്കച്ചൻ ഒരു ചെറുചിരിയോടെ പറഞ്ഞു.

''എങ്കിൽ താൻ ആ മൗനവ്രതക്കാരന് കഴിക്കാൻ വല്ലതും വാങ്ങിക്കൊടുക്ക്.''

അക്ബർ പോക്കറ്റിൽ നിന്ന് അഞ്ഞൂറിന്റെ ഒരു നോട്ടെടുത്ത് തങ്കച്ചന് നേർക്ക് നീട്ടിക്കൊണ്ട് പറഞ്ഞു.

''വേണ്ട. പൈസ എന്റെ കയ്യിൽ ഉണ്ട് സർ.'' തങ്കച്ചൻ പറഞ്ഞു.

''അത് അവിടെ ഇരിക്കട്ടെ തൽക്കാലം. ഇപ്പോ താനിത് പിടിക്ക് രാജാവേ.''

നിർബന്ധിച്ച് ആ നോട്ട് തങ്കച്ചന് നൽകി അക്ബർ പറഞ്ഞു.

''ശരി സർ.''

തങ്കച്ചൻ നടന്നകന്നു.

''സർ...''

പിൻവിളി കേട്ട് അക്ബർ തിരിഞ്ഞു നോക്കി. സി.പി.ഒ. ഹുസൈൻ ആണ്.

''എന്താണ് ഹുസൈൻ?''

''സർ, ദാ... സാറന്വേഷിച്ച മാരുതി വാനിന്റെ ഡീറ്റയിൽസ്.''

ഒരു പേപ്പർ അക്ബറിന് നേർക്ക് നീട്ടിക്കൊണ്ട് ഹുസൈൻ പറഞ്ഞു. അക്ബർ ആ പേപ്പർ വാങ്ങി പരിശോധിക്കുന്ന സമയം അയാൾ തുടർന്നു.

''സാറ് അന്വേഷിച്ച തരം സ്റ്റിക്കർ പതിച്ച രണ്ടു മാരുതി വാനുകളാണ് നമ്മുടെ അന്വേഷണത്തിൽ കിട്ടിയത്. അതിൽ ഒന്ന് ഒരു ഡോക്ടറുടേതാണ്. അടുത്തത്ത് അങ്കമാലിക്കടുത്തുള്ള ഒരു ബേക്കറി ഉടമയുടേതും.'' ഒറ്റ ശ്വാസത്തിൽ ഹുസൈൻ പറഞ്ഞു.

''അവരെ രണ്ടു പേരെയും എനിക്ക് കാണണം. ഇന്നുതന്നെ.'' അക്ബർ പറഞ്ഞു.

''ഷുവർ സർ.''

ഹുസൈൻ അതും പറഞ്ഞ് മടങ്ങി. അക്ബർ തന്റെ കസേരയിലേക്ക് വന്നിരുന്നു. പേപ്പർ വെയിറ്റ് എടുത്ത് വിരലുകൾ കൊണ്ട് തിരിച്ചുവിട്ടുകൊണ്ട് അക്ബർ ചിന്താധീനനായി. ഷാപ്പുകാരൻ ബാബു പറഞ്ഞ വാചകം അക്ബറിന്റെ മനസ്സിനെ വല്ലാതെ അലോസരപ്പെടുത്തിക്കൊണ്ടിരുന്നു.

''സാറേ ആ സാന്റയില്ലേ? അതിന് നീല നിറമായിരുന്നു.''

പൊടുന്നനെ അക്ബറിന്റെ മനസ്സിൽ ഒരു മിന്നൽ വീശി ആ ദൃശ്യം കടന്നു വന്നു. ഏതാനും ദിവസം മുൻപ് താൻ കണ്ട ആ സ്വപ്നം. ഫാദർ കോളിൻസിന്റെ ചിരിക്കുന്ന മുഖമാണ് അന്ന് ആ സ്വപ്നത്തിൽ താൻ ആദ്യം കണ്ടത്. പിന്നെ നീലനിറമുള്ള കുപ്പായമണിഞ്ഞ ഒരു സാന്റാക്ലോസിനെയും കണ്ടു. അയാളുടെ ഒരു കൈയ്യിൽ രക്തം പുരണ്ട കഠാരയും മറുകൈയ്യിൽ ഫാദർ കോളിൻസിന്റെ ശിരസ്സുമാണ് പിന്നെ കണ്ടത്. സാന്റാ രക്തം പുരണ്ട ആ കഠാരമുന തന്റെ നേർക്ക് നീട്ടി. ആ സ്വപ്നത്തിലെ സാന്റയ്ക്ക് നീലനിറമായിരുന്നു. ഇപ്പോൾ ബാബു പറഞ്ഞ സാന്റയ്ക്കും നീല നിറത്തിലുള്ള കുപ്പായം! രണ്ടും തമ്മിൽ എന്തായിരിക്കും ബന്ധം? അക്ബർ ആലോചനയിലാണ്ടു. തങ്കച്ചന്റെ വിളിയാണ് അക്ബറിനെ ചിന്തയിൽ നിന്ന് ഉണർത്തിയത്.

''എന്താടോ?''

''സർ, അയാൾ ഭക്ഷണം കഴിക്കാൻ കൂട്ടാക്കുന്നില്ല. ഇപ്പോ സാറിനെ ഒന്നു കാണണം എന്നതാണ് ആവശ്യം.''

''എങ്കിൽ ദാ, ഉടനെ പോയി കണ്ടുകളയാം. എന്തെങ്കിലും പറയാൻ വേണ്ടി ആണെങ്കിലോ അല്ലേ, മനസ്സു മാറും മുൻപേ കാണാം.''

അക്ബർ ഇരിപ്പിടത്തിൽ നിന്ന് മെല്ലെ ഉയർന്നു കൊണ്ട് പറഞ്ഞു.

''ഞാനാണ് സർ കൊന്നത്.''

അവറാച്ചൻ ഒരു കുമ്പസാരം പോലെയാണത് പറഞ്ഞത്. മുഖവുരയേതും കൂടാതെ.

''ഉം... എങ്ങനെ?''

പക്ഷേ അക്ബറിന്റെ പ്രതികരണത്തിന് വലിയ തിടുക്കമൊന്നും

ഉണ്ടായിരുന്നില്ല. അയാൾ ആ കൺഫഷനെക്കാൾ അവറാച്ചന്റെ ശരീര ഭാഷയാണ് ശ്രദ്ധിച്ചത്. തീരുമാനിച്ചുറപ്പിച്ചതുപോലെയുള്ള പ്രകൃതം.

''നിങ്ങളെ ജാമ്യത്തിലെടുക്കാൻ പുലിമുറ്റത്തുകാർ വരില്ലേ?''

അക്ബറിന്റെ മറുചോദ്യം അതായിരുന്നു. അതുപോലെയുള്ള ഒരു പ്രതികരണം അവറാച്ചനെ തെല്ലൊന്ന് അമ്പരപ്പിക്കുകയും ചെയ്തു.

''അതിന് ഞാനത് ചെയ്തത് അവർക്ക് വേണ്ടിയല്ലല്ലോ സർ.''

''അപ്പോൾ അച്ചനെ വകവരുത്തുവാൻ അവർ മാർട്ടി എന്നൊരു വാടകക്കൊലയാളിയെ കൊണ്ടുവന്നതോ? അതും അവർക്ക് വേണ്ടി ത്തന്നെയല്ലേ?''

''ആവാം. പക്ഷേ ഞാൻ ചെയ്തത് എന്റെ മകൾക്ക് വേണ്ടിയുള്ള ദിവ്യബലി ആയിരുന്നു എങ്കിലോ?''

''മനസ്സിലായില്ല.''

''എന്റെ മകൾക്ക് ഒരു ആത്മാവുണ്ടെങ്കിൽ, അത് കർത്താവിന്റെ സന്നിധിയിൽ പതറാതെയിരിക്കാൻ വേണ്ടി ഞാൻ ആ കൃത്യം ചെയ്തു.''

''എങ്ങനെ?''

''കഴുത്തുഞെരിച്ച്... ശ്വാസം മുട്ടിച്ച്...''

''പിന്നെ എന്തിന് കിണറ്റിലിട്ടു?''

''കൊന്നിട്ടും പക തീരാതെ ഞാനത് ചെയ്തു.''

''തന്റെ രക്തത്തിന്റെ ഗ്രൂപ്പേതാണ്?'' അക്ബർ ചോദിച്ചു.

അവറാച്ചൻ മൗനം പാലിച്ചു.

അക്ബർ തന്റെ ചോദ്യം ആവർത്തിച്ചു.

''നിങ്ങളുടെ രക്തഗ്രൂപ്പ് ഏതാണെന്നാണ് എന്റെ ചോദ്യം.''

'ഒ... പോസിറ്റീവ്.''

അവറാച്ചൻ അത് പറയുന്നതു കേട്ട് അക്ബർ തൊട്ടു പിന്നിൽ നിന്ന തങ്കച്ചനെ നോക്കി ഒന്നു ചിരിച്ചു. പിന്നെ അവറാച്ചനെ നോക്കി ചോദിച്ചു:

''ആരെ രക്ഷിക്കാൻ വേണ്ടിയാണ് താനീ കുറ്റം ഏറ്റെടുക്കുന്നത്?''

അവറാച്ചൻ മുഖം കുനിച്ചു.

''ഷാപ്പുകാരൻ ബാബു തനിക്കൊപ്പം ക്രിസ്മസ് രാവിൽ കണ്ട നീലക്കുപ്പായക്കാരൻ സാന്റ. അത് ആരായിരുന്നു?''

അയാളുടെ മുഖം വിവർണ്ണമാകുന്നത് അക്ബർ കണ്ടു.

''ഞാൻ ചോദിച്ചത് കേട്ടില്ല എന്നുണ്ടോ?'' അക്ബർ അസ്വസ്ഥത യോടെ ചോദിച്ചു.

''എനിക്കറിയില്ല.''

അവറാച്ചൻ തന്റെ മറുപടി ആ ഒറ്റവാക്കിൽ ഒതുക്കി.

''മതി. ഇതിൽ ഉറച്ച് നിൽക്കണം താൻ.''

അക്ബർ അതൊരു താക്കീത് പോലെയാണ് പറഞ്ഞത്.

അവറാച്ചനിരുന്ന മുറി പിന്നിട്ട് പുറത്തേക്ക് നടക്കുന്നതിനിടയിൽ തന്റെ നിഴലുപോലെ ഒപ്പം നടന്ന തങ്കച്ചനോട് അക്ബർ പറഞ്ഞു:

''മരിച്ചു പോയ ഷെറിൻ എന്ന കുട്ടിയുടെ എ ടു ഇസഡ്... ഇൻക്ലൂഡിംഗ് ഒട്ടോപ്സി റിപ്പോർട്ട്. എനിക്ക് കിട്ടണം. ദാ ഇന്ന്. പറ്റുമോ?''

''പറ്റുമോ എന്നൊരു സംശയം വേണ്ട സർ. പറ്റും.'' തങ്കച്ചൻ പ്രതികരിച്ചു.

''ദെൻ ഗോ എഹെഡ്.''

''ഓകെ സർ.''

ഏതാനും മണിക്കൂറുകൾ പിന്നിട്ടു. തുരുത്തിലെ പൊലീസ് സ്റ്റേഷനിലെ ടെലഫോൺ ചിലമ്പിച്ച ശബ്ദത്തിൽ റിംഗ് ചെയ്തു. ഹബീബ് ആയിരുന്നു ഫോണെടുത്തത്.

''ഹബീബ്, ഞാൻ അക്ബറാണ് സംസാരിക്കുന്നത്.''

''മനസ്സിലായി സർ. പറഞ്ഞോളൂ.''

അവിടെ കേസ്സിനാസ്പദമായ പള്ളിയിലെ കപ്യാരെയും കൂട്ടി താനിവിടെ വരണം. ദാ, ഇന്നുതന്നെ. ഒരു സ്റ്റേറ്റ്മെന്റ് എടുക്കാനുണ്ട് അയാൾടെ.''

''തീർച്ചയായും സർ.''

'ശരി. നേരിട്ടു കാണാം എങ്കിൽ...''

അക്ബർ ഫോൺ വച്ചു.

ഷെറിൻ എന്ന പെൺകുട്ടി അവളുടെ കഴുത്തിൽ അണിഞ്ഞ കുരുക്കിലാണ് ഫാദർ കോളിൻസ് തദേവൂസിന്റെ മരണവും കുരുങ്ങിക്കിടക്കുന്നത് എന്ന് മനസ്സിൽ പറഞ്ഞു കൊണ്ട് തന്റെ മേശപ്പുറത്തിരുന്ന വെള്ള പേപ്പറിൽ അക്ബർ വെറുതെ ഒരു പേന കൊണ്ട് കോറിവരച്ചു കൊണ്ടേയിരുന്നു.

''സർ, ഒട്ടോപ്സി റിപ്പോർട്ട് കിട്ടി. പിന്നെ ആ കുട്ടിയുടെ മറ്റുവിവരങ്ങൾ...''

തങ്കച്ചന്റെ ശബ്ദമാണ് അക്ബറിനെ ചിന്തയിൽ നിന്ന് ഉണർത്തിയത്.

''സർ സംഭവം നമ്മൾ വിചാരിച്ചതു പോലെയൊന്നുമല്ല.''

തങ്കച്ചന്റെ മുഖത്ത് പേരറിയാത്തൊരു ഭാവം നിഴലിച്ചു നിന്നു.

''താൻ ഇരിക്ക്. എന്നിട്ട് സമാധാനമായി പറയ്. കേൾക്കട്ടെ.''

''പറയാം. ആദ്യം സാറ് ഈ റിപ്പോർട്ട് ഒന്ന് വായിക്ക്.''

ഷെറിന്റെ ഒട്ടോപ്സി റിപ്പോർട്ട് അക്ബറിന്റെ നേർക്ക് നീട്ടിക്കൊണ്ട് തങ്കച്ചൻ പറഞ്ഞു.

''സാറിതൊന്ന് വായിച്ച് നോക്കൂ.''

പക്ഷേ അക്ബറിന്റെ കണ്ണുകൾ ആദ്യം പാഞ്ഞെത്തിയത് ആ റിപ്പോർട്ടിന്റെ അവസാനം കണ്ട കയ്യൊപ്പിലേക്കാണ്.

ഡോക്ടർ നിരുപമ...

നിരുപമ മാധവൻ!

അക്ബർ റിപ്പോർട്ട് സശ്രദ്ധം പരിശോധിച്ചു.

''ഇതുരണ്ടും ഒരമ്മ പ്രസവിച്ച മക്കൾ തന്നെ. വാര്യർ സാർ എഴുതിയ ബീന മാത്യൂസിന്റെ റിപ്പോർട്ടും ഇതും ഏകദേശം ഒന്നാണല്ലോ രാജാവേ.''

തങ്കച്ചനോട് അക്ബർ പറഞ്ഞു.

''അതെ സർ, രണ്ടും ഒന്നുതന്നെ.''

''ഞാനിതിന്റെ വിശദീകരണം നിരുപമയോട് തന്നെ തേടിക്കൊള്ളാം.''

അക്ബർ ഫോണെടുത്ത് നിരുപമയുടെ നമ്പർ തിരഞ്ഞുകൊണ്ട് പറഞ്ഞു.

ഈ സമയം ഹബീബ് കാപ്പിരിത്തുരുത്തിലെ പള്ളിയിലെ കപ്യാരായ അച്ചൻകുഞ്ഞിന്റെ വീട്ടിൽ എത്തി. നേരം സന്ധ്യയായിത്തുടങ്ങിയിരുന്നു. പാതിയടഞ്ഞ വാതിലിന്റെ പുറത്തു നിന്ന് ഹബീബ് ഉറക്കെ വിളിച്ചു ചോദിച്ചു.

''കപ്യാരുണ്ടോ ഇവിടെ?''

''ഉണ്ടല്ലോ, ആരാ?''

അകത്തു നിന്ന് ഷർട്ടിന്റെ ബട്ടൺ ഇട്ടുകൊണ്ട് കൃശഗാത്രനായ അച്ചൻകുഞ്ഞ് ഇറങ്ങി വന്നു. അവിചാരിതമായി മുറ്റത്ത് പൊലീസിനെ കണ്ട് അയാൾ ഒരൽപം പരുങ്ങി.

''എന്താ സാറേ?''

''ഒന്നുമില്ല അച്ചൻകുഞ്ഞേ. തന്നെ അക്ബർ സാറിന് ഒന്നു കാണണമത്രേ.''

''എന്നെയോ, എന്റെ മൊഴിയൊക്കെ നേരത്തെ കാലത്തേ എടുത്തതല്ലേ സാറേ? ഇനി എന്താ?''

പെട്ടെന്നുള്ള ഭാവമാറ്റം മുഖത്തു നിന്ന് മാറ്റാൻ ശ്രമിച്ചുകൊണ്ട് അച്ചൻകുഞ്ഞ് പറഞ്ഞു.

''അതൊന്നും എനിക്കറിഞ്ഞുകൂടാ. തന്നെ ഹാജരാക്കാൻ പറഞ്ഞു. ഞാൻ വന്നു. ഒന്നുപോരെടോ, പെട്ടെന്ന് വിട്ടേക്കും.''

“ഉം...”

ഒന്ന് മൂളിയിട്ട് അച്ചൻകുഞ്ഞ് അകത്തേക്ക് നോക്കി വിളിച്ചു പറഞ്ഞു.

“ലീലാമ്മേ, ഞാനിവരുടെ കൂടെ ഒന്ന് പോയേച്ചും വരാടീ. നീ അവനോട് കറങ്ങിയടിച്ച് നടക്കാതെ വേഗം കൂര പറ്റാൻ ഒന്ന് വിളിച്ച് പറ. ഞാൻ വരാൻ വൈകും.”

എന്നിട്ട് ഹബീബിനെ നോക്കി പറഞ്ഞു: “ഈ അവൻ എന്ന് പറഞ്ഞതേ മോനാണ് കേട്ടോ. ബെനഡിക്റ്റ്. ചുമ്മാ കൂട്ടും കൂടി എറണാകുളത്ത് സിനിമ കണ്ട് നടക്കലാണെന്നേ. ഇപ്പോഴത്തെ പിള്ളേരുടെയൊക്കെ ഒരു കാര്യം.”

അയാൾ പുറത്തേക്കിറങ്ങി..

“എന്നാൽ പിന്നെ നമ്മൾ പോകുവല്ലേ?”

“അതെ.”

അച്ചൻകുഞ്ഞ് ഹബീബിനൊപ്പം നടന്നകന്നു. അയാളുടെ വീടിന്റെ ഇറയത്ത് അവർ നടന്നകന്ന് ഇരുട്ടിൽ മറയുന്നത് നോക്കി നിന്ന് ലീലാമ്മ കുരിശു വരച്ചു.

പതിനെട്ട്

പൊലീസ് വാഹനത്തിൽ കയറിയിരുന്ന അച്ചൻകുഞ്ഞിന്റെ മനസ്സിൽ ആ ക്രിസ്മസ് രാത്രിയായിരുന്നു. താൻ അച്ചനോട് ഹാപ്പി ക്രിസ്മസ് പറഞ്ഞ് ഇറങ്ങിയ രാവ്! ആ രാത്രി ഇറങ്ങും മുൻപ് അച്ചൻ നൽകിയ പണം.

ശ്ശോ വേണ്ടായിരുന്നു എന്നൊരു ഭംഗിവാക്ക് പറഞ്ഞ് ആദ്യം നിഷേധിച്ചു എങ്കിലും അതു വാങ്ങി പോക്കറ്റിലിട്ടു.

“എന്നാൽ ശരി. കാലത്തെ കാണാം അച്ചൻകുഞ്ഞേ.” അച്ചൻ പറഞ്ഞു.

“ആയിക്കോട്ടെ അച്ചോ. ഹാപ്പി ക്രിസ്തുമസ്.”

“ഹാപ്പി ക്രിസ്മസ്.”

അച്ചൻകുഞ്ഞ് പള്ളിമേടയിൽ നിന്ന് ഇറങ്ങി നടന്നു.

അയാൾ പിൻതിരിഞ്ഞ് നടന്നു പോകുന്നത് നോക്കി നിൽക്കുന്ന ഫാദർ കോളിൻസ്. പക്ഷേ, അച്ചൻകുഞ്ഞിന്റെ മുഖത്തൊരു ഗൂഢമായ ചിരി ഒളിച്ചിരിപ്പുണ്ടായിരുന്നു.

ടോർച്ച് തെളിച്ച് ഇരുട്ടിനെ വകഞ്ഞുമാറ്റി ചെമ്മൺപാതയിൽ നിന്ന് പാടത്തേക്ക് നീളുന്ന തന്റെ വീട്ടിലേക്കുള്ള ഇടവഴിയിലേക്ക് അയാൾ

നടന്നു കയറി. അവിടെ തന്നെ കാത്ത് നിന്നതു പോലെ അവറാച്ചനും പിന്നെ, നീലക്കുപ്പായക്കാരൻ സാന്റയും.

"എത്തി."

ഹബീബിന്റെ ശബ്ദം അച്ചൻകുഞ്ഞിനെ ഉണർത്തി.

കമ്മീഷണർ ഓഫീസിന്റെ പടവുകൾ കയറിയപ്പോൾ അച്ചൻ കുഞ്ഞിന്റെ മനസ്സിടറി. വലിയ ഒരു മുറിയിലേക്കാണ് അവർ അച്ചൻ കുഞ്ഞിനെ കൂട്ടിക്കൊണ്ടുപോയത്. ആ മുറിയിൽ അക്ബർ ഇരുകൈ കളും കെട്ടി അവരെ കാത്തെന്നവണ്ണം ഇരിപ്പുണ്ടായിരുന്നു.

"വരണം വരണം." അക്ബർ പറഞ്ഞു

"എ...ന്ത്.... ന്തി...നാ സർ എന്ന്...ന്നെ... വിളിപ്പിച്ചത്?"

"പറയാം കപ്യാരേ, താൻ ഒന്ന് ഇരിക്ക്. എനിക്ക് കാര്യങ്ങൾ അല്പം വിശദമായി ചോദിച്ചറിയാനുണ്ട്. ഇരിക്ക്."

കപ്യാർ ഇരുന്നു.

"കപ്യാരേ, ഞാൻ ചോദിക്കാൻ പോകുന്നത് എന്റെ ചില സംശയ ങ്ങളാണ്. എന്റെ മാത്രമായ ചില സംശയങ്ങൾ. എനിക്ക് ആ സംശയ ങ്ങൾ മാറണമെങ്കിൽ താൻ മനസ്സു വയ്ക്കണം."

"ഞാനോ?"

"അതെ. താൻ തന്നെ."

"എങ്ങനെ?"

"പറയാം. ഫാദർ കോളിൻസിനെ ജീവനോടെ അവസാനം കണ്ടത് താങ്കളാണ്. ജീവനില്ലാതെ ആദ്യവും. അതായത് നിങ്ങൾ കണ്ടു പിരിഞ്ഞ് മൂന്ന് നാല് മണിക്കൂറുകൾക്കുള്ളിൽ കോളിൻസ്, അല്ല ഫാദർ കോളിൻസ് മരണപ്പെട്ടു."

"ആ.... അതെ സർ."

"അപ്പോ അന്ന് രാത്രി അവസാനമായി നിങ്ങൾ കണ്ടു പിരിയു മ്പോൾ അസ്വാഭാവികമായി താൻ ആരെയെങ്കിലും ആ പരിസരങ്ങളിൽ കണ്ടിരുന്നോ?"

"സാറെന്താ ഉദ്ദേശിക്കുന്നത്?"

"താൻ വഴിയിൽ അവറാച്ചനെ കണ്ടില്ലേ?"

"അവ... റാച്ചനെ... ഞാൻ... ഇല്ല... കണ്ടില്ല സർ."

"ഉറപ്പാണോ?"

"അതെ, ഉറപ്പ്. പുണ്യാളച്ചനാണേ സത്യം. കണ്ടില്ല."

അതും പറഞ്ഞ് കപ്യാർ ഒരു ദീർഘനിശ്വാസം ചെയ്തു.

‘‘കള്ളം... പച്ചക്കള്ളം. താനീ പറയുന്നതെല്ലാം പെരുംനുണകളാണ്.’’

അക്ബർ തന്റെ മുഷ്ടി ചുരുട്ടി മേശപ്പുറത്ത് ആഞ്ഞിടിച്ചുകൊണ്ടു പറഞ്ഞു.

‘‘തന്നോട് ചോദിക്കേണ്ട വിധം ഇതല്ല. തങ്കച്ചനെ വിളിക്ക്.’’

വാതിൽക്കൽ നിന്ന സി.പി.ഒ യോട് അക്ബർ ഉറക്കെ പറഞ്ഞു. കപ്യാർ ഒന്നും മിണ്ടാതെ നമ്രശിരസ്കനായി ഇരുന്നു.

‘‘ആരായിരുന്നു ആ നീല കുപ്പായക്കാരൻ സാന്റാ?’’

അക്ബറിന്റെ ആ ചോദ്യം അച്ചൻകുഞ്ഞിന്റെ ഉള്ളിൽ ആണിപോലെ തറഞ്ഞു കയറിയിറങ്ങി. അയാൾ ഞെട്ടി തന്റെ മുഖമുയർത്തി. കപ്യാരുടെ മുഖം വിവർണ്ണമായി. ആ കണ്ണുകൾ ചുവന്നിരുന്നു.

‘‘ഞാൻ... ഞാനായിരുന്നു അത്. കൊന്നു. ഇഞ്ചിഞ്ചായി.’’

കപ്യാർ മുഖം പൊത്തിക്കരഞ്ഞു.

‘‘എന്തിനായിരുന്നു താനത് ചെയ്തത്? നിങ്ങൾ തമ്മിൽ എന്തായിരുന്നു? തനിക്കും ഫാദറിനും ഇടയിൽ വൈരാഗ്യമൊന്നും ഉണ്ടാവാനിടയില്ല. മരിക്കുംവരെ ഫാദർ തന്നെ വിശ്വസ്തനായിത്തന്നെയാണ് കണ്ടത്. അല്ലേ?’’

‘‘അതെ സർ. വിശ്വസ്തത അഭിനയിച്ചു എന്ന് പറയുന്നതാണ് ശരി. കൂടെ നിന്ന് നീക്കങ്ങൾ മനസ്സിലാക്കി അയാളെ ഞാൻ കെണിയിലാക്കുകയായിരുന്നു എന്നതാണ് ശരി.’’

‘‘അപ്പോ ഫാദർ കോളിൻസിനെ കൊന്നത് കപ്യാരാണ് അല്ലേ?’’

‘‘അതെ സർ.’’

‘‘അപ്പോ പിന്നെ അവറാച്ചനെ വെറുതെ വിടാമല്ലോ. അല്ലേ അച്ചൻകുഞ്ഞേ?’’

അക്ബർ ഇരിപ്പിടത്തിൽ നിന്ന് മെല്ലെ എഴുന്നേറ്റുകൊണ്ടു പറഞ്ഞു.

‘‘ഉറപ്പായും സർ.’’

നല്ല ഉറച്ച ശബ്ദത്തിൽ തന്നെ അച്ചൻകുഞ്ഞ് മറുപടി പറഞ്ഞു.

‘‘ഏതായാലും താനിവിടെ ഇരിക്ക്. ഞാൻ കമ്മീഷണറെ ഒന്നു കണ്ടിട്ട് വരാം.’’

അക്ബർ മുറി വിട്ട് പുറത്തേക്ക് നടക്കുന്നതിനിടയിൽ പറഞ്ഞു.

അച്ചൻകുഞ്ഞ് ഒന്നും പറഞ്ഞില്ല.

‘‘എന്തായടോ, വല്ല നടപടിയുമാകുമോ?’’

അക്ബറിനോട് ഇരിക്കാൻ പറഞ്ഞ് മോഹൻ ചോദിച്ചു.

‘‘ഹ... ഹ.. ഇപ്പോ രണ്ട് പേരാണ് കൊലപാതകികൾ സർ.’’

''വാട്ട്? രണ്ടു പേരോ?''

''അതെ സർ. അച്ചൻകുഞ്ഞും അവറാച്ചനും പറയുന്നത് അവരാണ് കൊന്നതെന്നാണ്. വളരെ വേഗത്തിൽ നടത്തിയ ആ കുറ്റസമ്മതം തന്നെയാണ് അവർ രണ്ടുപേരുമല്ല കോളിൻസിന്റെ കൊലപാതകി എന്ന നിഗമനത്തിലേക്ക് എന്നെ കൊണ്ടെത്തിച്ചത്. എനിക്ക് വേണ്ടത് ഒരു ത്യാഗം പോലെ കൊലപാതകം ഏറ്റെടുത്ത് ജയിലിൽ പോകാൻ ഒരാളെയല്ല. അങ്ങനെ ഒരു മർഡർ ചെയ്യാൻ ഉള്ളത്ര ബുദ്ധി എന്താ യാലും ഇപ്പോൾ നമ്മുടെ ഒപ്പമുള്ള ഈ രണ്ടുപേർക്കുമില്ല. സാധാരണ ഒരാൾ ചെയ്യുന്ന തരത്തിലല്ലല്ലോ ഈ കൊലപാതകം. ഷാപ്പുകാരൻ ബാബുവിന്റെ മൊഴിയിൽ പറഞ്ഞതുപ്രകാരം നീലക്കുപ്പായത്തിൽ ഉണ്ടായിരുന്നയാൾക്ക് അവറാച്ചന്റെ തോളിനൊപ്പമാണ് നീളം. അവ റാച്ചൻ ആറടി നീളമുള്ളയാളാണ്. ഒപ്പം ഉണ്ടായിരുന്നയാൾക്ക് അപ്പോൾ ഏതാണ്ട് അഞ്ചരയടിയിൽ കുറയാതെ നീളം കാണണം. ഇനി കപ്യാരുടെ കാര്യമെടുത്താൽ അയാൾക്ക് അഞ്ചടി മൂന്നിഞ്ച് മാത്രമേ ഉയരമുള്ളൂ.''

''ഉയരമുള്ള ഒരു ഷൂസോ മറ്റോ ധരിച്ചിട്ടുണ്ടെങ്കിൽ, അങ്ങനെ ഒരു സാദ്ധ്യത തള്ളിക്കളയാനാവില്ല.''

മോഹൻ പറഞ്ഞത് കേട്ട് അക്ബർ പറഞ്ഞു: ''ഇല്ല സർ. അങ്ങനെ ഒരു ചാൻസ് ഈ കേസ്സിൽ ഉണ്ടാവില്ല. ഡാം ഷുവർ.''

''താൻ കോൺഫിഡന്റാണെങ്കിൽ എനിക്ക് നോ പ്രോബ്ലം. പിന്നെ ഐ ജി വിളിച്ചിരുന്നു. തന്റെ കേസന്വേഷണത്തിന് അനുവദിച്ച ഏഴു ദിവസത്തിൽ അഞ്ച് കഴിഞ്ഞു. ഇനി രണ്ടു ദിവസം ബാക്കി.''

''അതെ സർ. രണ്ടേ രണ്ടു ദിവസങ്ങൾ.''

''നമുക്ക് ഇവരെ പോളിഗ്രാഫിനോ ബ്രെയിൻ മാപ്പിംഗിനോ സജസ്റ്റ് ചെയ്താലോ? എന്താണ് തന്റെ അഭിപ്രായം?'' മോഹൻ ചോദിച്ചു.

''നോ യൂസ് സർ. അങ്ങനെ ഒരു ടെസ്റ്റ് നടത്തണമെങ്കിൽ അതിന് ചില കടമ്പകളുണ്ടല്ലോ. ആദ്യം അവരുടെ സമ്മതം, പിന്നെ തെളിയി ച്ചാൽ പോലും കോടതി ചിലപ്പോൾ കൺവിൻസ്ഡ് ആവില്ലല്ലോ. ഞാൻ പറഞ്ഞല്ലോ സർ. അവറാച്ചനും കപ്യാരുമല്ലാതെ മൂന്നാമതൊരാൾ. അയാളെ അവറാച്ചനും അറിയാം. അച്ചൻകുഞ്ഞിനുമറിയാം. അതാ രാണെന്ന് അവരെക്കൊണ്ടുതന്നെ ഞാൻ പറയിപ്പിക്കും.'' അക്ബർ പറഞ്ഞു.

മോഹന്റെ മേശപ്പുറത്തിരുന്ന ലാൻഡ് ഫോൺ ശബ്ദിച്ചു.

''ഹലോ... ഒ.കെ. വരാൻ പറയ്.'' മോഹൻ ഫോൺ വച്ചു.

''ആ ഫോറൻസിക് സർജ്ജനാണ്. നിരുപമ.'' മോഹൻ പറഞ്ഞു.

''ഞാനാണ് സർ അവരോട് വരാൻ പറഞ്ഞത്. എനിക്ക് ചിലത് ചോദിച്ചറിയാനുണ്ട്. സാറും കൂടി സാക്ഷിയാവേണ്ട ചില കാര്യങ്ങൾ.''

അക്ബർ അത് പറഞ്ഞുതീർന്നപ്പോഴേക്കും നിരുപമ മോഹന്റെ ഓഫീസിന് മുൻപിൽ എത്തിക്കഴിഞ്ഞിരുന്നു.

''സർ.. മേ ഐ....''

''ആഹ് വരൂ നിരുപമ.'' മോഹൻ പറഞ്ഞു.

നിരുപമ ഇരുവരെയും അഭിവാദ്യം ചെയ്തുകൊണ്ട് ആ മുറിയിലേക്ക് കടന്നു വന്നു.

''സീ മേഡം, ഒരു സുപ്രധാനമായ കാര്യത്തെപ്പറ്റിയുള്ള അഭിപ്രായം ചോദിക്കാനാണ് ഞങ്ങൾ താങ്കളെ വീണ്ടും വീണ്ടും ബുദ്ധിമുട്ടിക്കുന്നത്.'' അക്ബർ പറഞ്ഞു.

''ഇറ്റ്സ് മൈ പ്ലഷർ സർ. പിന്നെ ഇതെന്റെ ജോലിയല്ലേ സർ.'' നിരുപമ പുഞ്ചിരിച്ചു.

''നിരുപമ, ഞാൻ പറഞ്ഞല്ലോ ഫാദർ കോളിൻസിന്റെ മരണം ഒരു വിൻഡോ ആയിരുന്നു. അത്രയും കാലം മൂടിവയ്ക്കപ്പെട്ട പലതും ആ തുറന്ന ജാലകത്തിലെ കാഴ്ചകളായിരുന്നു. പാപങ്ങൾ ചെയ്തുകൂട്ടുമ്പോഴും ഒരു ഇന്നസെന്റ് ഫെയ്സും മറ്റൊരു ഇമേജുമാണ് ഇടവകകളിൽ അയാളെ ജനസമ്മതനാക്കി മാറ്റിയത്. പിന്നെ പല സ്ത്രീകളും ആരാധന കൊണ്ടോ, അതല്ല അപമാനഭീതി കൊണ്ടോ പലതും പുറത്തു പറയാതെയും പോയി. ആ പാപങ്ങളുടെ പട്ടികയിൽ നിന്നാണ് തുരുത്തിലെ ഷെറിൻ എന്ന കുട്ടിയുടെ പേര് എനിക്ക് ലഭിക്കുന്നത്. അതിന് മുൻപ് പല പേരുകളും കോളിൻസ് വധത്തിന്റെ പ്രതിപ്പട്ടികയിൽ ഞാൻ ചേർത്തു വായിച്ചതാണ്.''

''ആണോ, ഞാനുമുണ്ടോ ആ ലിസ്റ്റിൽ? അച്ഛനോട് ചെയ്തതിന്റെ പ്രതികാരം സിനിമാ സ്റ്റൈലിൽ ചോദിക്കാൻ വന്ന മകൾ?''

''ഹ... ഹ... നെവർ. വേണമെങ്കിൽ മാധവൻസാറിനെ സംശയിക്കാം. ഇപ്പോഴും ആ കോളിൻസിന്റെ മൃതശരീരം വെട്ടിപ്പൊളിച്ചത് സ്വന്തം മകളാണ് എന്ന് അഭിമാനം കൊള്ളുകയല്ലേ ആള്.'' മോഹൻ പറഞ്ഞു.

''അതേ. നിരുപമ. ഷെറിന്റെ ഒടോപ്സി നിങ്ങളല്ലേ ചെയ്തത്? ആ റിപ്പോർട്ട് വായിച്ച എനിക്ക് എന്തോ ബീന മാത്യുസിന്റെ കേസ്സുമായി സാമ്യം തോന്നി. അതാണ്....''

''ഇല്ല സർ. അത്, അതൊരു ആത്മഹത്യ തന്നെയായിരുന്നു.'' നിരുപമ പറഞ്ഞു. ''പക്ഷേ ആ കുട്ടിയെ അതിലേക്ക് എത്തിച്ച ഒരാളുണ്ട്. അവൾ... അവൾ പ്രെഗ്നന്റ് ആയിരുന്നു. രണ്ട് മാസം.''

''വാട്ട്?''

''അതെ സർ. ഇതിപ്പോ ആ കുട്ടിയുടെ വളരെ വേണ്ടപ്പെട്ടവർക്ക് മാത്രം അറിയുന്ന കാര്യങ്ങളാണ്. അന്ന് അവർ കാലു പിടിച്ച് കരഞ്ഞു

പറഞ്ഞു. അതുകൊണ്ടുതന്നെ റിപ്പോർട്ടുകളിൽ അങ്ങനെ യാതൊന്നും ഞാൻ സൂചിപ്പിച്ചില്ല.''

''ആരോടൊക്കെയാണ് അന്ന് മേഡം ഈ വിവരങ്ങൾ പങ്കുവച്ചത്?''

''ആ കുട്ടിയുടെ അച്ഛനോട്. പിന്നെ...''

''പിന്നെ...''

ആ വിവരം കേട്ട അക്ബറിന്റെ കണ്ണുകൾ വിടർന്നു.

''ഇത് വമ്പൻ ടിസ്റ്റാണല്ലോ അക്ബറേ.'' മോഹൻ പറഞ്ഞു.

''അതെ സർ. ഷെറിൻ എന്ന കുട്ടിക്ക് അങ്ങനെ ഒരു ഭൂതകാലമുണ്ട്.''

നിരുപമ പറഞ്ഞു തുടങ്ങി.

ആ കഥയുടെ അവസാനം അക്ബർ പറഞ്ഞു.

''അപ്പോൾ എല്ലാറ്റിനും പിന്നിൽ അയാളാണ്. ഈ കൊലപാതകത്തിന്റെ ന്യായാധിപനും ആരാച്ചാരും അയാൾ തന്നെ.''

അക്ബർ തന്റെ കസേരയിൽ പിന്നോട്ട് ചാഞ്ഞിരുന്നു. അയാൾ നടന്ന ഓരോ കാര്യങ്ങളും ഒന്നിനൊന്ന് ബന്ധിപ്പിച്ച് ചിന്തിച്ചു നോക്കി.

''സർ...'' തങ്കച്ചൻ വിളിച്ചു.

''ആ മാരുതി വാനിന്റെ ഓണർ വന്നിട്ടുണ്ട്.''

''ഉം... വരാൻ പറയ്.''

വെളുത്ത ഷർട്ടും കറുത്ത പാന്റുമണിഞ്ഞ് സ്തോഭജനകമായ മുഖഭാവങ്ങളോടെ ഒരു ക്ലീൻ ഷേവ് ചെയ്ത മനുഷ്യൻ അകത്തേക്ക് കയറി വന്നു. ഒറ്റനോട്ടത്തിൽത്തന്നെ അയാളൊരു സുവിശേഷ പ്രവർത്തകനാണെന്ന് അക്ബറിന് തോന്നി.

''വരൂ.''

''സർ...''

''എന്താണ് പേര്?''

''സാമുവൽ.''

''എന്ത് ചെയ്യുന്നു?''

''പാസ്റ്ററാണ് സർ.''

''ആ മാരുതി വാൻ നിങ്ങളുടെതാണോ?''

''അതേ സർ. പക്ഷേ ഞാനത് വിറ്റതാണ്. ഏഴ് മാസം മുൻപ്.''

''അത് രജിസ്ട്രേഷൻ മാറ്റിയിട്ടല്ലേ കൊടുത്തത്?''

''അല്ല സർ. പഴയ വണ്ടിയാണ്. രണ്ടായിരത്തി ഒന്ന് മോഡൽ. സ്ക്രാപ്പ് ആക്കാൻ വേണ്ടിയാണെന്ന് പറഞ്ഞു.''

''അതാർക്ക് കൊടുത്തു?''

''കാർ മാക്സ് വർക്ക്ഷോപ്പ്. മരട്.''

''എത്ര രൂപ തന്നു?''

''ഞാൻ അൻപത് ചോദിച്ചതാ. മുപ്പത്തിയഞ്ച് തന്നു സർ.''

''ക്യാഷായിട്ടാണോ തന്നത്?''

''അതെ. എന്താ സർ?''

''ഏയ്, പ്രത്യേകിച്ച് ഒന്നുമില്ല. ഒ.കെ. നിങ്ങൾക്ക് പോകാം. വിളിപ്പിക്കുമ്പോൾ വരണം.''

''ശരി സർ.''

സംശയമൊഴിയാത്ത മുഖഭാവത്തോടെ അയാൾ യാത്രയായി. അക്ബർ തന്റെ മൂന്ന് വിരലുകളിൽ പേപ്പർ വെയ്റ്റ് തിരിച്ചുകൊണ്ട് ചിന്തയിലാണ്ടു.

''തങ്കച്ചാ...''

''സർ...''

''ആ വർക്ക്ഷോപ്പിലെ സകലതിനെയും ഇങ്ങ് തൂക്കിയേക്ക് രാജാവേ. ഫുൾ ടീമിനെ എടുത്തോ. ഒരു മണിക്കൂർ. ഈ നടയിൽ വേണം അവര്.''

''ഒ.കെ സർ. ദാ, ഞാൻ പോയി.''

വേട്ടനായുടെ മുഖഭാവത്തോടെയാണ് തങ്കച്ചൻ അത് പറഞ്ഞത്. അയാളുടെ ആവേശമിരട്ടിച്ചതായി അക്ബറിന് തോന്നി. അല്ലെങ്കിലും തങ്കച്ചന് ഇതുപോലെ കായികപ്രധാനമായ പലതിനും അഗാധമായ താത്പര്യം തന്നെ. അക്ബർ ചിന്തിച്ചു.

ഒരു വേള തന്റെ മുൻപിൽ ഇരുന്ന കമ്പ്യൂട്ടർ സ്ക്രീനിൽ തെളിഞ്ഞ കപ്യാരുടെയും അവറാച്ചന്റെയും സി.സി.ടി.വി ദൃശ്യങ്ങളിലേക്ക് അക്ബർ നോക്കി. ഇരുവരും ഇരുന്ന മുറികൾ ക്യാമറ നിരീക്ഷണത്തിൽ ആയിരുന്നു. അവരുടെ പെരുമാറ്റം അക്ബറിനെ അദ്ഭുതപ്പെടുത്താൻ പോന്നതായിരുന്നു.

തങ്കച്ചൻ പോയ പിന്നാലെ തന്റെ മുറി പൂട്ടി അക്ബർ പുറത്തിറങ്ങി. ഇരുവരെയും ഇരുത്തിയിരുന്ന മുറികൾ ഒരു ഇടനാഴിയുടെ ഇരുവശങ്ങളിലുമായിട്ടായിരുന്നു. അക്ബർ ഒരു നിമിഷം ആ ഇടനാഴിയിൽ നിന്നു. അയാളുടെ മനസ്സിൽ നിരുപമ പറഞ്ഞ ഷെറിൻ എന്ന പെൺകുട്ടിയുടെ ഭൂതകാലം ഒരു തിരശ്ശീലയിലെന്നപോലെ തെളിഞ്ഞു.

''**അ**മലോത്ഭവയാം മാതാവേ നിൻ പാവന പാദം തേടുന്നു.''

തുരുത്തിലെ പള്ളിയിലെ ഗായകസംഘത്തെ പരിശീലിപ്പിക്കുകയാണ് ഫാദർ കോളിൻസ്.

സംഘത്തിന്റെ ഏറ്റവും മുൻപിലെ വരിയിൽ നടുവിൽ ഷെറിൻ നിൽപ്പുണ്ട്. വെളുത്ത് നീണ്ട മുഖമുള്ള പെൺകുട്ടി. അവൾ മെല്ലെ ശിരസ്സിൽ നിന്നുതിർന്ന് കഴുത്തിന്റെ പിന്നിലേക്ക് വീണ ഷാൾ എടുത്ത് തന്റെ ശിരസ്സിലേക്കിട്ട് ആലാപനം തുടർന്നു. പാട്ടിനൊപ്പം ഒരു സംഗീത സംവിധായകനെ അനുസ്മരിപ്പിക്കുന്ന ചലനങ്ങളോടെ അവർക്ക് മുൻപിൽ നിൽക്കുകയാണ് ഫാദർ കോളിൻസ്. ഇടയ്ക്കിടെ അയാൾ അവളെ അപാദചൂഡം നോക്കുന്നുമുണ്ട്. പിൻനിരയിൽ ഷെറിന്റെ തൊട്ടു പിന്നിൽ നിന്ന ലിൻഡ അവളെ നുള്ളി. എന്നിട്ട് അടക്കം പറഞ്ഞു.

''വിലക്കപ്പെട്ട കനിയാണല്ലോ മോളേ.''

''ആ...''

ആ നുള്ളലിന്റെ വേദന അറിയാതെ ഷെറിന്റെ വായിൽ നിന്നു പുറത്തേക്ക് വന്നു പോയി. പാട്ട് മുറിഞ്ഞു.

''സൈലൻസ്.''

കോളിൻസ് ഉച്ചത്തിൽ വിളിച്ചു പറഞ്ഞു. അവിടം നിശ്ശബ്ദമായി. ഒരു മൊട്ടുസൂചി നിലത്തു വീണാൽ കേൾക്കുന്നയത്രയും നിശ്ശബ്ദത.

''ഉം... ഇന്നത്തേക്ക് ഇത്രയും മതി. എല്ലാവരും പൊയ്ക്കോ.''

കോളിൻസ് അത് പറഞ്ഞ് തിരികെ നടന്നു.

''ഷെറിൻ...''

''ഓ, എന്താ ഫാദർ?''

''നീ എന്റെ റൂമിലേക്ക് വന്നിട്ട് പോയാൽ മതി.'

ഷെറിൻ എന്തോ അബദ്ധം പോലെ നാവു കടിച്ചു.

''എടീ, ഞാൻ വന്നിട്ടേ പോകാവൂ. പ്ലീസ്...''

അവൾ ലിൻഡയോട് പറഞ്ഞ് അച്ചന്റെ പിന്നാലെ നടന്നു.

''മോളെ...'' ഡേവിഡ് വിളിച്ചു.

ലിൻഡ ചിന്തയിൽ നിന്ന് ഉണർന്നു.

''മോളെന്നതാ ആലോചിക്കുന്നത്?''

''ഒന്നുമില്ല പപ്പാ.''

അവൾ കവിളിൽ നിന്നു ചാലിട്ടൊഴുകിയ കണ്ണീർ തുടച്ചുകൊണ്ട് പറഞ്ഞു. അയാൾ അവളുടെ മുടിയിൽ തലോടി.

''വെറുതെ ഓരോന്ന് ആലോചിക്കണ്ട. വാ, വന്ന് വല്ലതും കഴിക്ക്.''

അയാൾ ആ മുറി വിട്ട് ഇറങ്ങിക്കൊണ്ട് പറഞ്ഞു.

''ഷെറിൻ, മാപ്പ്. എല്ലാറ്റിനും. ഞാൻ നിസ്സഹായയാണ്.'' പൊട്ടിക്കരഞ്ഞുകൊണ്ട് ലിൻഡ മനസ്സിൽ പറഞ്ഞു.

പത്തൊമ്പത്

തുറന്നിട്ട ജനാലയ്ക്ക് അപ്പുറത്ത് നിലാവിന്റെ നീലവെളിച്ചത്തിൽ ആരോ വരച്ച ചിത്രം പോലെ കായൽത്തുരുത്തിനെ ചുറ്റി ഒഴുകി പരന്നു കിടന്നു. കക്ക വാരാൻ ഇറങ്ങിയവർ വെള്ളത്തിൽ കത്തിച്ചു വച്ച പെട്രോൾ മാക്സുകൾ ചെറിയ മിന്നാമിനുങ്ങുകൾ പോലെ കായൽ പ്പരപ്പിൽ അവിടവിടെ കത്തി നിൽപ്പുണ്ട്. ലിൻഡയുടെ കണ്ണുകളിൽ ആ ചെറുവെളിച്ചത്തിന്റെ കണികകൾ മെല്ലെ പ്രതിഫലിച്ചു.

മറവിയുടെ മഞ്ഞുമുടിയ ഓർമ്മകളുടെ ഹിമശിഖരങ്ങളെ ആ ചെറു വെളിച്ചം മെല്ലെ ഉരുക്കി. കൊയർ പ്രാക്ടീസുകാർക്കിടയിൽ ഉടൽ അരിച്ചിറങ്ങുന്ന കോളിൻസിന്റെ കഴുകൻനോട്ടങ്ങളെ തന്നാലാവും വിധം ചെറുക്കാൻ ശ്രമിച്ചിരുന്നെങ്കിലും ഒടുവിൽ പ്രായം തളർത്താത്ത കോളിൻസിന്റെ നോട്ടങ്ങൾ ലക്ഷ്യം കണ്ടു. ക്ലീൻ ഷേവ് ചെയ്ത ആ മുഖത്തിന്റെ കോണിലെവിടെയോ കൗശലക്കാരനായ കുറുക്കന്റെ ഭാവം പതിയിരിക്കുന്നുണ്ടോ എന്ന് താൻ സംശയം പറഞ്ഞപ്പോഴേക്കും എല്ലാം വൈകിപ്പോയിരുന്നു. അടിവയറ് പൊത്തിപ്പിടിച്ച് അന്ന് അവൾ പുഞ്ചി രിച്ചു. കണ്ണീരണിഞ്ഞൊരു ചിരിയോടെ ഷെറിൻ പറഞ്ഞു:

''അച്ചൻ... അച്ചനെന്നെ ചതിക്കില്ലടീ. എന്നെ കൊണ്ടുപോകാമെന്ന് സമ്മതിച്ചു. മൂന്ന് മാസം. എനിക്ക് പതിനെട്ടാവാൻ കാത്തിരിക്കുകയാ ണത്രെ.''

''എടീ പ്രായം...''

''ഓ, രണ്ട് മനസ്സുകൾ തമ്മിലുള്ള ഐക്യം പോരേ? ലോകത്ത് എത്രയോ വിവാഹങ്ങൾ നടക്കുന്നു. നമ്മൾ ന്യൂസ് കാണാറില്ലേ 'എഴു പത് വയസ്സുകാരൻ പതിനേഴുകാരിയെ കെട്ടി'. ഇതിപ്പോ നാൽപ്പത്തി യഞ്ച്. സാരമില്ല. എന്നെ ജീവനല്ല്യോ? അത് മതി. ഇതിപ്പോ ആരുമറി യില്ല. നീയും ഞാനും അച്ചനും മാത്രമേ അറിയൂ. നിനക്കറിയാന്ന് പോലും അച്ചന് അറിയില്ല. എല്ലാം കഴിഞ്ഞ് ഞങ്ങൾ പോയിട്ടേ എല്ലാവരും എല്ലാം അറിയാവൂ. മൂന്ന് മാസം കൂടി. ഒരു കാര്യമറിയോ, വിശുദ്ധ കുപ്പായത്തേക്കാൾ എന്നെ ഇഷ്ടമാണെന്നാ പറയുന്നത്.''

അവസാനത്തെ വാചകം പറഞ്ഞപ്പോൾ അവളുടെ കവിൾ നാണത്താൽ ചുവന്നതും ശിരസ്സ് താനേ കുനിഞ്ഞതും കണ്ട് ലിൻഡ അദ്ഭുതപ്പെട്ടു. എന്ത് മാറ്റമാണീ പെണ്ണിന്. മിണ്ടാപ്പൂച്ചപോലെ പതുങ്ങിയിരു ന്നവളാ.

പിന്നെയും തമ്മിൽ കണ്ടു. പക്ഷേ മൂന്ന് മാസം തികയാൻ അവൾ കാത്തു നിന്നില്ല. അവളെ അവസാനം കണ്ടപ്പോൾ താൻ ചതിക്കപ്പെട്ടു എന്നു മാത്രം പറഞ്ഞ് മറുപടിക്ക് കാത്തുനിൽക്കാതെ അവൾ പോയി.

ആ ഡിസംബർ മാസത്തിലെ ഇരുപത്തിനാലാം സന്ധ്യയിൽ അവൾ പടിയിറങ്ങി. എല്ലാവരുടെയും ജീവിതത്തിൽ നിന്നും. ഒരു യാത്രാമൊഴി പോലും പറയാതെ. ആ യാത്രയിലും അവൾ തന്റെ വാക്കുപാലിച്ചു. ഫാദർ കോളിൻസ് എന്ന പേര് അവളെവിടെയും പറഞ്ഞില്ല. അതറിയാവുന്ന താൻ ആരോടും അതേപ്പറ്റി പറഞ്ഞതുമില്ല. ഫാദർ കോളിൻസിന്റെ കഴുകൻ നോട്ടത്തെ താൻ ശരിക്കും ഭയന്നിരുന്നു എന്നതാവും ശരി.

ലിൻഡ തന്റെ ചിന്തകളിൽ മുഴുകി. അവൾക്ക് ചുറ്റും രാവിരുണ്ടു വെളുത്തു.

‘‘**നി**ങ്ങൾ രണ്ടു പേർക്കും എന്നോട് എന്തെങ്കിലും പറയാനുണ്ടോ?’’

അക്ബർ തന്റെ മേശയ്ക്കപ്പുറത്തിരുന്ന അവറാച്ചനെയും അച്ചൻകുഞ്ഞിനെയും മാറി മാറി നോക്കിക്കൊണ്ട് ചോദിച്ചു.

‘‘സർ...’’

പുറത്തു നിന്നു വിളി കേട്ടു. അക്ബർ നോക്കി. വാതിൽക്കൽ തങ്കച്ചനാണ്. വിയർത്ത് കുളിച്ച് പരിക്ഷീണിതനാണ്. നല്ല ഒരു സംഘട്ടനത്തിന് ശേഷമാണ് വരവെന്ന് ശരീരഘടന വിളിച്ചോതുന്നുണ്ട്.

‘‘കിട്ടിയോ രാജാവേ?’’’

‘‘കിട്ടീ സർ.’’

‘‘താൻ നല്ല അദ്ധ്വാനിച്ച് വന്നതല്ലേ. ഏതായാലും അരമണിക്കൂർ ഒന്ന് വിശ്രമിക്ക്. അവരെ കൂട്ടിലേക്കിട്ടോ. അൽപ്പം കൈപ്പണി വേണ്ടി വരും.’’ കൈവിരലുകൾ കോർത്തു വലിച്ച് അക്ബർ പറഞ്ഞു.

അതു കേട്ടിട്ടാവണം, മുമ്പിലിരുന്ന അച്ചൻകുഞ്ഞിന്റെയും അവറാച്ചന്റെയും ദൃഷ്ടികൾ തമ്മിൽ ഇടഞ്ഞു. അവരുടെ ഉള്ളൊന്നു കാളി. പുറമേ കാണിച്ചില്ലെങ്കിലും. പക്ഷേ അക്ബറിലെ പൊലീസുകാരൻ ആ ചെറിയ ഭാവമാറ്റത്തെയും തിരിച്ചറിഞ്ഞിരുന്നു. അയാൾ ഉള്ളുകൊണ്ട് ഒന്നു ചിരിച്ചു. പിന്നെ മെല്ലെ എഴുന്നേറ്റ് രണ്ടുപേരുടെയും പിന്നിൽ ചെന്ന് നിന്നു. ഇരുവരുടെയും ഓരോ ചുമലിൽ മെല്ലെ കൈപ്പത്തി അമർത്തിക്കൊണ്ട് അക്ബർ പറഞ്ഞു.

‘‘ഷെറിന് സംഭവിച്ചത്... അതെനിക്ക് ഇപ്പോൾ അറിയാം. പക്ഷേ നിങ്ങളിലാര് എന്ന സത്യം നിങ്ങൾ ഇപ്പോൾ എന്നോട് ഇവിടെ വച്ച് പറയണം.’’

അക്ബർ അല്പം കുനിഞ്ഞ് ഇരുവർക്കുമിടയിൽ തന്റെ മുഖം പ്രതിഷ്ഠിച്ചുകൊണ്ട് ആ വാചകം പൂരിപ്പിച്ചു.

‘‘പറയാതെ നിങ്ങളെ ഞാൻ വിടില്ല.’’

ആരുമാരും ഒന്നും ഉരിയാടിയില്ല. ആ നിൽപ്പ് തുടർന്ന അക്ബർ ''പറയാൻ...'' എന്ന് കനത്ത ശബ്ദത്തിൽ പറഞ്ഞ് തന്റെ വലതു കൈ മുഷ്ടി ചുരുട്ടി മേശപ്പുറത്ത് ഊക്കിൽ ഇടിച്ചു.

''സർ ഞാനാണ്.''

ഏക സ്വരത്തിലാണ് അവരത് പറഞ്ഞത്.

''കള്ളം... പച്ചക്കള്ളം.'' അക്ബർ അലറി.

''നിങ്ങൾ ആരെ സംരക്ഷിക്കാൻ വേണ്ടിയാണീ കുറ്റമേറ്റെടുക്കൽ നാടകം നടത്തുന്നതെന്ന് എനിക്ക് അറിയാം. പക്ഷേ അത് നിങ്ങളുടെ വായിൽ നിന്നു കേൾക്കുവാൻ വേണ്ടിത്തന്നെയാണ് ഞാനീ രണ്ടു ദിവസവും കാത്തിരുന്നത്. ഇനി, അതില്ല. നിങ്ങൾക്ക് നിങ്ങളുടെ വഴി. എന്റെ വഴിയേ ഞാനും പൊയ്ക്കൊള്ളാം.''

അക്ബറിന്റെ ഭാവമാറ്റം അവരെ വല്ലാത്ത ഒരു മാനസിക സംഘർഷ ത്തിലേക്ക് നയിക്കാൻ പര്യാപ്തമായിരുന്നു. അതിനു വേണ്ടിത്തന്നെ യാണ് അക്ബർ അങ്ങനെ പ്രതികരിച്ചതും. ചടുലമായ ചലനത്തോടെ മുറി വിട്ടു പുറത്തേക്കിറങ്ങുവാൻ ഭാവിച്ച അക്ബറിനെ അവരുടെ പിൻ വിളി നിശ്ചലനാക്കി.

''സർ...'' കപ്യാർ തുടർന്നു.

''ഇനി ഒന്നും ഒളിക്കുന്നില്ല സർ.'' കപ്യാർ പൊട്ടിക്കരഞ്ഞു.

''സാറിനറിയേണ്ടത് എന്നതാണെന്ന് ഞാൻ പറയാം. ഇതെന്റെ മൊഴിയാണ്.''

കരഞ്ഞു കലങ്ങിയ കണ്ണുകളോടെ അച്ചൻകുഞ്ഞ് പറഞ്ഞു.

''ഉം... പറയ്.''

ഒരു ദിവസം മുൻപ്... ഡോ. നിരുപമ അക്ബറിനോട് പറഞ്ഞ കഥ

തൃപ്പൂണിത്തുറയിൽ നിന്നും കൊടുങ്ങല്ലൂര് നിന്നുമൊക്കെ അടി യന്തിരാവസ്ഥക്കാലത്ത് കാപ്പിരിത്തുരുത്തിലേക്ക് നസ്രാണികൾ എത്തി ച്ചേർന്നു തുടങ്ങി. തുരുത്തിനെ ചുറ്റിയൊഴുകിയിരുന്ന പുത്തനാറിന്റെ ഗർഭത്തിലെ അളവറ്റ മത്സ്യസമ്പത്ത് അവർക്ക് അന്നമൂട്ടി. ക്രമേണ അവിടം അവരുടെ ആവാസകേന്ദ്രമായി. കുട്ടികൾക്ക് പഠിക്കാൻ നല്ലൊരു സ്കൂളോ, പെണ്ണുങ്ങൾക്ക് നൊവേന കൂടാനൊരു പള്ളിയോ, ആണുങ്ങൾക്ക് സന്തോഷിക്കാനൊരു കള്ളുഷാപ്പോ തുരുത്തിൽ ഉണ്ടാ യിരുന്നില്ല.

അതൊക്കെ വന്നത് ജോറാപ്പാപ്പന്റെ വരവോടെയാണ്. മീനച്ചിലാറ് നീന്തിക്കയറി വന്ന ഒരു പുള്ളിപ്പുലിയെ വെറും കൈ കീഴടക്കിയ നല്ല ഒന്നാം ക്ലാസ്സ് പാലാക്കാരൻ നസ്രാണിയായിരുന്നു പാപ്പൻ. തുരുത്തി നെപ്പറ്റി കേട്ടറിഞ്ഞ് എത്തിച്ചേർന്ന പാപ്പൻ പാലായിലുള്ളതെല്ലാം വിറ്റു

പെറുക്കി അവിടെ ഒരു വലിയ ബംഗ്ലാവ് പണിതു. പുലിമുറ്റത്ത് വീട്. പിന്നെ പുലിമുറ്റത്തെ സ്കൂളും അവരുടെ തന്നെ കള്ളുഷാപ്പും. പള്ളി പക്ഷേ പുണ്യാളച്ചന്റെ പേരിലായിരുന്നു. സെമിത്തേരിയിലെ തലപ്പൊക്കമുള്ള കല്ലറയും പുലിമുറ്റത്ത് കുടുംബത്തിന്റെ കല്ലറ തന്നെ. നല്ല രാജസ്ഥാൻ മാർബിൾ കൊണ്ട് തീർത്ത മറ്റൊരു വിസ്മയം. തലമുറ കടന്നു പോയി.

കുടിയേറിയ വന്ന നസ്രാണികൾക്കിടയിൽ വന്ന രണ്ട് കുടുംബങ്ങളിലെ ചെറുപ്പക്കാരായ ആണുങ്ങളായിരുന്ന സേവ്യറും അവറാനും ഉറ്റ സുഹൃത്തുക്കളായി മാറി. സേവ്യറുടെ ഒറ്റപ്പെങ്ങളെ അവരുടെ ബന്ധം മുറിയാതെയിരിക്കാൻ വേണ്ടി അവറാന് കെട്ടിച്ച് കൊടുക്കാൻ സേവ്യർ തീരുമാനിച്ചു. അങ്ങനെ സേവ്യറുടെ പെങ്ങൾ സൂസി അവറാച്ചന്റെ വധുവായി. അവറാച്ചന് പുലിമുറ്റത്ത കണക്ക് നോട്ടമായി പണി. തേങ്ങ, അടയ്ക്ക. അങ്ങനെ അങ്ങനെ... സേവ്യർ പള്ളിയിലെ കൈക്കാരനും. അയാളെ നാട്ടുകാർ സ്നേഹത്തോടെ അച്ചൻകുഞ്ഞ് എന്നാണ് വിളിച്ചു വന്നത്. കപ്യാർ അച്ചൻകുഞ്ഞ്!

അച്ചൻകുഞ്ഞും വിവാഹിതനായി. ഒരു ദിവസമായിരുന്നു ഇരുവരുടെയും വിവാഹം. അച്ചൻ കുഞ്ഞിന്റെ ഭാര്യ ആദ്യം പ്രസവിച്ചു. പിന്നാലെ അവറാച്ചന്റെയും. അതൊരു പെൺകുട്ടി ആയിരുന്നു. പക്ഷേ ആന്തരിക രക്തസ്രാവം നിൽക്കാതെ സൂസി അതോടെ മരിച്ചു. അവരാ കുഞ്ഞിന്റെ മുഖം പോലും കണ്ടിട്ടില്ല. അവറാച്ചന്റെ മകളും അച്ചൻകുഞ്ഞിന്റെ ഭാര്യയുടെ മുലപ്പാലാണ് വിശന്നപ്പോൾ കുടിച്ച് വളർന്നത്. ജന്മം കൊണ്ടല്ലെങ്കിലും കർമ്മം കൊണ്ട് അവർ അവൾക്ക് അമ്മയായി. ആ മക്കൾ ഒരുമിച്ച് വളർന്നു. ഏകോദര സഹോദരങ്ങളായി.

അന്നൊരു വെള്ളിയാഴ്ച ദിവസം. എറണാകുളത്തെ തിയേറ്റർ സമുച്ചയം സരിത. അന്ന് സൂപ്പർ സ്റ്റാറിന്റെ സിനിമ റിലീസാണ്. വലിയ കട്ടൗട്ടിൽ മാലയിട്ട് നിലത്തേക്ക് ഊർന്നിറങ്ങിയ ബെനഡിക്ടിന്റെ ഉടുപ്പിന്റെ കോളറിൽ പിന്നിൽ നിന്ന് ഒരു ഉരുക്ക് മുഷ്ടി പിടുത്തമിട്ടു.

''അപ്പൻ പോലീസ് കസ്റ്റഡിയിൽ.. നീയിവിടെ ആഘോഷിക്കുവാ അല്ലെടാ. കൂടെ വാ. ബഹളം വേണ്ട. തടി കേടാകും.''

തങ്കച്ചൻ അവന്റെ കാതിൽ മറ്റാരും കേൾക്കാതെ പറഞ്ഞു.

അവൻ ഞെട്ടിത്തിരിഞ്ഞു നോക്കി. ആ മുഖം. അത് അയാൾക്ക് പരിചിതമായിരുന്നു!

തങ്കച്ചൻ ഒന്ന് അമ്പരന്നു. പിന്നെ, ആൾക്കൂട്ടത്തെ പകുത്തു മാറ്റി അയാൾ ബെനഡിക്ടിനെയും കൊണ്ട് കെട്ടിടത്തിനു മുൻപിൽ നിർത്തിയിട്ടിരുന്ന പൊലീസ് വാഹനത്തിൽ കയറി അക്ബറിന്റെയടുത്തേക്ക് കുതിച്ചു.

ബെനഡിക്ട് എത്തുമ്പോൾ അക്ബർ തന്റെ ഓഫീസ് മുറിയിലിരുന്ന് എന്തോ ഒരു പുസ്തകം വായിക്കുകയായിരുന്നു.

''സർ, ആളെ കൊണ്ടു വന്നിട്ടുണ്ട്.''

''ഇങ്ങോട്ട് നീങ്ങി നിൽക്കെടാ.'' തങ്കച്ചൻ തന്റെ പിന്നിൽ നിന്ന ബെനഡിക്ടിനോടു പറഞ്ഞു.

അവൻ തങ്കച്ചന്റെ നിഴലിൽ നിന്നു പുറത്തേക്ക് വന്നു. കാഴ്ചയിൽ ഇരുപത് ഇരുപത്തിമൂന്ന് വയസ്സ് പ്രായം.

''പ്രായം ഒ.കെ. പക്ഷേ, ഈ മുഖം...'' അക്ബർ മനസ്സിൽ മന്ത്രിച്ചു.

''എന്താ നിന്റെ പേര്?'' അക്ബർ ചോദിച്ചു.

''ബെനഡിക്ട്. ബെനഡിക്ട് സേവ്യർ.''

അക്ബർ തങ്കച്ചനെ ഒന്ന് പാളി നോക്കി. അയാൾ അമ്പരന്ന് നിൽപ്പാണ്.

ഒന്നുമില്ല എന്നയർത്ഥത്തിൽ അക്ബർ മെല്ലെ കണ്ണുകളടച്ചു.

''മൂന്ന് പേരെയും തൽക്കാലം ഒരുമിച്ചിട്.'' വീണ്ടും പുസ്തകത്തിൽ മുഖം പൂഴ്ത്തി അക്ബർ പറഞ്ഞു.

''ശരി സർ.''

തങ്കച്ചൻ അവനെയും കൊണ്ട് പോയി.

അക്ബർ വായിച്ചുകൊണ്ടിരുന്ന പുസ്തകത്തിന്റെ പുറംചട്ടയിൽ ഇങ്ങനെ എഴുതിയിരുന്നു:

''ഡി.എൻ.എ ദ സീക്രട്ട് ഓഫ് ലൈഫ്... ജയിംസ് ഡി വാട്ട്സൺ.''

മോഹൻ തന്റെ പ്രിയപ്പെട്ട ഫിൽട്ടർ കോഫി ആസ്വദിച്ചുകൊണ്ട് അക്ബറിനെ നോക്കി.

''ദ കൺക്ലൂഷൻ അല്ലേ?''

''അതെ സർ...''

''പക്ഷേ ഇതൊന്നും വിശ്വസിക്കാൻ എനിക്ക്...''

''എനിക്കും അതേ അവസ്ഥ തന്നെ സർ. ഏതായാലും ഞാൻ ഈ സമസ്യ പൂരിപ്പിച്ചുകൊണ്ട് പറയാം. മരണസമയം വരെ ഷെറിൻ അവളെ ചതിച്ചത് കോളിൻസ് ആണെന്ന് ആരോടും പറഞ്ഞിട്ടില്ല. ഗർഭസ്ഥശിശുവിന്റെ ഡിഎൻഎയിൽനിന്നാണ് അത് നിരുപമ മനസ്സിലാക്കിയത്. അച്ഛന്റെയും അമ്മയുടെയും ഡിഎൻഎ കുട്ടിയിലും ഉണ്ടാവണമല്ലോ. അത് അവർ അവറാച്ചനോടും അച്ചൻകുഞ്ഞിനോടും പങ്കുവച്ചിരുന്നു എന്നും നമ്മളോട് ഇന്നലെ പറഞ്ഞല്ലോ.''

''അതെ.''

''ഇനി അതിന്റെ ബാക്കി.. ആ കുട്ടി ഇരുകുടുംബങ്ങൾക്കും ഒരേ പോലെ പ്രിയപ്പെട്ടവളായിരുന്നു. അവളെ ഇല്ലാതെയാക്കിയവനെ ഈ ഭൂമിയിൽ നിന്നു തുടച്ചുനീക്കാൻ അവർ കരുക്കൾ നീക്കിത്തുടങ്ങി. അങ്ങനെയാണ് ഷെറിൻ ഈ ഭൂമിയിൽ നിന്നു പോയ ദിവസം തന്നെ അവർ അയാൾക്കുള്ള അന്ത്യകൂദാശയ്ക്കായി തിരഞ്ഞെടുത്തത്. പക്ഷേ ഇപ്പോഴും എനിക്ക് അദ്ഭുതമായത് എന്തെന്നോ? യാതൊരു ഭാവമാറ്റ വുമില്ലാതെയാണ് അച്ചൻകുഞ്ഞ് കോളിൻസിന്റെ നിഴലായി കൂടെ നിന്നതും.

ഇപ്പോൾ എനിക്ക് കാണാം. അന്ന് കോളിൻസിന്റെ മുറിയടച്ച് പുറത്തേക്ക് നടന്നിറങ്ങിയ അച്ചൻകുഞ്ഞിന്റെ മുഖത്തെ ചിരി. പിറ്റേന്ന് കോളിൻസ് മരിച്ചു കിടക്കുന്നതു കാണാൻ വന്ന കപ്യാരുടെ കിണ റിന്റെ വക്കിൽ പിടിച്ചു നിന്നുള്ള വിജയച്ചിരി.

''അപ്പോഴാ നീലക്കുപ്പായക്കാരൻ സാന്റ? അതാരാണ്? അവനല്ലേ അത്... ബെനഡിക്ട്?''

മോഹൻ കാപ്പിക്കപ്പ് മേശപ്പുറത്ത് വച്ചു.

''അറിയില്ല സർ. വെയിറ്റിംഗ് ഫോർ ബ്ലഡ് ടെസ്റ്റ് റിസൾട്ട്...''

അത്ര മാത്രം പറഞ്ഞ് അക്ബർ മെല്ലെ എഴുന്നേറ്റു. അയാൾ എന്തൊ ക്കെയോ തീരുമാനിച്ചുറപ്പിച്ചിരിക്കുന്നതുപോലെ മോഹന് തോന്നി. അയാൾ അക്ബറിനെ വിളിച്ചു.

''അക്ബറേ, നിന്റെ മനസ്സിലെന്താണെന്ന് എനിക്ക് മനസ്സിലായി. അതു വേണോ?''

അക്ബർ ഒന്നു ചിരിച്ചു. എന്നിട്ട് പറഞ്ഞു:

''ഗതി കിട്ടാതെ അലയുന്ന ചില ആത്മാക്കളില്ലേ സർ? അവർക്ക് നീതി വേണ്ടേ? സാറ് ആ മെയിൽ ബോക്സ് ഒന്ന് തുറന്ന് അവസാനം വന്ന മെയിൽ ഒന്ന് വായിക്കണം. ഞാൻ ഇവിടേക്ക് വരും മുൻപ് അയച്ച താണ്.''

അക്ബർ നടന്നു. മോഹൻ ജിജ്ഞാസയടക്കാൻ പറ്റാതെ തന്റെ മെയിൽ ബോക്സ് തുറന്നു നോക്കി.

''കൺക്ലൂഷൻ ഓഫ് ഫാദർ കോളിൻസ് മർഡർ കേസ്' എന്ന സബ്ജക്ട് ആണ് അയാളുടെ ദൃഷ്ടിയിൽ ആദ്യമായി പതിഞ്ഞത്. മോഹന് ഒന്നും മനസ്സിലായില്ല. ബെനഡിക്ടിന്റെ രക്തപരിശോധനാ ഫലം വരും മുൻപ് ഈ കേസ് എങ്ങനെ?

അയാൾ ആ മെയിൽ തുറന്നു.

ഇരുപത്തിമൂന്ന് വർഷം മുൻപ് സെന്റ് മേരീസ് കോൺവെന്റിൽ നടന്ന ബീന മാത്യൂസ് വധം. അതിന്റെ കാരണക്കാരനായ ഫാ. കോളിൻസി നോട് കാത്തിരുന്ന് ക്രിസ്മസ് രാവിൽ പ്രതികാരം ചെയ്ത സഹോദരൻ

മാർട്ടിൻ. മാർട്ടിനെ കൊല ചെയ്ത കാർമാക്സ് എന്ന വർക്ക്ഷോപ്പ് ജീവനക്കാരും ഗുണ്ടാലിസ്റ്റിലുള്ളവരുമായ ഒരു സംഘം. ഇതാണീ കേസിന്റെ അന്ത്യം.

മോഹന് അല്പസമയത്തേക്ക് ഒന്നും മനസ്സിലായില്ല. അയാളുടെ മനസ്സറിഞ്ഞതുപോലെ അക്ബറിന്റെ ഫോൺ കോൾ മോഹനെ തേടിയെത്തി.

''സർ, ഇതാണ് പുറം ലോകമറിയാൻ പോകുന്ന കോളിൻസ് വധക്കേസിന്റെ കുറ്റപത്രം: വാദിയും പ്രതിയും ഇന്ന് ഭൂമുഖത്തില്ല.''

മോഹൻ എന്ത് പറയണം എന്നറിയാതെ സ്തബ്ധനായി ഇരുന്നു.

''അവർ പോയോ?'' മോഹൻ ചോദിച്ചു.

''പോയി.''

''എന്താണിങ്ങനെ?''

''ചില സത്യങ്ങൾ മനസ്സിലാക്കിയതുകൊണ്ട്.'' അക്ബർ അലസനായി പറഞ്ഞു.

''എന്ത് സത്യം?''

''പറയാം സർ. കൊന്നത് ആരെന്ന് അറിഞ്ഞാൽ പോരെ? പക്ഷേ മറ്റെല്ലാം എന്റെ മനസ്സിൽ മാത്രമേ കാണൂ. സകലതും, സകല തെളിവുകളും.'' അക്ബർ പറഞ്ഞു.

''ഉം...''

ഇരുപത്

''കൊന്നത് സേവ്യർ എന്ന അച്ചൻകുഞ്ഞിന്റെ മകൻ തന്നെ. പക്ഷേ നമ്മൾ കരുതുംപോലെ അത് ബെനഡിക്ട് അല്ല. ഈ കേസിന്റെ യഥാർത്ഥ കൺക്ലൂഷൻ. അവസാനത്തെ ടിസ്റ്റ്.'' അക്ബർ പറഞ്ഞു.

''എന്താണത്, ആരാണ് ആ മകൻ?''

''അവനെ ഞാനും തങ്കച്ചനും കണ്ടിട്ടുണ്ട്. ഈ കേസിന്റെ അന്വേഷണവഴിയിലൊന്നിൽ അവൻ മനപ്പൂർവ്വം ഞങ്ങൾക്ക് കുറുകെ വന്നു.''

''എവിടെ എപ്പോൾ?''

''പറയാം സർ. അല്പമൊന്ന് ക്ഷമിക്കൂ. ഒരാൾ കൂടി വരാനുണ്ട്.''

അക്ബർ അക്ഷമനായി വാച്ചിൽ നോക്കി.

''ആരാണ്?'' മോഹൻ ജിജ്ഞാസയോടെ ചോദിച്ചു.

''അല്പം കൂടി ക്ഷമിക്കൂ സർ.''

അക്ബർ അങ്ങനെ പറഞ്ഞിട്ട് തന്റെ ഫോണെടുത്ത് ആരെയോ വിളിക്കുന്നത് മോഹൻ ശ്രദ്ധിച്ചു.

ദാ, എത്തി എന്ന് മറുതലയ്ക്കൽ നിന്ന് ഒരു ശബ്ദം അയാൾ കേട്ടു. മോഹൻ പൊലീസ് ക്ലബ്ബിന്റെ പ്രധാന കവാടത്തിലേക്ക് നോക്കി ആഗതനെ പ്രതീക്ഷിച്ചു. അഞ്ച് മിനിട്ടുകഴിഞ്ഞിട്ടുണ്ടാവും. ഒരു ചെറിയ പുഞ്ചിരിയോടെ അയാൾ രംഗപ്രവേശം ചെയ്തു. ഡോക്ടർ ദീപക് ആയിരുന്നു അക്ബർ കാത്തിരുന്ന ആ ആൾ.

''ദീപൂ, താനിവിടെ?'' മോഹൻ അദ്ഭുതത്തോടെ ചോദിച്ചു.

''ബാംഗ്ലൂർ പോകും വഴിയാണ് സർ. ഇവനെ ഒന്ന് കണ്ടിട്ട് മടങ്ങാം എന്ന് കരുതി ഇവിടെ ഇറങ്ങിയതാണ്. ഇന്നലെ കുറച്ച് സംശയങ്ങൾ ചോദിച്ച് എന്നെ വിളിച്ചിരുന്നു. ഒരു കൊലപാതകക്കേസുമായി ബന്ധപ്പെട്ടിട്ട്. ഞാനതിന്റെ സാദ്ധ്യതകൾ പഠിക്കുകയായിരുന്നു ദാ, ഇന്ന് കാലത്ത് വരെ. അവസാനം ഞാനത് അവനോട് അവതരിപ്പിച്ചപ്പോൾ എന്നോട് പറഞ്ഞു പോകും വഴി ഒന്നു കയറിയിട്ട് പോകാനും സാറിനോട് കൂടി അത് വെളിപ്പെടുത്താനും.'' ദീപക് പറഞ്ഞു.

''അക്ബർ, എന്താണിത്രയും നാടകീയത? ഇത്രമാത്രം സങ്കീർണ്ണമായ എന്താണ് താൻ ഇപ്പോൾ അന്വേഷിക്കുന്ന കേസിനുള്ളത്?''

മോഹൻ അക്ബറിനോട് ചോദിച്ചു.

''സാറിന്റെ ഈ ചോദ്യങ്ങൾക്കുള്ള മറുപടി പറയാനും ഞാനെന്തിനാണ് ചില തീരുമാനങ്ങൾ എടുത്ത് മുന്നോട്ട് പോകുന്നത് എന്നു വിശദീകരിക്കാനുമാണ് ഈ വിഷയത്തിൽ പാണ്ഡിത്യമുള്ള ദീപക്കിനെ ഇത്രയും തിരക്കിനിടയിലും ഞാൻ വിളിച്ചു വരുത്തിയത്. ദീപൂ, പറയ്.''

അക്ബർ ദീപക്കിനെ നോക്കി.

''സർ, ഒരു ജീവിയെ സൃഷ്ടിച്ച് അതിന്റെ ശരീരം കെട്ടിപ്പടുത്ത് പരിപാലിക്കുന്നതിന് ആവശ്യമായ എല്ലാ വിവരങ്ങളും അടങ്ങിയിരിക്കുന്ന സങ്കീർണ്ണമായ തന്മാത്രയാണ് ഡി.എൻ.എ. എന്നറിയപ്പെടുന്ന ഡിയോക്സി റൈബോ ന്യൂക്ലിയിക് ആസിഡ് എന്ന് അറിയാമല്ലോ. എല്ലാ ജീവജാലങ്ങൾക്കും കോശങ്ങൾക്കുള്ളിൽ ഡി.എൻ.എ. ഉണ്ട്. വാസ്തവത്തിൽ, ഒരു മൾട്ടിസെല്ലുലാർ ജീവിയുടെ എല്ലാ കോശങ്ങൾക്കും ആ ജീവിക്ക് ആവശ്യമായ ഡി.എൻ.എയുടെ മുഴുവൻ സെറ്റും ഉണ്ട്. ഒരാളുടെ ഡി.എൻ.എ. വിരലടയാളംപോലെ തന്നെ മറ്റുള്ളവരിൽ നിന്നു വ്യത്യസ്തമായിരിക്കും. ഇന്ന് പല രാജ്യങ്ങളും അവിടത്തെ പൗരന്മാരുടെ ഡി.എൻ.എ വിവരങ്ങൾ പല ആവശ്യങ്ങൾക്കുമായി സൂക്ഷിച്ചു വയ്ക്കാറുമുണ്ട്. നമ്മൾ കുറ്റവാളികളെ തേടാൻ അവരുടെ

മുടി, ഉമിനീർ, രക്തം, ബീജം അങ്ങനെ പലതിൽ നിന്നും ഡി.എൻ.എ. വേർതിരിക്കാറുണ്ട്.

ഞാൻ പറഞ്ഞല്ലോ, ഒരാളുടെ ഡി.എൻ.എ അത് യുണീക്ക് ആയ ഒന്നാണെന്ന്. എന്നാൽ സമാന ഇരട്ടകൾ അഥവാ ഐഡന്റിക്കൽ ടിൻസ് പരസ്പരം അവരുടെ ഡി.എൻ.എ കോഡ് പങ്കിടുന്നു എന്ന താണ് ശരി. കാരണം, ഒരേ പുരുഷബീജത്തിൽ നിന്നും അണ്ഡത്തിൽ നിന്നുമാണ് ഐഡന്റിക്കൽ ടിൻസ് അവരുടെ അച്ഛനിൽ നിന്നും അമ്മ യിൽ നിന്നും രൂപപ്പെടുന്നത്. ഇതിൽ ആണും ആണും അല്ലെങ്കിൽ പെണ്ണും പെണ്ണും ഇരട്ടകളാണെങ്കിൽ അവരുടെ ഡി.എൻ.എ. ഒന്നാ യിരിക്കും.''

ദീപക് പറഞ്ഞു.

''അതും ഈ കേസ്സും തമ്മിൽ എന്ത് ബന്ധം?'' മോഹൻ ചോദിച്ചു.

''ബന്ധമുണ്ട് സർ.'' അക്ബറാണ് അതിന് മറുപടി പറഞ്ഞത്.

''ഈ കേസ്സിൽ ആകെ ലഭിച്ച കച്ചിത്തുരുമ്പായിരുന്നു ഡി.എൻ.എ. അവസാനം അത് ബെനഡിക്ടിന്റെ ഡിഎൻഎയുമായി മാച്ച് ചെയ്യു കയും ചെയ്തതാണ്.''

''ഓഹ്... പിന്നെ എന്താണീ കൺഫ്യൂഷൻ?'' മോഹൻ അക്ഷമനായി.

''ഉണ്ട് സർ. അതിന് ഒരു ചെറിയ പ്രശ്നമുണ്ട്.''

''എന്ത്?''

''ഇന്നലെ ബെനഡിക്ടിനെ കസ്റ്റഡിയിലെടുക്കാൻ പോയ തങ്കച്ചൻ അവന്റെ മുഖം കണ്ട് അമ്പരന്നു. കാരണം അവനെ അയാൾ ഇതിനു മുമ്പും കണ്ടിട്ടുണ്ട്.''

''എവിടെ?''

''കുറച്ച് പിന്നിലേക്ക് പോകണം സർ. ഞാനും തങ്കച്ചനും ബിഷപ് ഹൗസിൽ പോയ ദിവസം. ഞങ്ങൾ ബിഷപ്പ് ഹൗസിൽ എത്തിയപ്പോൾ അവിടെ സന്ദർശകർ എത്തിത്തുടങ്ങുന്നതേ ഉണ്ടായിരുന്നുള്ളൂ. ഞങ്ങളെ കണ്ടയുടൻ ഒരു വൈദികൻ തന്നെ സ്വയം പരിചയപ്പെടുത്തിക്കൊണ്ട് വലിയ പിതാവ് നിങ്ങളെ കാത്തിരിക്കുന്നു എന്ന് പറഞ്ഞു.

ആ വൈദികൻ ഒരു ചെറുപ്പക്കാരനായിരുന്നു. അയാളുടെ പേര് ബെൻസൺ എന്നായിരുന്നു. കാപ്പിരിത്തുരുത്തിലെ കപ്യാരുടെ മകൻ ഫാ. ബെൻസൺ സേവ്യർ.''

''അത്... കപ്യാരുടെ മകൻ?''

''അതെ സർ. ബെൻസണും ബെനഡിക്ടും ഇരട്ടകളാണ്. ഐഡന്റി ക്കൽ ടിൻസ്. ബെനഡിക്ടിനെ കിട്ടും വരെ ഈ സംശയം എന്നെ ഗ്രസിച്ചിരുന്നില്ല. പക്ഷേ തനിക്ക് ഇരട്ടക്കുട്ടികളാണെന്ന് കപ്യാർ പറഞ്ഞ

ആ നിമിഷം എനിക്കൊരു സ്പാർക്ക് കത്തി. ബെനഡിക്ടിന്റെ കുറ്റസമ്മതം കൂടെ ആയപ്പോൾ എല്ലാം എനിക്ക് മനസ്സിലായിത്തുടങ്ങി. കോടതിയിൽ അവനത് നിഷേധിക്കും. രണ്ടുപേരുടെയും ഡി.എൻ.എ. മാച്ച് ചെയ്യുന്ന സ്ഥിതിക്ക് ഇരുവരെയും ജയിലിൽ പിടിച്ചിട്ടാൽ അതിലൊരാൾ നിരപരാധി ആയിരിക്കും. അങ്ങനെ ഒരു തെറ്റ് ചെയ്യണോ?

അങ്ങനെയാണ് ഞാൻ ജയിംസ് ഡി വാട്ട്സൺ എഴുതിയ ഡി.എൻ.എ ദ സീക്രട്ട് ഓഫ് ലൈഫ് എന്ന പുസ്തകം പരതുന്നത്. വായിച്ചറിഞ്ഞ അറിവുകളുടെ ആധികാരികതയ്ക്ക് വേണ്ടിത്തന്നെയാണ് ദീപുവിനെ വിളിച്ചതും.. അവരിലൊരാൾ, അതായത് ബെൻസണും ബെനഡിക്ടും പരസ്പരം ചതിക്കാത്ത കാലം വരെ കൊലയാളി ഇരുട്ടിൽത്തന്നെ നിലകൊള്ളും. അവർ ഇരുവരും അതു പറയില്ല എന്ന് എനിക്ക് ഉറപ്പുണ്ട് സർ. കാരണം പെണ്ണുങ്ങളെ ചതിച്ചവനോടാണവർ കണക്ക് തീർത്തത്. സഹോദരങ്ങളാവാൻ ഒരു വയറ്റിൽ ജനിക്കേണ്ട എന്നും അവർ തെളിയിച്ചു. വാസ്തവത്തിൽ ഫാ. കോളിൻസ് ജീവിക്കാൻ യോഗ്യനേയല്ല. കാലം അതിന്റെ നീതി നടപ്പിലാക്കി എന്നതാണ് സത്യം. അതങ്ങനെത്തന്നെ അവസാനിച്ചോട്ടെ. അല്ലേ സർ?

ബീന മാത്യൂസും ഷെറിനും ഒന്നും ആവർത്തിക്കാതെയിരിക്കട്ടെ. അവർ, ബെൻസണും ബെനഡിക്ടും, പഴയ മുത്തശ്ശിക്കഥയിലെ കൂട് തകർത്ത ഒറ്റയാനോട് കണക്ക് തീർത്ത കുരുവികളാണ്. ഒറ്റക്കെട്ടായി നിന്ന്.''

അക്ബർ ഒന്നു ദീർഘമായി നിശ്വസിച്ചു.

''കഴിഞ്ഞ ക്രിസ്മസ് രാവിൽ കോളിൻസ് പാതിരാകുർബാന നടത്തുമ്പോൾ അവിടെ ആ ഇരട്ട സഹോദരന്മാരുമുണ്ടായിരുന്നു. സിനിമാഭ്രാന്തനായ ബെനഡിക്ടിന്റെ ആശയം, പണ്ട് ദേവാലയം കച്ചവടസ്ഥലമാക്കിയവരെ ചമ്മട്ടികൊണ്ട് പ്രഹരിച്ച യേശുക്രിസ്തുവിന്റെ പ്രതിപുരുഷനായ ബെൻസൺ നടപ്പിലാക്കിയിരിക്കാം. ഇപ്പോൾ എനിക്ക് ആ വചനത്തിന്റെ അർത്ഥം മനസ്സിലായിത്തുടങ്ങിയിരിക്കുന്നു.

''ക്രോധം നിറഞ്ഞ പ്രഹരങ്ങളാൽ ഞാൻ അവരോടു കഠിനമായി പ്രതികാരം ചെയ്യും. ഞാൻ പ്രതികാരം ചെയ്യുമ്പോൾ ഞാനാണ് കർത്താവ് എന്ന് അവർ അറിയും.''

അക്ബർ എഴുന്നേറ്റ് ദീപക്കിനോട് പറഞ്ഞു: ''രാജാവേ, പോകാം. ഈ കേസ് ഇവിടെ അവസാനിച്ചു.''

മോഹനോടായി പറഞ്ഞു: ''സർ... ആ വർക്ക്ഷോപ്പ് ജീവനക്കാരായ വാടകക്കൊലയാളികളെയും പിന്നെ മാർട്ടിയെ വകവരുത്താൻ ഉപയോഗിച്ച കുറ്റത്തിന് പുലിമുറ്റത്ത് ഡേവിഡ്, ഡേവിസ് എന്നീ സഹോദരങ്ങളെയും സെക്ഷൻ 302 ചുമത്തി ഒരു ചാർജ്ജ് ഷീറ്റ് ഞാൻ തയ്യാറാക്കിയിട്ടുണ്ട്. കിടക്കട്ടെ കുറച്ച് നാളുകൾ അകത്ത്.''

മോഹൻ അക്ബറിനെ നോക്കി. 'താനിതെന്ത് മനുഷ്യനാണെടോ' എന്ന അർത്ഥത്തിൽ.

"കൊലയാളി ബെൻസണോ ബെനഡിക്ടോ ഇവരിൽ ആരുമാകാം. ചിലപ്പോൾ ഇത് നിയോഗവുമാകാം. നിരപരാധികളായ കുറച്ച് പെൺകുട്ടികളുടെ കണ്ണീരിനു മേലുള്ള ദൈവത്തിന്റെ നീതി നടപ്പാക്കൽ."

അക്ബറും ദീപക്കും നടന്നകന്നു. പുറത്ത് തങ്കച്ചൻ കാത്തുനിൽക്കുന്നുണ്ടായിരുന്നു. ഒരു ഇരമ്പലോടെ ആ വാഹനം മൂവരെയും വഹിച്ചുകൊണ്ട് നീങ്ങി. ആകാശത്ത് പതിവിലേറെ നക്ഷത്രങ്ങൾ തെളിഞ്ഞിട്ടുണ്ടായിരുന്നു. പ്രഭ ചൊരിഞ്ഞ് പൂർണ്ണചന്ദ്രനും.

ഒരു വർഷത്തിന് ശേഷം തുരുത്തിലെ മറ്റൊരു ക്രിസ്മസ് കാലം

ഡിസംബർ ഇരുപത്തിനാല്. ക്രിസ്മസ് രാവിലെ പാതിരാ കുർബാന. ആ ദേവാലയത്തിന്റെ പുതിയ വൈദികൻ ഫാ. ബെൻസൺ സേവ്യർ പ്രാർത്ഥന ചൊല്ലുന്നു.

അഭിമാനം നിറഞ്ഞ കണ്ണുകളോടെ പിതാവും കപ്യാരുമായ അച്ചൻകുഞ്ഞ് ഫാദറിനൊപ്പമുണ്ട്. മുൻ നിരയിത്തന്നെ ബെനഡിക്ടും അവന്റെ അമ്മച്ചിയും അവറാച്ചനും ലിൻഡയും പ്രാർത്ഥനാനിരതരായി കണ്ണുകൾ അടച്ച് ഇരുന്നു.

കുർബാനയ്ക്ക് ശേഷം എല്ലാവരും പിരിഞ്ഞു. പള്ളിയിൽ നിന്ന് ഇറങ്ങി തന്റെ മുറിയിലേക്ക് നടക്കാനൊരുങ്ങവെ ഒരു പിൻവിളി കേട്ട് ഫാദർ നിന്നു.

അയാൾ തിരിഞ്ഞു നോക്കി. നക്ഷത്ര വിളക്കുകളുടെ പ്രകാശത്തിൽ നിന്ന് ഒരാൾ ബെൻസന്റെ മുൻപിലേക്ക് നീങ്ങി നിന്നു.

അക്ബർ!

"സാർ, ഇവിടെ?"

"ഒന്നുമില്ല.. തുരുത്തിൽ ജനിച്ചു വളർന്ന പുതിയ വൈദികനെ ഒന്നു കാണാൻ."

"വരൂ, മുറിയിലേക്കിരിക്കാം."

"ഏയ്, വേണ്ട ഞങ്ങൾ മടങ്ങുകയാണ്. ഒരുപാട് ജോലികൾ ബാക്കി കിടക്കുന്നു."

അല്പം ദൂരെ നിന്ന തങ്കച്ചനെ ചൂണ്ടിക്കാട്ടി അക്ബർ പറഞ്ഞു.

"നിങ്ങൾ തന്നെയാണീ സ്ഥാനത്തിന് യോഗ്യൻ, ഫാ. ബെൻസൺ. കാരണം നിങ്ങൾക്ക് ബന്ധങ്ങളുടെ വിലയറിയാം. രക്തത്തിന് വെള്ളത്തേക്കാൾ കട്ടി കുടും എന്നാണല്ലോ. ഞാൻ വിട്ടു കളഞ്ഞതാണ് എല്ലാം. മറ്റുള്ളവരുടെ ഇനിയുള്ള സമാധാനപൂർണ്ണമായ ജീവിതത്തിന്. അപ്പോൾ ശരി. ഹാപ്പി ക്രിസ്മസ് ഫാദർ."

അക്ബർ ചിരിച്ചു.

'ഹാ... പ്പി.... ക്രി...സ്... മസ്...''

ബെൻസൺ യാന്ത്രികമായി പറഞ്ഞു.

ഒരു പൊട്ടുപോലെ അക്ബറിന്റെ വാഹനത്തിന്റെ പ്രകാശം ദൂരെ അപ്രത്യക്ഷമാകും വരെ അയാൾ അവിടെത്തന്നെ നിന്നു. പിന്നെ തന്റെ മുറിയിലേക്ക് നടന്നു. ശ്വാസം കിട്ടാതെ പിടഞ്ഞ കോളിൻസിന്റെ മുഖമായിരുന്നു ബെൻസന്റെ മനസ്സിൽ. അയാൾ മെല്ലെ തന്റെ മുറിയിൽ കയറി വാതിൽ ചേർത്തടച്ചു. കിടക്കയുടെ അടിയിൽ നിന്ന് തന്റെ തകരപ്പെട്ടി വലിച്ചെടുത്ത് തുറന്നു. അതിൽ ഭംഗിയായി മടക്കി വച്ച നീല നിറമുള്ള സാന്റയുടെ കുപ്പായത്തിൽ വിറയ്ക്കുന്ന വിരലുകളോടെ ബെൻസൺ തലോടി.

ദൂരെ എവിടെയോ ഒരു കരോൾ ഗാനം മുഴങ്ങി.

''മാലാഖമാർ പാടി മധുര സംഗീതം
മഞ്ഞു പെയ്യും രാവിൽ മണ്ണിൽ വന്നവനായ്
ഗ്ലോറിയാ ഗീതം ഗ്ലോറിയാ ഗീതം...
സർവം ചമച്ച കാരുണ്യ രൂപൻ
നരനായ് മണ്ണിലവതരിച്ചു
കാലിത്തൊഴുത്തിൽ പിറന്നു
കാരുണ്യ വർഷം ചൊരിയാൻ
സർവം ചമച്ച കാരുണ്യരൂപൻ
നരനായ് മണ്ണിലവതരിച്ചു
മഹിമ വെടിഞ്ഞു മഹിയിൽ
കന്യകയിൽ നിന്നു ജാതനായ്.''

■